परमवीर चक्र

रणांगणावरील
आपले
महान योद्धे

लेखक
मेजर जनरल इयान कारडोझो

अनुवाद
ज्योत्स्ना लेले

मेहता पब्लिशिंग हाऊस

'PARAMVEER' by Gen Ian Cardozo
First published in the year (2003).

Translated into Marathi Language by Jyotsna Lele

परमवीर चक्र रणांगणावरील आपले महान योद्धे / अनुवादित व्यक्तिचित्र

अनुवाद : ज्योत्स्ना लेले

Email : author@mehtapublishinghouse.com

संस्थापक : सुनील अनिल मेहता

प्रकाशक : मेहता पब्लिशिंग हाऊस प्रा. लि.,
१९४१, सदाशिव पेठ, माडीवाले कॉलनी, पुणे ४११०३०.

मुद्रक : ट्रिनिटी ॲकॅडमी फॉर कॉर्पोरेट ट्रेनिंग लिमिटेड

मुखपृष्ठ : चंद्रमोहन कुलकर्णी

प्रकाशनकाल : ऑगस्ट, २००६ / एप्रिल, २००८ / जुलै, २०१५ /
पुनर्मुद्रण : ऑक्टोबर, २०२५

किंमत : ₹ ४२०

P Book ISBN 9788177666908
E Book ISBN 9788184988130
E Books available on : amazonkindle Apple Books Google Play Books

---

आमच्या लाघवी, गोड व लाडक्या मुली–

***डॉ. शिल्पा** (बी.ई., पीएच.डी.)*

आणि

***शिरीन** (बी.ई., एम.बी.ए.)*

यांना सप्रेम भेट.

– ज्योत्स्ना लेले

अभिप्राय

सैनिक हो तुमच्यासाठी

दैनिक ऐक्य, ८-१०-२००६

धुरंधरांच्या धैर्यगाथा

महाराष्ट्र टाइम्स, २५-२-२००७

नुकतेच आपले 'परमवीर च्रक' हे अनुवादित पुस्तक वाचले व थरारून गेलो. मनोगतात लिहिल्याप्रमाणे मराठी वाचकांनी हे पुस्तक अवश्य वाचावे. सर्वसाधारण नागरीकांना सैन्याबद्दल कमी माहिती असते. सदर पुस्तके अधिक प्रमाणात आली तर सैनिक, आधुनिक युद्धे याबद्दल अधिक माहिती वाचकांना मिळेल.

अरुण भट

शूर मर्दाचा पोवाडा शूर मर्दानेच गायिला, की तो श्रोत्यांच्या काळजाला अधिकच भिडतो. त्याचप्रमाणे मेजर जनरल कारडोझोनी लिहिलेली परमवीर चक्राच्या मानकऱ्यांची ही पराक्रमगाथा मोठी वेधक, प्रेरक उतरली आहे.

दैनिक सामना २९-१०-२००६

अनुवादिकेचे मनोगत

'युद्धस्य कथा रम्या' असे संस्कृत वचन आहे. परंतु बऱ्याच वेळा इतिहासाच्या पुस्तकात वर्णन केलेल्या युद्धाच्या कथा या सनावळी, युद्धाची कारणे, तहाच्या अटी असल्या रूक्ष टिप्पणीमध्ये अडकलेल्या असतात. त्यामुळे त्या नीरस, कंटाळवाण्या वाटतात. ऐतिहासिक कथा-कादंबऱ्यांतील युद्धाची वर्णने कपोलकल्पित अचाट साहस व अफाट कर्तृत्व यांचे भडक वर्णन करणारी म्हणूनच अवास्तव, तद्दन खोटी वाटतात.

पण ह्याच युद्धाच्या कथा जर युद्धात प्रत्यक्ष भाग घेणाऱ्या, युद्ध करण्याचे शिक्षण घेतलेल्या एखाद्या सेनाधिकाऱ्याने सांगितल्या, तर त्या जास्त विश्वसनीय व रंजक वाटतात. अनेक सेनाधिकाऱ्यांनी तलवारी खाली ठेवल्यावर हातात लेखण्या घेतल्या व त्याही क्षेत्रामध्ये त्यांनी मर्दुमकी गाजविली. सर विन्स्टन चर्चिल अथवा त्यांच्यासारख्या अनेकांनी लिहिलेल्या साहित्यकृती लोकप्रिय व अजरामर ठरल्या.

स्वतंत्र भारतात ज्यांनी असे प्रयत्न केले त्यांपैकी एक आहेत, मेजर जनरल इयान कारडोझो.

१६ फेब्रुवारी २००३च्या इंडियन एक्स्प्रेसमध्ये, पंतप्रधान अटलजी वाजपेयींनी प्रकाशित केलेल्या 'परमवीर' या पुस्तकाबद्दलची व लेखकाबद्दलची माहिती वाचली. त्यानंतर मी ते पुस्तक वाचले. आमच्या शूरवीरांनी गाजवलेल्या पराक्रमांच्या गाथांनी मी भारावून गेले. वाटलं, शूर सैनिकांची परंपरा असणाऱ्या, कणखर महाराष्ट्राच्या वाचकांनी हे वाचायला हवे. म्हणूनच या पुस्तकाचा मराठीत अनुवाद करायचे ठरवले.

सर्वसामान्य माणसांना, विशेषकरून माझ्यासारख्या गृहिणीला, सैन्यदलाबद्दल व सेनाधिकाऱ्यांबद्दल आदरयुक्त दरारा असतो, पण माहिती कमीच असते. युद्धामध्ये व एकंदरीतच सैन्यदलामध्ये अचूक नियोजनावर मोठा भर दिलेला असतो. त्या नियोजनाचे महत्त्व सांगणारी एक कविता उद्धृत करीत आहे.

For want of a nail, the horse was lost.
For want of a horse, the soldier was lost.

For want of a soldier, the battle was lost.
For want of a battle, the nation was lost.

(केवळ एका खिळ्याने, घोडा निकामी केला.
घोड्याच्या अभावी, सैनिक कामी आला.
सैनिकाच्या मृत्यूने, लढाई गमावली.
लढाई हरल्याने, देशाचा घात झाला.)

'परमवीर चक्र' या पदकाची रचनाकर्ती एक स्त्री आहे, ही माझ्या दृष्टीने फार अपूर्वाईची गोष्ट आहे.

या पुस्तकात सरदार पटेलांनी नेहरूंना लिहिलेल्या एका पत्राचा समावेश आहे (परिशिष्ट २). ते वाचल्यावर वाटून गेलं, सरदार पटेलांसारख्या चाणाक्ष व दूरदर्शी नेत्यास देवाने आणखी थोडे आयुष्य दिले असते, तर फार बरे झाले असते.

'परमवीर चक्र' विजेत्यांच्या कहाण्या रोचक आहेतच, पण लेखकाने त्या विजेत्यांच्या संबंधितांच्या प्रत्यक्ष भेटी, माहिती घेऊन सांगितलेल्या काही कहाण्या– जसे की अरुण खेत्रपालांच्या वडिलांची पाकिस्तान भेट– खूप वाचनीय आहेत.

बऱ्याच वेळा विशिष्ट व्यवसायातले लोक रोजच्या व्यवहारात वैशिष्ट्यपूर्ण, वेगळी भाषा बोलतात. सैनिकी भाषा अशीच वेगळी असते, त्या भाषेतले प्रचलित शब्द जाणून घेताना मला माझे दीर श्री. जयंत लेले व कॅप्टन र. गो. तेंडुलकर यांनी मोलाची मदत केली, त्यांची मी ऋणी आहे.

माझे पती श्री. विद्याधर यांनी योग्य भाषांतरासाठी मार्गदर्शन केले. त्यांच्या सहकार्यावाचून हे पुस्तक पूर्ण होऊच शकलं नसतं.

श्री. सुनील मेहतांनी मूळ लेखकाची परवानगी घेण्यासाठी खूप मेहनत घेतली. या पुस्तकाच्या प्रकाशनासाठी त्यांनी व मेहता पब्लिशिंग हाऊसच्या सहकाऱ्यांनी केलेल्या मदतीबद्दल मी अत्यंत आभारी आहे.

ज्योत्स्ना लेले

अनुक्रम

Please contact us at **Mehta Publishing House Pvt. Ltd.,** Pune 411030.
✆ +91 020-24476924 / 24460313 / Mob. No. 9545000513
Email : production@mehtapublishinghouse.com
Website : www.mehtapublishinghouse.com

- *या पुस्तकातील लेखकाची मते, घटना, वर्णने ही त्या लेखकाची असून त्याच्याशी प्रकाशक सहमत असतीलच असे नाही.*

उपोद्घात

निष्ठावान सैनिक युद्धमोहिमेवर जाण्यास निघतो, तेव्हा आपणास अंतिम यश कसे प्राप्त होईल यावर वाद घालत नाही. पण आपण जर आपली भूमिका यशस्वीरीत्या पार पाडली, तर युद्ध जिंकण्याच्या एखाद्या योजनेस तरी नक्कीच यश मिळेल, याची त्याला खात्री असते. अशाच दुर्दम्य इच्छेने प्रेरित होऊनच आपण लढायला हवे. भविष्यात काय घडेल, हे आपणास ठाऊक नसते, तरी आपले विहित कर्म, उत्तम प्रकारे कसे करावे हे आपणा सर्वांना ज्ञात असते.

–महात्मा गांधी.

जानेवारी १९५० मध्ये भारतास स्वातंत्र्य मिळून अंदाजे अडीच वर्षे झाल्यानंतर, 'परमवीर चक्र-पदक' देण्याची प्रथा रूढ झाली. गेल्या बावन्न वर्षांमध्ये, शत्रूशी लढताना दाखवलेल्या शौर्याबद्दल दिला जाणारा देशातील हा सर्वोच्च बहुमान, लष्करातील एकवीस व्यक्तींना आजपर्यंत मिळालेला आहे. ह्या सर्वांनीच अतुलनीय पराक्रम गाजवला आहे. ह्यांपैकी चौदाजणांना हा सन्मान 'मरणोत्तर' प्राप्त झाला आहे. या वीर जवानांच्या साहसाविषयी माहिती सांगण्याचा प्रयत्न या पुस्तकात केला आहे. त्यामुळे आपल्या महान देशातील जनतेला, सैन्यदलातील व्यक्तींविषयी, ह्या देशाच्या संरक्षणासाठी ते करत असलेल्या महत्त्वपूर्ण कामगिरीविषयी माहिती मिळेल व त्यांच्यामध्ये सैन्यदलाबद्दल आपुलकी व देशभक्तीची प्रेरणा निर्माण होईल, अशी आशा आहे.

या योद्ध्यांप्रमाणेच अतुलनीय त्याग व शौर्याने प्रेरित झालेले जे अनेक अनामिक योद्धे होते, ज्यांचे कर्तृत्व उजेडात आले नाही, ज्यांच्या शौर्याची गाथा अजून कुणाच्या कानांवर पडली नाही, अशा योद्ध्यांनीही आपल्या प्राणांची बाजी लावल्यामुळे आपण भारतीय नागरिक सुखाची झोप घेऊ शकत आहोत. 'परमवीर चक्र' पदकाचे हे मानकरी, धैर्याचे मूर्तिमंत स्वरूप असले तरी, ह्या अशा अनेक अनामिक योद्ध्यांचे ते प्रतिनिधित्व करतात, हे आपण लक्षात ठेवायला हवे.

आपल्या देशाचे रक्षण करत असताना, ह्या शूर योद्ध्यांनी ह्या पिढीसाठीच नव्हे, तर पुढील अनेक पिढ्यांसाठीसुद्धा शौर्याचा व त्यागाचा, उत्कृष्ट असा आदर्श घालून दिला आहे. हे निर्भय शूरवीर असे साहस करण्यास का उद्युक्त झाले, कठीण परिस्थितीशी सामना करताना, सर्वसामान्य व्यक्तींनी दाखवलेले हे असामान्य शौर्य आहे का, का ही माणसेच सर्वसामान्यांपेक्षा वेगळी व श्रेष्ठ होती, ह्या प्रश्नांची उत्तरे शोधणे कठीण आहे. हे पुस्तक वाचून झाल्यावर ज्याचे त्यानेच यासंबंधी आपले मत बनवावे.

ज्या युद्धात हे राष्ट्रीय शूरवीर सहभागी झाले व त्यांनी अतुलनीय धैर्याचे प्रदर्शन केले, त्या युद्धांबद्दलची पार्श्वभूमी वर्णन करणे, हे आवश्यक व सयुक्तिक वाटले. युद्धाचा सर्व वृत्तांत निवेदन करणे कठीण आहे. पण युद्धाची रूपरेखा थोडक्यात सांगून युद्धाची मोहीम, प्रत्यक्ष लढाई यांचा परिचय करून देण्याचा प्रयत्न केला आहे. त्या महान वीरांच्या जीवनाची रूपरेखा देण्याचाही येथे प्रयत्न केला आहे. त्यामुळे या व्यक्तींमध्ये नेतृत्वाचे कोणते गुण होते, त्यांच्या स्वभावातील कोणत्या गुणधर्मामुळे हे धीरोत्तम काम ती व्यक्ती पार पाडू शकली, याचा शोध घेण्याची संधी वाचकाला मिळेल.

◆

प्रस्तावना

भारतातील शौर्यपदकांचा इतिहास

शौर्यासाठी देण्यात येणारे पुरस्कार मानकऱ्यांच्या प्रतिष्ठेत भर घालतात. फार पूर्वीपासून युद्धामध्ये दाखवलेल्या शौर्याबद्दल, योद्ध्याला समाजात मानाचे स्थान मिळत असे. जगभरातले सैनिक सर्वाधिक महत्त्व देतात ते रणांगणावर गाजवलेल्या शौर्याला. अशा कर्तृत्वासाठी पुरस्कार देऊन जेव्हा त्यांना सन्मानित केले जाते, तेव्हा आपल्या कामगिरीचे महत्त्व अधोरेखित केल्याचा, कौतुकाचे मानकरी झाल्याचा आपल्या सोबत्यांच्या डोळ्यांतील दिसणारा आनंद त्यांना होतो.

रणांगणावर दाखवलेल्या शौर्याबद्दल देण्यात येणाऱ्या पुरस्कारासंबंधीचा इतिहास रंजक आणि उद्‌बोधक आहे.

प्राचीन भारत

प्राचीन भारतामध्ये मरणोत्तर दिल्या जाणाऱ्या सन्मानांवर अधिक भर होता आणि धर्मयुद्धात मृत्यू आल्यास, नक्कीच स्वर्गप्राप्ती होते अशी धारणा होती. रणभूमीवर मृत्यू येणे हे पुण्यकर्म असे, म्हणूनच ते अतिशय गौरवास्पद मानले जाई.

गुप्तकाळात रचलेल्या रघुवंशामध्ये, रणांगणावर मृत्युमुखी पडलेले सैनिक देवांसोबत स्वर्गाला जात असल्याची वर्णने आहेत. या कल्पनेवरूनच 'विरकल'ची– स्मारकांची प्रथा प्रचलित झाली असावी. दक्षिण भारतात अशी अनेक स्मारके दिसून येतात. संगम वाङ्मयामध्ये याचा उल्लेख आढळतो. ती स्मारके अंदाजे दुसऱ्या शतकाच्या सुमारास बनवली असावी. एखादा शूर सैनिक जेव्हा रणभूमीवर मृत्यू पावत असे, तेव्हा त्याचे देशबांधव, त्याठिकाणी त्याचे नाव कोरलेला दगड ठेवत असत. त्याने दाखवलेल्या शौर्याची माहितीही त्या दगडावर कोरलेली असे. दहाव्या शतकापर्यंत ही प्रथा तामिळनाडू व कर्नाटकातही प्रचलित होती.

या जगात मिळणारी ऐहिक सुखाची लालसा, हेही युद्धामध्ये शौर्य गाजविण्याचे प्रमुख आकर्षण होते. अर्जुनाला लढायला प्रवृत्त करताना श्रीकृष्णाने, युद्धातील

विजयामुळे इहलोकात मिळणाऱ्या सुखांबद्दलही आवर्जून सांगितले आहे. जे सैनिक शत्रुपक्षाचे व्यूह भेदून जातात अथवा जे सैनिक आपल्या सैन्यदलाचा पराभवापासून बचाव करतात, त्यांना राजसन्मान मिळत असे. रणांगणातील चांगल्या कामगिरीबद्दल स्वतः राजा त्यांचा गौरव करत असे. विशेष बिरुदावली, समाजात मानाचे स्थान व पदोन्नती मिळत असे. जमिनीच्या स्वरूपात जहागिरी, रोख पुरस्कार, दागदागिने, सोन्याची कडी, पायातले तोडे, गळ्यातला कंठा अथवा शिरपेच– यांसारखे उपहार देऊन, शूरवीरांचा यथोचित सन्मान राजा करत असे. अशी आभूषणे परिधान करणाऱ्यांना समाजात मानाचे स्थान असे. आश्चर्याची गोष्ट अशी की, जुन्या ग्रीक व रोमन साम्राज्यातही, ह्याचप्रमाणे शिरपेच, धातूची पदके देऊन शूरवीरांचा गौरव करण्याची प्रथा होती. त्या आभूषणांच्या कलाकुसरीत, ओक व लॉरेलच्या पानांचे आकार असत.

कौटिल्याच्या *अर्थशास्त्रा*मध्ये कोणत्या कर्तृत्वासाठी कोणती शौर्यपदके वा बक्षिसे द्यायची याबद्दलची विस्तृत माहिती आहे. यांपैकी काही पुढीलप्रमाणे :–

शत्रुपक्षाच्या राजाचा वध करण्यासाठी १ लाख 'पणा' (पूर्वीचे नाणे)– शत्रुपक्षाच्या सरसेनापतीचा अथवा राजवंशापैकी कुणाचा वध करण्यासाठी ५० हजार 'पणा'– सेनाप्रमुखाला मारण्यासाठी १० हजार 'पणा'– हत्ती अथवा रथाचा नाश करण्यासाठी ५ हजार 'पणा'... वगैरे.

*अग्निपुराणा*मध्ये अशाच प्रकारचे वर्णन आहे. युद्धात शौर्य गाजविणाऱ्या सैनिकांचा, राजाने संपत्ती व अधिकारपदे देऊन यथोचित गौरव करावा, असे *शुक्रनीती*मध्येही सांगितले आहे. एका गावच्या नागरिकांनी देशातील युद्धामध्ये विशेष योगदान दिल्यामुळे, त्या गावाला जमीन महसुलामध्ये संपूर्ण सूट दिली असल्याचा उल्लेख *अर्थशास्त्रा*मध्ये आढळतो. आंध्र प्रदेशातील पुलामवी राजाने सेनाधिकाऱ्यांना पुष्कळ जमिनी इनाम दिल्या. ठाणेश्वरच्या हर्ष राजानेही, आपल्या अधिकाऱ्यांना जमिनी देऊन गौरवले होते. वराहमित्राने लिहिलेल्या *बृहत्संहिते*मध्ये राजाने आपल्या शूर प्रजाजनांचा शिरपेच वा बाजूबंद यांसारखी सोन्याची आभूषणे देऊन गौरव केल्याचा उल्लेख आहे. एक इंच रुंदीचा पट्टा डोक्याभोवती भूषण म्हणून बांधत असत. अजंठ्याच्या लेण्यातील चित्रांमध्येही सशस्त्र वीरांच्या डोक्याभोवती असे पट्टे असल्याचे आढळते. ज्या सैनिकांना युद्धामध्ये वीरगती प्राप्त होत असे, अशा सैनिकांच्या कुटुंबीयांना काही जमीन बक्षीस दिली जात असे व अशा जमिनींना शेतसाऱ्यामध्ये सूट असे. अशा जमिनींना 'कालनाद' म्हणत, असा उल्लेख होयसळांच्या कागदपत्रांमध्ये दिसतो. युद्धभूमीवर मरण पावलेल्या सैनिकांच्या विधवांना, निवृत्तिवेतन देण्याच्या आवश्यकतेवरही या महाकाव्यात वर्णन आहे. 'होयसळ'राजे, आपल्या शत्रूच्या निष्णात नेमबाजांचाही 'सुभाता'– उत्कृष्ट नेमबाज– अशी पदवी

देऊन बहुमान करीत, ही गोष्ट खास नमूद करण्यासारखी आहे.

मध्ययुगीन कालखंड

मुगल कारकीर्दीमध्ये पदके किंवा बिल्ले अशांसारखी गौरव चिन्हे प्रदान केल्याची उदाहरणे नाहीत. सर्वसामान्य सैनिकाला त्याच्या शौर्याबद्दल कुठलेच मानचिन्ह दिले जात नसे. स्वत:चा जीव वाचवणे व जिंकल्यावर लूट करणे, हेच त्याच्यासाठी समाधानाचे असावे. सेनाधिकारी व सरदार यांना मात्र बिरुदावली, मानचिन्हे, भेटी, नगारे, ध्वज, पताका दिल्या जात.

एखाद्या व्यक्तीला बहाल केलेली पदवी, त्या व्यक्तीच्या ठिकाणी असणाऱ्या विशिष्ट गुणांची साक्ष पटवीत असे अथवा विशिष्ट पद भूषवण्यासाठी हा हुद्दा दिला जात असे. मुगलकाळामध्ये नेहमी वापरली जाणारी पदवी म्हणजे 'खान'. जाफरखान म्हणजे 'यश मिळवणारा', शुज्जात खान म्हणजे 'शौर्य गाजवणारा' असे. अफगाणचा राजा शेरशहाने सुरीने वाघाला मारले, म्हणून त्याला 'शेरखान' हा किताब मिळाला.

ईस्ट इंडिया कंपनी व ब्रिटिशांचा काळ

सध्या प्रचलित असलेल्या पदकांच्या इतिहासावर नजर टाकल्यास, या पदकांचा उगम हिंदुस्थानात आलेल्या 'ईस्ट इंडिया कंपनी'च्या कारभारामध्ये असल्याचे आढळून येते. विशेष गुणप्रदर्शनासाठी इनाम देण्याची ब्रिटिश प्रथा 'कंपनी'ने चालू ठेवली व १६६८च्या सुमारास प्रथमत: ब्रिटिश अधिकाऱ्यांना त्यांच्या शौर्याबद्दल सुवर्णपदके देऊन गौरवले. पाचव्या 'मद्रास नेटीव्ह इन्फन्ट्री'चा सुभेदार अब्दुल कादर यास सोन्याची साखळी आणि 'For Conduct and Courage on All Occasions' अशी अक्षरे कोरलेले, सुवर्णपदक देऊन गौरवले. पुरस्कार बहुधा वस्तुस्वरूपातच दिले जात, जसे की १६८०मध्ये चार कनिष्ठ स्तरीय अधिकाऱ्यांना मफलर, कपडे, मेजवानीसाठी पैसे असे पुरस्कार दिले.

१७६६च्या मे महिन्यात मोघीरस्थित युरोपियन अधिकाऱ्यांनी बंड पुकारले. त्यांचा पाडाव करण्यासाठी हिंदुस्थानी सैनिकांची कुमक पाठवावी लागली होती. त्यांनी केलेल्या उत्कृष्ट कामगिरीबद्दल, हिंदुस्थानी अधिकाऱ्यांना विशिष्ट सुवर्णपदके व इतरांना रौप्यपदके देऊन सन्मानित केले गेले होते. १७९९ मध्ये श्रीरंगपट्टमला टिपू सुलतानाचा पाडाव केल्यानंतर कंपनीने, पुरस्कारांसाठी सोन्याची, चांदीची, चांदीचा मुलामा दिलेली, पितळेची व कथिलाची पदके पाडून घेतली होती. १८०९ मध्ये 'फर्स्ट लाईट कॅव्हॅलरी' चा सुभेदार मेजर मोहम्मद सरवार यास 'खान बहादूर नादिर जंग' असा किताब व ढोल, पालखी, तलवार व घोडा देऊन गौरवले होते.

१८३४ पासून गव्हर्नर लॉर्ड विलियम बेंटीकने 'Order of Merit' हा विशेष

बहुमानाचा किताब देण्याची प्रथा सुरू केली. शौर्यपूर्ण कामगिरीसाठी सैनिकांना 'तिसऱ्या वर्गा'तून 'दुसरा वर्ग' व पुढील कामगिरीसाठी 'पहिला वर्ग' अशी पदोन्नती मिळत असे. पुढे १९०२ मध्ये त्यांचे 'The Indian Order of Merit (IOM) असे नामकरण करण्यात आले. 'पाचव्या रॉयल गुरखा रायफल्स्'च्या बटालियन एकच्या, सुभेदार किशनबीर नागरकोटी यास चार वेळा 'द इंडियन ऑर्डर ऑफ मेरीट' हा किताब देऊन गौरवले. हा किताब चार वेळा जिंकल्याबद्दल, त्याला आणखी वर सोन्याचा मानदंडही देण्यात आला.

१८५६ पासून 'व्हिक्टोरिया क्रॉस' देण्याची प्रथा सुरू झाली, पण १९११ पर्यंत, कोणाही हिंदुस्थानी सैनिकास तो दिला गेला नव्हता. IOM किताब त्याआधी व्हिक्टोरिया क्रॉसच्या तोडीचा मानला जाई आणि म्हणूनच IOM किताबाचे मानकरी होणे, त्या व्यक्तीच्या दृष्टीने खास महत्त्वाची गोष्ट असे. १९०७ मध्ये 'The Indian Distinguished Service Medal' देण्याची प्रथा चालू झाली. तोही IOM च्या तोडीचा होता.

आधुनिक हिंदुस्थान (ब्रिटिशांचा काळ)

एकोणिसाव्या शतकाच्या मध्याला, ब्रिटनमध्ये विशेष शौर्याचे प्रदर्शन करून दाखवणाऱ्या व्यक्तीचा, यथोचित सन्मान करण्याची प्रथा सुरू झाली. १८५६ ला 'क्रिमियन' युद्धात ब्रिटिश फौजांनी दाखवलेल्या शौर्याप्रीत्यर्थ, सर्वांत महत्त्वाच्या मानल्या जाणाऱ्या 'व्हिक्टोरिया क्रॉस'ह्या पदकाने त्यांचा सन्मान करण्यात आला व तीच प्रथा पुढे चालू झाली. 'सेबॅस्टोपोल' येथील युद्धात हस्तगत केलेल्या रशियन तोफांतून मिळालेल्या ब्रान्झपासून, ह्या पदकांतील 'माल्टेझ क्रॉस' बनवलेला असे. ह्या क्रॉसच्या दर्शनी भागावर, मधोमध राजमुद्रा व त्याच्या खाली 'For Valour' असे कोरलेले असे. पाठीमागच्या बाजूवर शौर्याच्या कामगिरीची तारीख व पदकाच्या बकलावर मागच्या बाजूला मानकऱ्याचे नाव कोरलेले असे.

पहिल्या व दुसऱ्या महायुद्धातील शौर्यपूर्ण कामगिरीबद्दल, चाळीस भारतीयांना 'व्हिक्टोरिया क्रॉस' देऊन गौरवण्यात आले. ह्यांपैकी बारा जण नेपाळचे होते. 'व्हिक्टोरिया क्रॉस'च्या ह्या मानकऱ्यांची यादी परिशिष्ट-६ मध्ये दिली आहे.

पहिल्या महायुद्धातील पुरस्कार ब्रिटिश प्रथेला अनुसरून, श्रेणीनुसार वरिष्ठ अधिकाऱ्यांना Distinguished Service Order (DSO) तर कनिष्ठ अधिकाऱ्यांना Military Cross (MC) दिले गेले होते. त्यानंतर १९४४ पासून सैनिकांना Military Medal (MM) देण्यात येत. 'इंडियन ऑर्डर ऑफ मेरीट' काळाच्या ओघात मागे पडत गेले. १९११ नंतर ते दोन स्तरांवर व १९४४ नंतर एकस्तरावर देऊ केले गेले. परिशिष्ट-६ मध्ये IOM च्या मानकऱ्यांची यादी दिली आहे.

स्वतंत्र भारत

जसे स्वातंत्र्य दृष्टिपथात आले, तसे हिंदुस्थानातील सैनिकी पुरस्कार संकटाच्या भोवऱ्यात अडकले. १४ ऑगस्ट, १९४७ला ब्रिटिश राज्य संपुष्टात आले व त्याचबरोबर किताब व पुरस्कार देण्याची जुनी ब्रिटिश प्रथा बंद पडली. आता संवैधानिक अडचणी उपस्थित झाल्या व त्या सोडवणे कठीण झाले. १९४७ ते ५० ह्या काळामध्ये कागदोपत्री ब्रिटिश राजा देशाचा मुख्य होता; तरीपण भारत व पाकिस्तान ह्या स्वयंशासित राज्यांनी सशस्त्र संघर्ष करत आपला स्वतंत्रपणा दाखवायला सुरुवात केली आणि सैनिकी पुरस्कारांचा विषय अडचणीत आला. पंतप्रधान जवाहरलाल नेहरूंना वाटले की, जम्मू-काश्मीरच्या लढाईसाठी शौर्यपदके द्यायची झाली, तर प्रत्यक्ष युद्धानंतर/घटनेनंतर ताबडतोब देणे महत्त्वाचे होते. पण असे पुरस्कारच उपलब्ध नव्हते. १९४७ आधीचे पुरस्कार उपलब्ध होते पण ते देणे म्हणजे एकमेकांविरुद्ध लढणाऱ्यांना समान बहुमान देऊन सन्मानित करणे, तत्त्वत: चुकीचे होते व हास्यास्पद होते. नवी दिल्ली व लंडनने ही कल्पना त्याज्य ठरविली. नवीन पुरस्कारांची योजना करणे आवश्यक होते. १९४८च्या मे महिन्यात करण्यात आलेल्या सूचनांप्रमाणे 'परमवीर चक्र', 'महावीर चक्र' व 'वीर चक्र' अशी पदके देण्याचे १९४८ जूनमध्ये नक्की करण्यात आले. हिंदुस्थान जोपर्यंत ब्रिटिश साम्राज्यामधील एक राष्ट्र होते, तोपर्यंत भारत सरकार आपणहून असे पुरस्कार जाहीर करू शकत नव्हते. म्हणून राजाच्या मान्यतेसाठी एक आवेदन लंडनला रीतसर पाठवण्यात आले.

आपले लंडनमधील हाय-कमिशनर कृष्ण मेनन, ह्यांनी आवेदनाचा पाठपुरावा करूनसुद्धा काही साध्य झाले नाही व १९४८च्या मध्यावर लक्षात आले की, राजाकडून संमती मिळणे दुरापास्त होते. पेचप्रसंग मोठा बिकट होता. आपल्याच राष्ट्रकुटुंबातील दोन प्रमुख राष्ट्रे एकमेकांविरुद्ध लढत होती व त्या युद्धातील शूरवीरांसाठी पुरस्कार देण्यास, राजा कशी संमती देईल? शिवाय ह्या पदकांवर, राजाचा प्रतीकात्मकही उल्लेख नव्हता.

१ जानेवारी, १९४९ला जम्मू-काश्मीरमध्ये युद्धविराम झाला. १९४७-४८च्या युद्धातील शूरवीरांचा यथोचित सन्मान करण्याची वेळ निघून जात होती. त्यामुळे पंतप्रधानांनी, गव्हर्नर राजगोपालाचारींकडे, 'आम्ही हे किताब देऊ असे म्हटल्यास, राजाचा होकार मिळणे शक्य होईल का' ह्या धर्तीचा प्रस्ताव ठेवला. 'हिंदुस्थान अजूनही ब्रिटिश साम्राज्यामधील एक घटक राज्य असताना, असे किताब देण्याची प्रथा आपण सुरू करणे उचित नव्हे', असे राजाजींना वाटले. त्यांनी नेहरूंना सुचवले की, भारत २६ जानेवारी, १९५०ला प्रजासत्ताक राज्य होईल, तेव्हाच असे पुरस्कार प्रदान करण्याची प्रथा सुरू करावी आणि त्याच वेळी १५

ऑगस्ट, १९४७च्या शौर्य पुरस्कारांची घोषणा करावी. पंतप्रधानांनी ही सूचना मान्य केली. स्वतंत्र भारतातील हे नवे पुरस्कार देताना, त्यावर भारतीय स्वातंत्र्य युद्धातील तत्त्वप्रणालींचा प्रभाव होता. भारतीय पुरस्कार जुन्या ब्रिटिश पुरस्कारांप्रमाणे अधिकाराच्या उच्च-नीच पातळीवर आधारित नव्हते. अधिकारी वर्गास एका प्रकारचे व सैनिकांना दुसऱ्या प्रकारचे पुरस्कार, अशी वर्गवारी नव्हती. ते पुरस्कार भारताच्या संविधानातील सामाजिक समतेच्या तत्त्वाला अनुसरूनच होते. 'चक्र' नावाची पुरस्कारांची मालिका, शौर्याच्या तरतम भावावर आधारित आहे. त्यामध्ये कोठलाही सामाजिक स्तर निर्देशित केला जात नाही. हे पुरस्कार मिळवण्यासाठीही, विशिष्ट स्तर असण्याची जरुरी नाही. भारतीय सैन्यदलातील व्यक्तींना सन्मानित करण्यासाठी, इतरही नवी पदके व पुरस्कार देण्याची प्रथा यथावकाश सुरू झाली. तसेच पुरस्कारांची 'अशोक चक्र' मालिकाही सुरू झाली. शत्रूशी लढण्याव्यतिरिक्त गाजवलेल्या इतर शौर्यासाठी ही पदके देण्यात येऊ लागली. जुनी ब्रिटिश पद्धती व नवी भारतीय पद्धती ह्यांची तुलना, खालीलप्रमाणे करता येईल :– 'व्हिक्टोरिया क्रॉस' व 'द इंडियन ऑर्डर ऑफ मेरीट' म्हणजे 'परमवीर चक्र'; 'मिलिटरी क्रॉस' म्हणजे 'वीर चक्र'; 'जॉर्ज क्रॉस' बरोबरीचे 'अशोक चक्र'; 'अल्बर्ट मेडलच्या' तोडीचे 'कीर्ती चक्र'; 'जॉर्ज मेडल'च्या तोडीचे 'शौर्य चक्र' व 'मिलिटरी मेडल'च्या तोडीचे 'सेनापदक' म्हणावे लागेल. 'चक्र' पदकांच्या मालिकेतील, पहिली पदके २६ जानेवारी, १९५०ला घोषित झाली. ती १५ ऑगस्ट, १९४७ नंतरच्या घटनांसाठी असल्यामुळे, जम्मू-काश्मीरच्या युद्धातील शूरवीरांचा त्यात समावेश होता. शौर्यपदकांच्या प्रथा याप्रमाणे सुरू झाल्या :

१९५० – परमवीर चक्र; महावीर चक्र व वीर चक्र.

१९५२ – अशोक चक्र, सेनादल व नागरिक यांच्यासाठी तीन स्तरांवरील व युद्धाखेरीज, शांतीच्या काळात दाखवलेल्या शौर्यासाठी ही पदके देण्याची प्रथा सुरू झाली.

१९६० – सेना पदके, नौसेना पदके व वायुसेना पदके : सैन्यदलाच्या तिन्ही दलांनी संयुक्तपणे लढलेल्या युद्धात दिली जाणारी पदके.

फिती (The Ribbons)

पदके व पुरस्कार ह्याबरोबर फितीचे फार महत्त्वपूर्ण स्थान आहे. सैनिकाच्या छातीवर विराजमान झालेल्या फिती, त्या व्यक्तीच्या सैनिकी सेवेचा, बहुतांश संपूर्ण जीवनपट दाखवतात. त्या व्यक्तीला जी शौर्यपदके मिळालेली असतील, त्याने भाग घेतलेल्या युद्धांबद्दल, मोहिमांबद्दल, त्याच्या सेवाकाळासंबंधी व काही वेळा

सैनिक म्हणून असलेल्या त्याच्या वर्तणुकीबद्दल साद्यंत माहिती ह्या फितींवरून समजते. पदकांसाठी फीत वापरण्याची प्रथा सोळाव्या शतकापासून प्रचलित असलेल्या ब्रिटिश परंपरेनुसारच आहे.

फितीच्या रंगांचेही विशेष महत्त्व असते. फितीच्या रंगाचा व आकाराचा संबंध, कोणत्या देशाबरोबर व आघाडीतील कोणत्या धाडसी कामगिरीबद्दल हे पदक दिले गेले, त्याच्याशी निगडित असतो. उदाहरणार्थ, जांभळ्या रंगाची फीत लावली असेल व त्याबरोबर पदक जरी लावलेले नसेल, तरीही शत्रूबरोबर लढताना दाखवलेल्या व नजरेत भरण्याजोग्या धीरोदात्त कामगिरीबद्दल हा सन्मान असल्याचे समजून येते. 'व्हिक्टोरिया क्रॉस' या अत्युच्च ब्रिटिश सैनिकी गौरवचिन्हासाठीसुद्धा जांभळ्या रंगाची फीत वापरली जाते. या रेशमी फितीच्या वेगवेगळ्या रंगांचे वेगवेगळे महत्त्व आहे. सर्वसाधारणपणे भगवा, हिरवा, निळा, पांढरा, लाल हे रंग फितीसाठी वापरले जातात. लाल रंग हा धाडसाचे, धैर्याचे द्योतक आहे; भगवा हा कर्तव्यतत्पर सेवेसाठी; हिरवा प्रगती व भरभराटीसाठी; पांढरा रंग यश व शुचिता (पावित्र्य) यासाठी व निळा रंग भक्ती आणि स्वार्थत्याग यासाठी वापरले जातात. लाल हा भारतीय भूदलाच्या रंगाचे प्रतीक आहे. आकाशी निळा हा भारतीय वायुसेनेच्या रंगाचे आणि गडद निळा हा भारतीय नौदलाच्या रंगाचे प्रतीक आहे. ह्या चिन्हांवरील पट्टे हे पुरस्काराचा प्रकार, वर्ग निर्देशित करतात. छातीच्या डाव्या भागावर, विशिष्ट क्रमाने फिती लावल्या जातात. प्रथमत: पदके व मानचिन्हे त्यांच्या क्रमवारीने लावण्यात येतात आणि त्यानंतर फिती लावण्यात येतात. या फितीवरून कोणते युद्ध वा मोहीम, यासंबंधी विशेष माहिती समजते. सर्वांत शेवटी एखाद्या घटनेसंबंधी वा प्रसंगासंबंधी, गौरवपूर्ण माहिती अथवा पदभार सांभाळण्याचा काळ स्पष्ट करणारी एखादी फीत लावलेली असते.

◆

परमवीर चक्र

मूळ रचना

'परमवीर चक्र' हे युद्धातील शौर्याबद्दल देण्यात येणारे, भारतातले सर्वोच्च पारितोषिक आहे, हे त्या नावावरूनच स्पष्ट होते. शत्रूबरोबर लढताना, प्रकर्षाने प्रतीत होणाऱ्या शौर्य, धैर्य वा स्वार्थत्याग ह्या गुणांच्या धीरोदात्त कामगिरीबद्दल, हा सर्वोच्च बहुमान प्राप्त होतो. भारतीय संघराज्याच्या राष्ट्रपतींनी २६ जानेवारी, १९५० पासून असे पदक देण्याची प्रथा सुरू केली. तेव्हापासून आजपर्यंत (जानेवारी २००३), संरक्षण सेवेतील फक्त एकवीस जणांना हा बहुमान प्राप्त झाला आहे. ही पदके मरणोत्तरही प्रदान करण्यात आली. 'परमवीर चक्र' हे पारितोषिक, शूरांमधील सर्वश्रेष्ठ शूरवीरांस देण्यात येते. हा पुरस्कार देण्याचे निकष उच्चदर्जाचे आहेत. ज्या एकवीस जणांना ही पदके देण्यात आली, त्यांपैकी चौदा जणांनी आपल्या प्राणांची आहुती दिली होती.

ह्या पदकाच्या मानकऱ्याला ते पदक, भारताचे माननीय राष्ट्रपती प्रत्यक्ष देतात. दुर्भाग्यवश जर त्या मानकऱ्याचा मृत्यू झाला असेल, तर त्याच्या विधवा पत्नीस अथवा त्याच्या कुटुंबीयास, हे पदक राष्ट्रपती स्वत: देतात. सैन्यदलातील (सैन्यदलाच्या अधिपत्याखाली येणारी सर्व सेवा व दले, परिशिष्ट-१) अधिकारी आणि सैनिक, पुरुष वा स्त्री, हा सन्मान मिळवण्यासाठी पात्र असतात.

हे पदक ब्राँझपासून बनवलेले असून ते आकाराने गोल आहे. या पदकाच्या दर्शनी भागावर इंद्रदेवाच्या 'वज्र' ह्या अस्त्राच्या चार प्रतिकृती चार बाजूला कोरलेल्या असतात आणि मध्यभागी राजचिन्ह व बोधवाक्य कोरलेले असते. पदकाच्या मागील भागावर 'परमवीर चक्र' ही अक्षरे हिंदी व इंग्रजी भाषेमध्ये कोरलेली आहेत. ह्या शब्दांमध्ये दोन कमळे कोरलेली आहेत. हे पदक छातीच्या डाव्या बाजूस सव्वा इंच रुंदीच्या, जांभळ्या रंगाच्या, फितीच्या आधारे लटकवायचे असते. ह्या पदकाच्या मानकऱ्याला जर दुसऱ्यांदा हे पदक मिळण्याचा मान प्राप्त झाला, तर फितीला एक दांडी जोडून, त्याला दुसरे पदक लटकावण्याची व्यवस्था करण्यात येते. (काही प्रसंगी) जेव्हा फक्त फीतच लावायची असेल, तेव्हा 'इंद्राच्या वज्रा'ची छोटी

प्रतिकृती, दांडीऐवजी लावली जाते.

परमवीर चक्रासाठी 'वज्रा'च्या प्रतिकृतीचे चिन्ह स्वीकारणे हा निर्णय अगदी योग्य होता. इंद्राने, वित्र ह्या दुष्काळ-राक्षसाचा वध करण्यासाठी 'वज्र' ह्या अमोघ अस्त्राचा वापर केला व मानवजातीच्या भल्यासाठी, जीवनदायी असे पाणी उपलब्ध करून दिले. जगाच्या कल्याणासाठी, दधिची ह्या सर्वज्ञानी ऋषींनी आपल्या अस्थी देऊ केल्या व त्यांच्या अस्थींपासून 'वज्र' हे अस्त्र बनविण्यात आले.

इंद्राच्या वज्राच्या चार प्रतिमांच्या मधोमध चारी दिशांना तोंड करून असलेल्या 'अशोकाच्या सिंहांचे' (आपली राजमुद्रा) 'बुद्ध' परंपरेशी नाते आहे. त्यामधून पूर्व, पश्चिम, उत्तर व दक्षिण ह्या चारही दिशांना काय चालते, ह्याचे आकलन तसेच सर्वसमावेशक व सर्वव्यापी धर्माची कल्पना सूचित होते.

परमवीर चक्रासाठी वापरावयाच्या फितीचा रंग जांभळा असणे, याचेही खास महत्त्व आहे. ब्रिटिशांच्या सर्वोच्च पदकासाठी– व्हिक्टोरिया क्रॉससाठीही जांभळ्या रंगाची फीत वापरली जाते. भूदलाचा लाल, नौदलाचा निळा व वायुदलाचा आकाशी, ह्यांच्या मिश्रणातून जांभळ्या रंगाची निर्मिती होते. शिवाय हृदयाचा रंगही जांभळाच असतो. ह्या पदकासंबंधीची संपूर्ण नियमावली, जी भारत सरकारच्या गॅझेटमध्ये आहे, ती परिशिष्ट-१ मध्ये दिली आहे.

◆

परमवीर चक्र

रचनाकर्ती

युद्धामधील शौर्यासाठी देण्यात येणाऱ्या 'परमवीर चक्र' या पदकाची निर्मिती एका स्त्रीने केली आहे! शत्रूबरोबर लढताना दाखवलेल्या शौर्याबद्दल देण्यात येणाऱ्या सर्वोच्च पदकाची रचना करण्याची जबाबदारी स्वातंत्र्यप्राप्तीनंतर लगेचच, अॅडज्युटंट जनरल, मेजर जनरल हिरालाल अटल यांनी, सौ. सावित्री खानोलकर (ज्या पुढे 'सावित्रीबाई' ह्या नावाने परिचित होत्या.) हिच्यावर सोपवली. स्वतंत्र भारताच्या सेनादलाच्या गौरवचिन्हांच्या निर्मितीची व नामाभिधानाची जबाबदारी मेजर जनरल अटल, ह्यांच्यावर सोपवली होती. सौ. खानोलकरांचा संस्कृत व वेदान्ताचा गाढा अभ्यास होता व त्यांना भारतीय पौराणिक कथांबद्दल सखोल माहिती होती. सौ. खानोलकरांची, रचनाकार म्हणून केलेल्या निवडीमुळे, पदकांच्या निर्मितीत भारतीय शैली प्रतिबिंबीत होईल, असे त्यांना वाटले. सावित्रीबाई चित्रकार व कलाकारही होती. सेनादलात कार्यरत असलेल्या, मेजर जनरल खानोलकरांची ती पत्नी होती. भारतीय पौराणिक कथांबद्दल तिला असलेली ओढ आणि तिच्यातील एका कलाकाराची प्रगल्भता यांमुळे ह्या पदकाची निर्मिती करण्यासाठी केलेली तिची निवड अत्यंत समर्पक ठरली. तिने जे 'पदक' निर्माण केले, ते खरोखरच उत्कृष्ट आहे.

महत्त्वाची गोष्ट म्हणजे सावित्रीबाई जन्माने भारतीय नाही. तिची आई रशियन व पिता हंगेरीयन होते. तिचे मूळ नाव होते, 'इव्हा ह्योन्ने लिन्डा मादे दी मारोस.' तिचा जन्म २० जुलै, १९१३ला स्वित्झर्लंडमध्ये झाला. इव्हाला लहानपणापासून भारताचे व सर्व भारतीय गोष्टींचे आकर्षण होते. हिवाळी खेळांचे आकर्षण असलेली ती एक अतिशय धडाडीची व सुंदर मुलगी होती.

१९२९च्या हिवाळ्यात, चार्गोनिक्स येथे स्कीईंग करत असताना, तिची

विक्रम खानोलकर या सँडहर्स्टमध्ये सैनिकी शिक्षण घेणाऱ्या तरुणाशी गाठ पडली. ते एकमेकांच्या प्रेमात पडले, पण आई-वडिलांच्या विरोधाची धार बोथट व्हायला, दोन वर्षांचा काळ लागला. १९३२ मध्ये इव्हा हिंदुस्थानात आली. तिने हिंदूधर्म स्वीकारला व 'सिख रेजिमेंट'मधील कॅप्टन विक्रम खानोलकर, ह्या उमद्या तरुणाबरोबर तिचा विवाह झाला. तिला हिंदुस्थानी गोष्टींचे आकर्षण होतेच. त्यामुळे इथल्या चालीरीती तिने लगेचच आत्मसात केल्या व सेनादलातील अधिकाऱ्याची पत्नी म्हणून लगेचच रुळली.

पाटणा विद्यापीठात ती हिंदी व संस्कृत शिकली. तसेच भारतीय संगीत व कथ्थकली नृत्य शिकली आणि त्यामध्ये तिला खूप रुची निर्माण झाली. हिंदी, संस्कृत व मराठी भाषा तिने चांगल्या आत्मसात केल्या. ती एक प्रतिभासंपन्न चित्रकार होती. तिने चितारलेल्या अनेक कलाकृतींमध्ये हिंदू तत्त्वज्ञान व वेदांतील मूल्ये प्रतीत होतात. रामकृष्ण मिशनच्या सामाजिक कार्यामध्ये तिने हिरिरीने भाग घेतला. तसेच सेनादलातील जवानांच्या व त्यांच्या कुटुंबीयांसाठीच्या कल्याणकारी प्रकल्पांत, तिने काम केले. तिने सर्वार्थाने एक संपन्न जीवन व्यतीत केले. 'उत्तर-भारत फ्लाईंग क्लब'मध्ये भाग घेणारी, ती पहिली स्त्री होती. उदय शंकरकडूनही तिने नृत्याचे धडे घेतले. तिच्यावर हिंदू तत्त्वज्ञानाचा विलक्षण पगडा होता. हिंदू तत्त्वज्ञानाचे अंतरंग शोधण्याचा, मथितार्थाचा अन्वय लावण्याचा तिने सखोल प्रयत्न केला. तिने लिहिलेल्या पुस्तकांमध्ये 'Sanskrit Dictionary of Names', 'Saints of Maharashtra' आणि तिच्या अप्रकाशित आत्मचरित्राचे दोन खंड यांचा समावेश आहे.

शौर्यासाठी देण्यात येणाऱ्या, सर्वश्रेष्ठ भारतीय पदकाची रचना करण्याच्या विनंतीला, तिच्याकडून उत्स्फूर्त प्रतिसाद मिळाला.

दधिची ऋषींनी 'वज्र' या अमोघ अस्त्राच्या निर्मितीसाठी प्राणांचे बलिदान केले. शत्रूचा नाश करण्यासाठी बनवलेल्या या अस्त्रामध्ये, त्यांच्या मांडीच्या हाडाचा वापर केला होता. सावित्रीबाईंनी दधिची ऋषींपासून प्रेरणा घेतली. तिने पदकाच्या रचनेमध्ये वज्राच्या जोडीचा वापर केला. प्रत्येक बाजूला शिवाजीची 'भवानी' तलवार चित्रित केली. तिच्या रचनेस मान्यता मिळाली. अशा प्रकारे 'परमवीर चक्र' पदक आकारास आले.

पहिले 'परमवीर चक्र' पदक, हे कुमाऊँ पलटणीतील मेजर सोमनाथ शर्मास, १९४७-४८च्या भारत-पाकिस्तानमधील 'काश्मीर' युद्धात दाखवलेल्या शौर्यपूर्ण कामगिरीबद्दल मिळाले. परमवीर चक्र पदकाचा हा मानकरी, सावित्रीबाईंच्या मुलीचा दीर होता. पहिल्या पदकाचा मानकरी, त्यांचा नातेवाईक असेल, हे त्यांनी स्वप्नातही कल्पिले नसेल.

२६ नोव्हेंबर, १९९०ला सावित्रीबाईंचे देहावसान झाले.

◆

धैर्याचे मूलतत्त्व

आपल्या वडिलांच्या अस्थींसाठी,
देवळातील देवांसाठी,
भयावह संकटांशी झुंज देताना,
आलेल्या मरणासारखे नसे श्रेयस दुसरे.
— मेकॉले.

युद्धात उतरलेल्या राष्ट्राचे भवितव्य हे त्या देशातील योद्धे कशी लढत देतात यावर अवलंबून असते. असंही म्हणतात की, माणसाचा खरा स्वभाव युद्धामध्येच समजतो. पण युद्धप्रसंगी सैनिक कशी लढत देतील, हे समजण्यासाठी युद्धाची वाट पाहणे म्हणजे खूप वेळ दवडण्यासारखे आहे आणि घडणाऱ्या गोष्टी बदलणे, त्यावेळी शक्य नसते.

प्रत्येक जबाबदार सैनिकामध्ये धैर्य असायला हवे. तसेच देशाचे भवितव्य ठरवणाऱ्यांमध्येही धीरोदात्तपणा असायला हवा. एखादी व्यक्ती जिवावर उदार होऊन अशक्य कोटीतील कृत्य करते, तेव्हा तसे कृत्य करायला प्रवृत्त होण्यासाठी, तसे काम पार पाडण्यासाठी इतर अनेक गोष्टी सहाय्यभूत झालेल्या असतात. त्या सर्व गोष्टींमधून, फक्त धैर्य हा गुण वेगळा करून त्याची चिकित्सा करणे शक्य नसते.

काही गोष्टींची उत्तरे शोधण्याची आवश्यकता आहे. 'धैर्य' हा गुण कोणत्या गोष्टींवर अवलंबून आहे? आपल्या सैनिकांमध्ये, नागरिकांमध्ये, 'धैर्य' या गुणाची जोपासना करण्यासाठी देशाने काय करायला हवे? युद्धाच्या प्रसंगी माणसे कशी वागतील, याचा अंदाज शांततेच्या काळात घेणे शक्य आहे का? नोकरभरतीच्या वेळी जी परीक्षा घेतली जाते, त्यावरून रणभूमीवर आवश्यक असणाऱ्या धैर्याची परीक्षा (चाचपणी, अंदाज) करता येईल का?

'Anatomy of Courage' (धैर्याची जडणघडण) ह्या लॉर्ड मोरानच्या पुस्तकात त्याने लिहिले आहे, 'युद्धामधील खंबीरपणाचा स्रोत, त्या व्यक्तीच्या नीतीमध्ये

सापडतो.’ माणसाच्या स्वभावाची परीक्षा निर्णयप्रक्रियेमध्ये होते. युद्ध म्हणजे, माणसाच्या स्वभावाची सर्वांत श्रेष्ठ अंतिम अशी कसोटी आहे. धैर्य या गुणाचा अर्थ व सामाजिक महत्त्व जर आपणास समजले, धैर्यामध्ये असलेला धोका बाजूला ठेवून, जर धैर्य जोखता आले, तर शांततेच्या काळात चारित्र्यसंपन्न असलेला माणूस, युद्धप्रसंगी धैर्यधर कशामुळे बनतो, हे आपणास उमगेल. शांततेच्या काळात स्वार्थी असणारी व्यक्ती, युद्धातही स्वार्थत्याग करणार नाही. ॲरिस्टॉटलच्या शिकवणुकीनुसार व्यक्तीचा स्वभाव, ही तिची सवय असते व रोजच चुकीच्या गोष्टींऐवजी चांगल्या गोष्टींच्या निवडीने व्यक्तीचा स्वभाव घडत असतो. शांततेच्या काळात व्यक्तीच्या ठिकाणी सत्प्रवृत्तीची जोपासना होते. युद्धाच्या उद्रेकामध्ये धैर्य अचानकपणे उफाळून वर येत नाही. युद्धामध्ये अचानक काही बदलण्याची शक्ती नसते पण आपल्यामधील सत्-असत् प्रवृत्ती प्रकट होण्याची, ती एक संधी असते. युद्ध सुरू होण्याआधीच, माणसाचे युद्धातील भवितव्य ठरलेले असते. कारण त्याच्या युद्धातील कामगिरीवर धैर्याचा अगर भीतीचा पगडा नसतो, तर तो असतो त्याच्या सदसद्विवेकबुद्धीचा आणि युद्ध ही त्यासाठी अंतिम कसोटी असते. एखाद्या माणसाच्या युद्धातील यशाचे गमक आहे, त्याची जलद निर्णय घेणारी सदसद्विवेकबुद्धी. युद्धाच्या आधी रोजच्या व्यवहारामध्येही त्या व्यक्तीची चांगले-वाईट याचे तारतम्य जोखण्याची क्षमता सुस्पष्ट असते पण युद्धामुळे ती सर्वांच्या प्रत्ययास येते इतकेच. एखाद्या व्यक्तीच्या शांततेच्या काळामधील वर्तणुकीबद्दल तुम्हाला माहिती असेल, तर ती युद्धप्रसंगी कशी वागेल, हे सहज समजून येईल!

‘धैर्य’ हा गुण राष्ट्राच्या स्वभावधर्माचा हिस्सा असल्यामुळे, त्याचे सामाजिकदृष्ट्या महत्त्व आहे. देशाला एकसंध ठेवणारा तो दुवा आहे. हे राष्ट्रीय ऐक्यच, युद्धप्रसंगी देशाची ताकद असते. लोकशाही प्रणालीमध्ये लोकांना या गोष्टीची जाणीव असते की, आपले जीवन देशाच्या अस्तित्वावर अवलंबून आहे व समाजाच्या भवितव्यासाठी देशाचे रक्षण करण्याची आवश्यकता आहे. म्हणूनच लोक युद्धात भाग घेतात.

ज्या देशामध्ये कर्तव्यतत्परता, निष्ठा, सचोटी व अनुशासन ह्या गुणांच्या निकषावर अधिकारी व सैनिक ह्यांची नोकरभरती केली जाईल, त्या देशाच्या सेवेमध्ये धैर्यवान लोक रुजू होण्याची शक्यता अधिक आहे. ह्या उलट जर एखाद्या देशात अमूक इतक्या लोकांची सेनादलामध्ये जरुरी आहे ह्या उद्देशाने, वर्तणुकीमध्ये दोष असणाऱ्यांना निवडप्रक्रियेतून न वगळता नोकरभरती केली, तर युद्धासाठी आवश्यक गुणांची पात्रता असणाऱ्या उमेदवारांची उणीव भासेल. निवडप्रक्रियेमध्ये जर योग्य लोकांची निवड केली, तर प्रशिक्षण कार्यक्रमामुळे त्यांच्या वैयक्तिक क्षमतेमध्ये सुधारणा होईलच पण त्याचबरोबर त्या उमेदवारांच्या दृष्टिकोनामध्ये, वर्तणुकीमध्ये, स्वभावामध्येही बदल होईल.

नोकरभरतीच्या वेळी उमेदवाराच्या धैर्य, निर्भीडपणा ह्या गुणांचे मूल्यमापन करता येईल का, हा महत्त्वाचा प्रश्न आहे. मनोवैज्ञानिक परीक्षेमध्ये एखादा उमेदवार जिवावर बेतले असता प्रसंगाला कसे तोंड देतो, हे समजू शकले तर निवडप्रक्रियेमध्ये एखादे तत्त्व अनुसरून, निवड करता येईल. अयोग्य व्यक्तीला निवडप्रक्रियेमधून वगळता येईल. तसेच सचोटी, स्वार्थत्याग, अनुशासन, आदर, निष्ठा हे गुण असणारे व आपल्या पलटणीसाठी, देशासाठी उदात्त कामगिरी करण्याचा विचार व कुवत असणारे उमेदवार निवडणे शक्य होईल.

सैन्यदलाच्या इतिहासामध्ये अशा अनेक घटनांची नोंद आहे, जेव्हा लोकांनी आपल्या पलटणीसाठी अत्यंत धाडसी व उत्कृष्ट कामगिरी केली, पलटणीची प्रतिष्ठा टिकवणे त्यांना आपल्या प्राणांपेक्षा मौल्यवान वाटले. विशेषतः युद्धप्रसंगी, पलटणीशी असलेली एकरूपतेची भावना, ही आपल्या लढवय्यांची ताकद आहे. मृत्यूवर विजय मिळवण्यासाठी, सैनिकांना उद्युक्त करणारी ही प्रेरणा आहे. सैन्यदलाच्या जडणघडणीमध्ये राजकारणी व नोकरशहा लुडबुड करतात, ही गोष्ट देशाच्या सुरक्षिततेच्या दृष्टीने घातक आहे.

धैर्य ह्या गुणाच्या निर्मितीसाठी उच्चप्रतीची नीतिमत्ता असणे आवश्यक आहे. अशी नीतिमत्ता ही देशाची ताकद आहे. देशाच्या शस्त्रागारावर ही ताकद अवलंबून नसते, तर ती अवलंबून असते नेत्यांच्या, सैनिकांच्या व नागरिकांच्या मनावर. इच्छाशक्ती व निश्चय हे धैर्याच्या अनुषंगाने येणारे गुण आहेत. घडलेली कृती कोणती हे महत्त्वाचे नसून, जिंकण्याच्या इच्छेने काय करायचे याचे भान ठेवून पुऱ्या जोमाने ती केलेली असते. त्यामागची ‘जिंकण्याची इच्छा’च सर्वांत महत्त्वाची असते. माणसांच्या मनोवृत्तीमुळे युद्धे जिंकली अथवा हरली जातात. हरलेले युद्ध, प्रत्यक्ष रणभूमीवर हरण्याआधी, ते लढणाऱ्या माणसांच्या मनाने हरलेले असते.

खेड्यातून आलेले सैनिक, हे निसर्गाशी निकट राहणाऱ्या समाजातून आलेले असतात. पूर, दुष्काळ यांसारख्या नैसर्गिक आपत्तीमुळे, हिंस्र पशूंच्या उद्रेकामुळे त्यांना त्यांच्या पिकांचे व जनावरांचे नेहमीच रक्षण करावे लागते. त्यामुळेच ते अधिक धीट, निश्चयी, करारी असतात. जीवनात रोजच सामोरे जावे लागणाऱ्या संकटांमुळे, ते शहरात वास्तव्य करणाऱ्यांपेक्षा युद्धपरिस्थिती सक्षमपणे हाताळू शकतात. हिंमत हा त्यांच्या स्वभावाचा स्थायिभाव असतो. स्वतःवर असलेल्या विश्वासामुळे ते कोणतीही गोष्ट निभावून नेऊ शकतात.

असेही काही लोक असतात की, ते करत असलेल्या कामात जर काही आव्हानात्मक नसेल तर ते बेचैन होतात. धाडस हेच त्यांच्या जगण्याचे पोषक रसायन असते. धोक्याव्यतिरिक्त दुसऱ्या कशानेही ते उत्तेजित होत नाहीत. पतंग जसा ज्योतीवर झडप घालतो, तसे त्यांना युद्धाचे आकर्षण असते. भीती हा सर्व

प्राणिमात्रांचा स्थायिभाव आहे. जे लोक भीतीवर विजय मिळवतात, ते उच्चकोटीला पोहोचलेले असतात. असा माणूस, ज्या धाडसी मोहिमेचे नियोजन करतो त्या मोहिमेतील इतर लोकांमध्येही, त्याच्या धैर्य, धडाडी ह्या गुणांची लागण होते. आज अशा युद्धांचे प्रत्यक्ष वर्णन, प्रसारमाध्यमांच्या प्रक्षेपणाद्वारे घरोघरी पोहोचत असल्यामुळे, लाखो भारतीयांच्या मनातही चैतन्य सळसळते.

कारगील हे असेच एक युद्ध होते, ज्यामधील मूर्तिमंत धैर्याची उदाहरणे जगासमोर आली. या युद्धामधील आपली विपरीत परिस्थिती शत्रूच्या फायद्याची होती. त्याही परिस्थितीमध्ये काही साहसीवीरांनी प्रत्यक्ष मृत्यूशी सामना केला. क्वचितच कुणी करायला धजू शकेल अशी धाडसी कृत्ये आपल्या वीरांनी केली ती जगाने श्वास रोखून पाहिली. त्यांच्या धीरोदात्त कामगिरीपुढे आम्ही नतमस्तक आहोत. त्यांच्या सुखरूप परत येण्याची आम्हाला चिंता होती. काही परत आले, काहीजण परत आलेच नाहीत. शत्रूनेसुद्धा त्या शूरवीरांच्या शौर्याचा आदर केला. त्या शूरवीरांनी फार मोठी किंमत मोजली. रणभूमीवर स्वेच्छेने प्राण ठेवले. त्यामध्ये दुःखाचा लवलेशही नव्हता. अतिशय श्रेष्ठ कामगिरी त्यांनी पार पाडली. सगळ्यांच्याच कामगिरीची दखल घेतली गेली नाही, अथवा सगळ्यांनाच पुरस्कार देऊन गौरवण्यात आले नाही.

प्रत्येक 'परमवीर चक्रा'चा जर मागोवा घेतला, तर ह्या धाडसी कृत्यामागचा 'प्रेरणास्रोत' काय असावा, ह्याची कल्पना येते. हे धाडसी कृत्य करायला ह्या पदकाचा मानकरी का उद्युक्त झाला, याचा शोध वाचकांनी घेतला, तर ते फारच रंजक व अर्थपूर्ण असल्याचे लक्षात येईल. काय होते ते? देशाचे संरक्षण? आपल्या पलटणीचा अभिमान? आपल्या निर्धारित कामावरील निष्ठा? अनुशासन? धाडसाची स्वभावतः आवड? आपल्या सहकाऱ्यांबद्दल असणारे प्रेम की आणखी काही? चिकित्सेचे निष्कर्ष बाजूला ठेवून असे म्हणावे लागेल की, या 'परमवीर चक्र' पदकांच्या सर्व मानकऱ्यांमध्ये एक समान धागा होता आणि तो होता त्यांचे 'चारित्र्य'. चारित्र्यामुळेच, युद्धातील परीक्षा व धोके ह्यांची भीती गळून पडते आणि अंतिम टप्प्यामध्ये, आपल्या प्राणांची बाजी लावण्यास त्याला प्रवृत्त करते.

युद्धामधील उच्च नैतिक धैर्याच्या जोपासनेसाठी, सैन्यदलाने विशेष प्रयत्न करायला हवेत. देशातील नेतृत्व लोकांची मने घडवू शकेल काय? मने घडवणे महत्त्वाचे असल्याचे जाणवले व त्यासाठी संकल्प असेल, तर मला वाटते ते शक्य आहे. नेतृत्व चांगले असेल तर धैर्य निर्माण करणे, वाढवणे शक्य आहे. मला असेही वाटते की, धैर्याच्या निर्मितीमध्ये प्रेम साहाय्यभूत ठरते. देशावरचे प्रेम; आपल्या सहकाऱ्यांवरचे प्रेम; आपल्या पलटणीवरचे प्रेम, आपल्या उद्दिष्टांवरचे प्रेम धैर्य निर्माण करते. 'आपल्या मित्रासाठी प्राणांची आहुती देणे, ही प्रेमाची परमोच्च

परिणती', असे ख्रिस्ताचे सांगणे आहे. बऱ्याच जणांची अशी धारणा असते की, प्रेम हा शब्द सैनिकी परिभाषेला अपरिचित असावा. पण ह्या जगाच्या यज्ञवेदीवर धीरोदात्त स्त्री-पुरुषांनी जे बलिदान केले, ते सर्वोच्च बलिदान होते आणि हे बलिदान, प्रेमामुळेच शक्य झाले ह्यात शंका नाही.

अनामिक योद्धा

बऱ्याच जणांना हे ठाऊक नसते, ज्या प्रत्येक महान कामगिरीला पुरस्कार देऊन प्रशंसनीय मान्यता मिळते, त्यामागील कितीतरी धाडसी गोष्टी उजेडात येतच नाहीत. त्या जगाला ठाऊक नसतात आणि त्यांना मान्यता प्राप्त होत नाही. बऱ्याच देशांना ह्या वास्तवाची जाणीव झाली आहे. म्हणूनच त्यांनी राष्ट्रीय स्तरावर या गोष्टीस महत्त्व दिले आहे. बऱ्याच देशांनी, पहिल्या महायुद्धात मरण पावलेल्या लोकांना मानवंदना देण्याच्या उद्देशाने, 'अनामिक योद्धा' स्मारके बनवली. ह्या दिवंगत योद्ध्यांना, लोक श्रद्धांजली अर्पण करू शकतील, अशा सार्वजनिक ठिकाणी ही स्मारके बनवली आहेत. इंग्लंडमध्ये 'वेस्ट मिनिस्टर ॲबे' मध्ये, जिथे राजघराण्यातील व्यक्ती व पुढाऱ्यांची स्मारके आहेत, त्याच ठिकाणी 'अनामिक योद्ध्यां'चे स्मारक आहे. ह्या इतिहासप्रसिद्ध भूमीवर, कोणीही मुक्तपणे भटकू शकतो, पण 'अनामिक योद्ध्या'च्या स्मारकाच्या चबुतऱ्यावर पाय ठेवण्यास बंदी आहे. ह्या स्मारकाच्या सीमेवर फुले ठेवलेली असतात. ब्रिटनचा सार्वभौम राजा, सर्व देशाच्या वतीने, दिवंगत योद्ध्यांना, स्वत: येऊन मानवंदना देतो.

अर्लिंग्टन येथील 'अर्लिंग्टन नॅशनल' दफनभूमीवर अमेरिकेच्या अनामिक योद्ध्यांचे प्रसिद्ध स्मारक आहे. त्या स्मारकावर लिहिले आहे, 'फक्त देवालाच ज्याची माहिती आहे, असा गौरवशाली अमेरिकन सैनिक येथे सन्मानपूर्वक चिरविश्रांती घेत आहे.' दरवर्षी 'मेमोरिअल डे' पाळला जातो. ह्या दिवशी अमेरिकन जनता, ह्या 'अनामिक योद्ध्या'स मानवंदना देते, श्रद्धांजली अर्पण करते.

फ्रान्समधील 'अनामिक योद्ध्या'चे स्मारक पॅरिसमधील चॅम्पस इलेसीस (Champs-Elysees) वरील, 'द आर्क डे ट्रीओम्फे' (Arc de Triomphe) येथे आहे. 'बस्टाईल डे' (Bastille Day) ह्या दिवशी अनामिक योद्ध्यास मानवंदना देण्यासाठी, फ्रेंच जनता तेथे जमते. बेल्जियमच्या, 'अनामिक योद्ध्या'च्या स्मारकाची जागा ब्रुसेल्सस्थित 'कोलेनेड ऑफ काँग्रेस' (Colonnade of congress) ह्या ठिकाणी आहे. इटलीच्या 'अनामिक योद्ध्यां'चे स्मारक रोममध्ये, राजा व्हिक्टर इमॅन्युअल दुसरा, ह्याच्या कबरीसमोर आहे. ऑस्ट्रेलियाचे, 'अनामिक योद्ध्यां'चे स्मारक, सिडनीहून थोड्या दूर ठिकाणी फार कलात्मकरीत्या बांधले आहे. हे ठिकाण नोव्हेंबरच्या अकरा तारखेला दुपारी बरोब्बर अकरा वाजता सूर्यकिरणांनी न्हाऊन

निघते. (अकरावा महिना, अकरावा दिवस व अकरा वाजता) ह्याला, 'आर्मिस्टिस् डे' (Armistice Day) म्हणतात. कॅनडाचे, 'अनामिक योद्ध्यां'चे स्मारक, ओटावा येथील 'नॅशनल वॉर मेमोरियल'च्या समोर आहे.

जगातील बहुतेक देशांनी, त्यांच्या सैन्यदलाने, देशाच्या स्वातंत्र्यासाठी व संरक्षणासाठी दिलेल्या योगदानाचे महत्त्व जाणले आहे व म्हणूनच त्यात हौतात्म्य प्राप्त झालेल्या शूरवीरांची युद्धस्मारके उभारली आहेत.

पहिल्या महायुद्धामध्ये ज्या भारतीय सैनिकांनी आपल्या प्राणांचे बलिदान केले, त्यांच्या स्मरणार्थ ब्रिटिशांनी नवी-दिल्ली येथे, 'इंडिया गेट' नामक भव्य स्मारक उभारले आहे आणि त्यांचा सन्मान केला आहे. ह्या स्मारकासाठी जे दगड वापरले आहेत, त्या प्रत्येक दगडावर हौतात्म्य प्राप्त झालेल्या भारतीय सैनिकांची नावे कोरलेली आहेत.

दोन्ही जागतिक युद्धांमध्ये इंग्लंडच्या वतीने लढताना, ज्या भारतीय, आफ्रिकन व कॅरीबियन सैनिकांना हौतात्म्य प्राप्त झाले, त्यांच्या स्मरणार्थ इंग्लंडमध्ये 'मेमोरिअल गेट' बनवले आहे. राणी एलिझाबेथ (दुसरी) ह्यांनी, त्याचे नुकतेच उद्‌घाटन केले. ह्याशिवाय भारतात व जगात इतरत्र असलेल्या सैनिकी-दफनभूमींची व्यवस्था 'ब्रिटिश वॉर ग्रेव्हज कमिशन'तर्फे पाहण्यात येते. त्यामुळे दफनभूमींचे जतन काळजीपूर्वक होते.

कोहिमा येथील दफनभूमीवर, विचाराला चालना देणारा, खालील वैशिष्ट्यपूर्ण संदेश कोरलेला आहे;

माघारी जेव्हा तुम्ही परताल,
ओळख द्या आमची त्यांना,
आणि सांगा–
तुमच्या उद्यासाठी,
आम्ही आमचा आज दिला.

आणि भारताचे काय? स्वातंत्र्यप्राप्तीनंतर झालेल्या सर्व युद्धांमध्ये, जे सैनिक मृत्यू पावले, त्यांच्यासाठी आपण एखादे स्मारक बनवले आहे का? असे स्मारक बनवण्यासाठी या देशाचे नागरिक खूप प्रयत्न करीत आहेत. पण सरकारकडून त्याला कोणताच प्रतिसाद मिळत नाहीये... मन सुन्न करणारे, फक्त मौन आहे. ह्या देशातील राजकारणी व नोकरवर्गाला 'स्वातंत्र्य-संग्रामां'मध्ये योगदान दिलेल्या व्यक्तींसाठी एक स्मारक बनवायचे आहे आणि त्यांनी अशा स्मारकाची, 'युद्ध-सैनिक-स्मारका'शी सांगड घातल्याचे समजते. इतक्या वर्षांमध्ये त्यासाठी कोणतेच

ठोस प्रयत्न झालेले नाहीत. सरकारदरबारी फायलीच नुसत्या हलल्या. दुसरे काहीच झाले नाही. शासनाच्या निष्क्रियतेला कंटाळून, पुणे शहराच्या नागरिकांनी, स्वातंत्र्यप्राप्तीनंतर झालेल्या युद्धात भारतमातेचे संरक्षण करत असताना मृत्यू पावलेल्या महाराष्ट्रातील योद्ध्यांसाठी एक स्मारक बनवले आहे. उत्तर प्रदेशात, नॉयडा येथेही असेच स्मारक, सेनादलातील निवृत्त झालेल्या लोकांनी बनवले आहे. 'अनामिक योद्ध्यां'चे भारतीय स्मारक मात्र अनामिक राहिले आहे ही अत्यंत खेदाची गोष्ट आहे.

नामकाच, बमला, सिरीजॅप, रेझनगला, नौशेरा, बडगाम, खेमकरन आणि यांसारख्या अनेक युद्धांमध्ये, भारतभूच्या संरक्षणासाठी अनेक सैनिकांनी केलेल्या प्राणांच्या बलिदानाची आठवण झाली असता, ही बोच प्रकर्षाने सलत राहते. मध्यंतरी कारगील युद्ध झाले. जम्मू-काश्मीर व ईशान्येकडील भागात, सैनिकांचे बलिदान चालूच आहे. पहिल्या महायुद्धातील हुतात्म्यांसाठी 'इंडिया गेट' हे स्मारक ब्रिटिशांनी उभारले आणि त्याच्याच छत्राखाली 'अमरज्योती' ह्या तात्पुरत्या, पर्यायी स्मारकाची व्यवस्था झाली आहे इतकेच. युद्धांत हौतात्म्य प्राप्त झालेल्या सैनिकांसाठी, हा देश एवढेच करू शकतो का? फक्त युद्धाच्या वेळीच सैनिकांची आठवण होते, ही खरी खेदाची गोष्ट आहे!

कारगील युद्धाच्या आठवणीही लोकांच्या स्मृतीतून हद्दपार होत चाललेल्या आहेत. १९४८ पासून जी जबाबदारी, सरकारने चलाखीने टाळली आहे, त्याची आठवण करून देण्यासाठी आणखी किती युद्धे लढायला लागणार आहेत?

सैन्यदलातील लोकांकडून कृतीची अपेक्षा असते. त्यांनी आपला आवाज उठवायचा नसतो, असा संकेत असल्यामुळे सैन्यदलातील लोक गप्प आहेत. पण ह्याचा अर्थ असा नाही की, त्यांना ह्या गोष्टीचे काही वैषम्य वाटत नाही अथवा हा विचारही त्यांच्या मनाला शिवत नाही. या दुःखद परिस्थितीस ज्या व्यक्ती जबाबदार आहेत, त्यांनी एकत्र बसून, ह्या गोष्टीची दखल घेण्याची वेळ येऊन ठेपली आहे.

◆

The Unknown Soldier

I am the unknown soldier, forgotten and ignored
When once the war is over and peace and quiet assured

We fought for you and country and now that we are dead
We rest in quiet exclusion, cause nothing more is said
Of how we did our duty, that you may sleep in peace
When once the foe was vanquished, and the strife of war had ceased.

The country called upon us to do what needs be done
To oust the vicious enemy and ensure the war was won
Our near and dear once blessed us and sent us full of pride
To defend our country's honour and some were new-wed brides

We went and fought your battles, most of which we won
Some of us never came back, all were mothers' son
Our bodies they do lie there, on hill and vale and plain
Exposed to all the elements of snow and ice and rain

So many were so anxious, some still do wait in vain
What can you do to lesson our loved once' grief and plain?
Our last rites were not given, we died a soldier's death
Our eldest sons kept waiting , their hopes could not be met

We went and did our duty, we do not ask for much
Only a place of honour, our loved once' hearts to touch
A place where they can think of happy days gone by
To pray on the lonesome morrow and if need be stand and cry

Although we have left earth's orbit and need to rest in peace
Our souls are not past caring, our pain will never cease
Till you and the country's leaders create a haloed space
For a fitting War Memorial, on valour and honour based.

– Ian Cardozo

◆

प्रकरण पहिले

जम्मू-काश्मीर युद्ध

१९४७-१९४८

१९४७-४८ची काश्मीर खोऱ्यातील लढाई

३ जून, १९४७ला ब्रिटिशांनी ह्या खंडप्राय देशाचे विभाजन करण्यात येणार असल्याची घोषणा केली. त्यांच्या अधिपत्याखाली असणाऱ्या संस्थानिकांना कळवले की, ते आपल्या मर्जीनुसार संघराज्य बनवू शकतात अथवा दोन्ही देशातील संबंधित उत्तराधिकाऱ्यांबरोबर राजकीय संबंध प्रस्थापित करू शकतात. त्या काळी सहाशेपेक्षा जास्त संस्थाने होती. बहुतेक संस्थानिकांनी तत्कालीन परिस्थितीच्या वास्तवाचे भान ठेवून, आपले राज्य जवळच्या भारत वा पाकिस्तानच्या प्रदेशास जोडण्याचे मान्य केले. पण काही थोड्या राजांना असे वाटले की, ते त्यांचे राज्य स्वतंत्र ठेवू शकतील. जम्मू-काश्मीरचा राजा हरिसिंग हाही अशांपैकीच एक राजा होता.

१५ ऑगस्ट, १९४७ ही विभाजनाची व सत्ताबदलाची तारीख जवळ आली, तसे त्याने भारत व पाकिस्तान या दोन्ही राज्यांबरोबर, 'तटस्थते'चा करार केला. जम्मू-काश्मीरमधील बहुसंख्य जनता मुस्लीमधर्मीय होती. पण शासनकर्ता, महाराजा हरिसिंग हिंदू होता. पाकिस्तानला वाटले, प्रदेश विभाजनाच्या सर्वसाधारण तत्त्वानुसार, जम्मू-काश्मीर राज्य पाकिस्तानात सामील व्हावयास हवे होते. ह्या राज्याच्या सीमा, पाकिस्तान व भारत दोन्ही राष्ट्रांशी जोडलेल्या आहेत. 'नॅशनल कॉन्फरन्स'ह्या पक्षाला (जम्मू-काश्मीरमध्ये) मताधिक्य होते. ऑक्टोबर १९४७ला शेख मोहम्मद अब्दुल्ला ह्या नॅशनल कॉन्फरन्सच्या नेत्याने, पाकिस्तान व भारत ह्या दोन्ही राष्ट्रांना आवाहन केले, 'आमच्या भवितव्यासंबंधीचा निर्णय घाईगडबडीने घेण्यासाठी आम्हाला भाग पाडू नका. लोकांचा निर्णय समजावून घेण्यासाठी आम्हाला अवधी द्या.'

भारत सरकारने त्यास मान्यता दिली, पण पाकिस्तानने ते नाकारून, तटस्थ राहण्याचा करार मोडला. घासलेट, गॅस, अन्नधान्ये, खाद्यतेल व मीठ ह्यांचा पुरवठा रोखून धरला व काश्मीर राज्याची आर्थिक कोंडी केली.[१]

ह्या कृतीमुळे महाराजा हरिसिंग व पाकिस्तानचा पंतप्रधान लियाकत अली खान, ह्यांचे संबंध बिघडले. 'आमच्या राज्याच्या आवश्यक गरजा जर पाकिस्तानने पुऱ्या केल्या नाहीत, तर आम्ही त्या दुसरीकडून पुऱ्या करू', अशी छुपी धमकीही हरिसिंगने दिली.

भारत सरकार ह्यावेळी फाळणीमुळे उत्पन्न झालेल्या अनेक समस्यांना तोंड देत होते आणि जम्मू-काश्मीर सरकार स्वयंनिर्णय घेईपर्यंत, आपल्या तटस्थ राहण्याच्या कराराशी एकनिष्ठ होते. पण पाकिस्तान सरकार, सनदशीर मार्गाने पूर्ण होणाऱ्या निर्णयप्रक्रियेची वाट पाहण्यास तयार नव्हते. हरिसिंगकडून राज्याची सूत्रे हिसकावून घेण्यासाठी, त्यांनी काश्मीरवर हल्ला करण्याची योजना आखली. वायव्य सरहद्दीवरील

टोळ्या, निवृत्त सैनिक, पोलीस व सैन्य सोडून गेलेले लोक, रजेवर असल्याची बतावणी करणारे सैन्यदलातील शिपाई व सैन्यदलातील अधिकाऱ्यांना एकत्र जमवून, २० ऑक्टोबर, १९४७ला पाकिस्तानने त्यांच्यावर हल्ले चढवले.

उरी-श्रीनगर या रस्त्यावर आदिवासींच्या टोळ्यांना तैनात केले व त्यांच्यावर श्रीनगरचा ताबा घेण्याची कामगिरी सोपवली. वेतन म्हणून त्यांना आश्वासन होते, 'मिळेल ती सर्व लूट व मिळतील त्या सर्व बायका-पोरी'. ह्या कारवाईसाठी पुरेल एवढा दारूगोळा, अन्नधान्य, शस्त्रास्त्रे व वैद्यकीय मदत पाकिस्तानकडून दिली होती. तीनशे खाजगी ट्रक, इंधनासह त्यांच्या कामावर तैनात होते. हे सर्व कारस्थान, ब्रिटिश मुलकी व सैन्याधिकाऱ्यांच्या संमतीशिवाय, सहभागाशिवाय आखले गेले असे म्हणणे केवळ असंभवनीय वाटते.

सीमेवरील अपुऱ्या शिबंदीची नजर चुकवून, हे सैन्य लवकरच मुझफ्फराबादला पोहोचले. मुझफ्फराबाद ह्या ठिकाणी लूटमार व जाळपोळ करून, त्यांनी डोमेल व उरी ह्या प्रदेशावर कब्जा केला. उरी येथील सुरक्षा व्यवस्था, ब्रिगेडिअर राजिंदर सिंगकडे होती. त्यांनी व जम्मू-काश्मीरच्या दीडशे निष्ठावान पोलिसांनी कडवा प्रतिकार केला. पण लूटमार करणाऱ्यांच्या राक्षसी ताकदीपुढे त्यांचा निभाव लागला नाही. ब्रिगेडिअर सिंग मारला गेला व त्याचे छोटे सैन्य धुळीस मिळाले. भारताचे पहिले 'महावीर चक्र' देऊन, राजिंदर सिंगचा गौरव करण्यात आला.

उरीचा एक पूल उद्‌ध्वस्त झाला होता. त्यामुळे टोळीवाल्यांना थोडे थांबावे लागले. २६ ऑक्टोबरला ते बारामुल्लाला पोहोचले. बारामुल्ला येथे त्यांनी अनन्वित हिंसाचार, लूट व स्त्रियांवर बलात्कार केले. या नादात ते, श्रीनगरवर कब्जा करण्याच्या आपल्या नियोजित लक्ष्यापासून दूर गेले. 'मिळालेली लूट ठेवून येण्यासाठी व मिळालेल्या बायकांना दडविण्यासाठी आपल्या घरी परतावे व त्यानंतर आणखी डल्ला मारण्यासाठी परत यावे', असा विचार करत टोळीवाले माघारी परतले. त्यांच्या हातून घडलेल्या ह्या कृत्याची, पाकिस्तानी नियोजकांना आगाऊ कल्पना आली नव्हती. ह्या टोळीवाल्यांना श्रीनगरला पोहोचण्यास उशीर झाल्यामुळेच श्रीनगरचा बचाव झाला.

डोमेल, मुझफ्फराबाद गमावल्यामुळे, राजे हरिसिंग ह्यांना फारच धक्का बसला. अधिकाऱ्यांसह सर्व लोक भयभीत झाले. राज्याचे नोकरदार, नोकऱ्या सोडून गेले. वाहतूक व्यवस्था कोलमडली व राज्यामध्ये बेदिली माजत चालल्याचे राजा हरिसिंगना जाणवले. २४ ऑक्टोबर, १९४७ला त्यांनी भारत सरकारकडे मदतीची याचना केली. "जम्मू-काश्मीर राज्य, भारतीय संघराज्यामध्ये विलीन करण्यास, त्यांची संमती मिळेपर्यंत, कायद्यानुसार भारतीय सैन्यदलाला मदतीसाठी पाठविता येणार नाही," असे भारत सरकारने कळवले. २६ ऑक्टोबर, १९४७ला राजा

हरिसिंगने, त्याचे राज्य भारतीय संघराज्यामध्ये विलीन करण्याच्या अनुमतीपत्रावर सही केली. काश्मीर राज्यामध्ये सर्वाधिक प्रबळ असलेल्या नॅशनल कॉन्फरन्स या पक्षाच्या प्रमुखांनी– शेख अब्दुल्ला यांनी यास पूर्ण पाठिंबा दिला होता. त्यामुळे जम्मू-काश्मीर राज्य सनदशीर मार्गाने, घटनेबरहुकूम, भारतीय संघराज्याचे घटक राज्य बनले.

जम्मू-काश्मीरवर आक्रमण करण्याची कोणतीही योजना, भारत सरकारने आखली नव्हती. ह्याउलट फाळणीनंतर लगेचच, हा प्रदेश त्यांच्या राज्यास जोडण्याची योजना पाकिस्तानने आखली होती, हे उघड आहे. त्याच दिवशी, म्हणजे २६ ऑक्टोबर, १९४७ला भारतीय सेनादलाला कळवण्यात आले की, जम्मू-काश्मीर राज्य हे भारतीय संघराज्याचे घटकराज्य झालेले आहे व शत्रुसैन्याने घेरलेल्या प्रदेशास वाचवण्यासाठी, शक्य असेल तेवढ्या लवकर, सैन्यदलाच्या तुकड्या पाठवण्याची कारवाई करावी.

काश्मीर खोऱ्यात अगदी ताबडतोब पाठवण्यासाठी लाल किल्ल्यामध्ये अंतर्गत सुरक्षिततेसाठी तैनात असलेली 'पाचवी रॉयल गुरखा रायफल'ची पहिली बटालियन (1st Battalion the 5th Royal Gurkha Rifles [Frontier Force]) तेव्हा उपलब्ध होती. ह्या बटालियनचा कमांडिंग ऑफिसर म्हणून लेफ्टनंट कर्नल पठानियाची नेमणूक झाली असली, तरी इतर अधिकाऱ्यांच्या नेमणुका झालेल्या नव्हत्या. त्यामुळेच सेनादलाच्या मुख्यालयाने, ती तुकडी काश्मीरला ताबडतोब पाठवण्यासाठी परवानगी दिली नाही. दुसरी सहज उपलब्ध असलेली सैन्यदलाची तुकडी म्हणजे अंतर्गत सुरक्षिततेसाठी, गुरगाव येथे तैनात असलेली '१ सिख युनिट'. त्याची 'सब-युनिटस्' मात्र दूरवर तैनात होती. कमांडिंग ऑफिसर, लेफ्टनंट कर्नल रणजीत रायला, त्याच्या गुरगाव युनिटला एकत्र करून, दिल्लीला येण्यास सांगितले गेले. 'आर्मी हेडक्वार्टर्स मूव्हमेंट कंट्रोल'ने, सैनिकी व नागरी विमाने, घाईघाईने पैदा केली व ह्या युनिटमधल्या लोकांना, जसे जमेल तसे, थोडे थोडे करून, श्रीनगरला पोहोचविले. २७ ऑक्टोबर, १९४७च्या सकाळी, कमांडिंग ऑफिसरचे श्रीनगर विमानतळावर प्रथम आगमन झाले. विमानतळ सुरक्षित असल्याचे दिसून आल्यावर त्याने ठरविले, आणखी पलटणी यायच्या आत श्रीनगरचे संरक्षण करण्यासाठी शत्रूला श्रीनगरच्या बाहेरच थोपवले पाहिजे.[२]

नासधूस, लूटमार व बलात्काराचा गोंधळ घालून झाल्यावर, हल्लेखोर पुन्हा संघटित झाले व २८ ऑक्टोबर, १९४७ ला त्यांनी बारामुल्ला-श्रीनगर रस्त्याकडे कूच केले. ह्या मध्यंतरीच्या (थोड्या) वेळात, '१ सिख युनिट'ने बारामुल्लाच्या हद्दीबाहेर मोर्चेबांधणी केली होती. जसे हल्लेखोर पुढे आले, तसे सिख पलटणीच्या सैनिकांनी त्यांच्यावर गोळीबार केला. त्यामुळे हल्लेखोरांचे फार नुकसान झाले. सिख बटालियनच्या तुलनेत, हल्लेखोरांची संख्या खूपच जास्त होती. त्यामुळे,

लेफ्टनंट कर्नल रायने, त्याच्या लोकांना श्रीनगरजवळ सुरक्षित ठिकाणी हलवायचे ठरवले. जखमी सैनिकांना घेऊन जात असताना लेफ्टनंट कर्नल राय मारले गेले. सिख पलटणीने आपले सैन्य बारामुल्लाहून हलवले व २९ ऑक्टोबर, १९४७ला, श्रीनगरपासून सत्तावीस किलोमीटरवर असलेल्या 'पट्टान' ह्या उंच ठिकाणी आश्रय घेतला. शत्रुसैन्य ह्या ठिकाणी येऊन धडकले व त्यांनी बरेच वेळा जोरदार चढाई केली. सिख पलटणीने त्यांचे सर्व हल्ले परतवले व जोरदार प्रतिकार करत शत्रूचे अपरिमित नुकसान केले.

याच सुमारास २९ ऑक्टोबर, १९४७ पासून, भारतीय सैन्यदलाची १६१ इन्फन्ट्री ब्रिगेडची ज्यादा कुमक विमानाने श्रीनगरला पोहोचली. ह्या ब्रिगेडच्या बटालियन होत्या– ४ कुमाऊँ, १ पंजाब व १ कुमाऊँ. ह्या सैन्याचे नेतृत्व, ब्रिगेडिअर एल. पी. सेन. डी. एस. ओ. (Distinguished Service Honour) ह्यांच्याकडे होते. त्यांनी आपल्या 'Slender was the thread' ह्या पुस्तकात त्यांच्या ब्रिगेडच्या कामगिरीचे फार उत्कृष्ट वर्णन केले आहे. ४ कुमाऊँ पलटणीने ३१ ऑक्टोबर, १९४७ला 'फ्लाय-इन' ऑपरेशन चालू केले. मेजर सोमनाथ शर्मा ह्यांच्या नेतृत्वाखालील 'डी कंपनी' प्रथम तेथे येऊन पोहोचली. त्यांची कंपनी, १६१ ब्रिगेडची तिथे पोहोचणारी ही पहिली तुकडी होती. 'बडगाम' येथे लढल्या गेलेल्या युद्धात, मेजर सोमनाथ शर्मांना, भारताचे पहिले 'परमवीर चक्र' देऊन गौरविण्यात आले.

संदर्भ :

१. माऊंटबॅटननी राजेसाहेबांना लिहिलेल्या आपल्या पत्रानुसार– ७ नोव्हेंबर, १९४७. स्टॅनले वॉल्पर्टनी, 'जिना ऑफ पाकिस्तान'मध्ये उद्धृत केल्यानुसार (ऑक्सफर्ड युनिव्हर्सिटी प्रेस, न्यूयॉर्क, १९८४. ऑक्सफर्ड युनिव्हर्सिटी प्रेस. दिल्ली येथून १९८४ मध्ये पुनर्मुद्रित केले.) आणि लॅम्ब ह्यांच्यानुसार, ऑप. सिट. पान क्र. १२६.

२. सर्व घटनांचा क्रमवार तपशील, पंडित नेहरूंनी, दि. २८ ऑक्टोबर, १९४७ सकाळी पाच वाजता, युनायटेड किंगडमच्या भारतातील हायकमिशनकरवी पाठविलेल्या तारेनुसार, ब्रिटनचे पंतप्रधान सी. आर. ॲटलीसाहेबांना सर्वप्रथम दिला. 'काश्मीरचे भारतात विलीनीकरण' ह्या भारत सरकारच्या २२ मार्च, १९४८ ला प्रसिद्ध केलेल्या श्वेतपत्रिकेत (ह्या घटनांची) विस्तृत माहिती दिली गेली. सेक्युरिटी कौन्सिलमध्ये १९४७ ते १९६५ व त्यानंतर झालेल्या प्रदीर्घ व दमछाक करणाऱ्या चर्चांमधूनही, वरील कागदपत्रांत उल्लेखिलेल्या घटनांमध्ये बदल/फेरफार झालेला नाही.

◆

मानपत्र

मेजर सोमनाथ शर्मा

४ कुमाऊँ (आय सी-५२१)

३ नोव्हेंबर, १९४७ ला मेजर सोमनाथ शर्मांच्या कंपनीला, काश्मीर खोऱ्यातील बडगाम येथील युद्धात गस्त घालण्याचे आदेश देण्यात आले. ३ नोव्हेंबरच्या पहाटे ते निर्धारित ठिकाणी पोहोचले व बडगामच्या दक्षिणेला, ११ वाजता त्यांनी मोर्चेबांधणी केली. शत्रुपक्षाच्या अंदाजे पाचशे जणांनी, त्यांच्यावर तिन्ही बाजूंनी हल्ला चढवला व त्यांच्या कंपनीमधील पुष्कळजण जखमी झाले.

हुमहोमकडून श्रीनगरपर्यंतच्या फळीवर, आपल्या येत असलेल्या फौजा तैनात होईस्तोवर जर शत्रूला रोखले नाही, तर श्रीनगर व विमानतळ ह्या दोन्हींना धोका आहे ह्याचे गांभीर्य जाणून, मेजर शर्मांनी आपल्या साथीदारांना चिवटपणे झुंज देण्याचे आवाहन केले. शत्रूच्या अचूक व जोरदार गोळीबाराची पर्वा न करता, मेजर शर्मा निधड्या छातीने, आपल्या तुकड्यांना लढण्यासाठी प्रोत्साहित करायला युद्धभूमीवर धावाधाव करत होते. पुढे चालून येत असलेल्या शत्रूवर त्यांनी अत्यंत स्थिरचित्ताने, शिताफीने गोळीबार केला. आपल्या विमानांना, लक्ष्यावर केंद्रित होण्यासाठी शत्रूकडून मारा चालू असताना त्यांनी कापडाच्या पट्ट्या मार्गदर्शक म्हणून जमिनीवर अंथरल्या. आपल्या सैनिकांना झालेल्या दुखापतीमुळे, लाईट मशिनगनचा मारा कमकुवत झाल्याचे लक्षात येताच, ह्या अधिकाऱ्याने आपला डावा हात प्लॅस्टरमध्ये असतानाही काडतुसे भरून ती गनर्सकडे द्यायला सुरुवात केली. एक तोफगोळा त्यांच्या दारूगोळ्याच्या बरोबर

मध्येच पडला व जो भडका उडाला त्यात मेजर शर्मा बळी पडले.

मेजर शर्मांची कंपनी लढत देत राहिली व शत्रूने सर्व बाजूंनी घेरल्याचे लक्षात आल्यावर माघार घेतली. मेजर शर्मांच्या प्रेरणादायी उदाहरणानेच, त्यांच्या कंपनीने लढत देत, शत्रूला सहा तासांपर्यंत थोपवून ठेवले. त्यामुळे आपल्या फौजांना, हुमहोमजवळ मोर्चेबांधणीसाठी व ज्यादा कुमक पाठवण्यासाठी आवश्यक तो अवधी मिळाला.

त्यांचे नेतृत्व, शौर्य व चिवट प्रतिकार असा (जबरदस्त) होता की, त्यांनी आपल्या हाताखालच्या लोकांना लढण्यासाठी प्रोत्साहित केले. आपला हा शूर अधिकारी मृत्युमुखी पडल्यावरही, पलटणीचा एक-एक सैनिक, शत्रूच्या सातजणांबरोबर, सहा तासांपर्यंत झुंजत राहिला.

आपल्या धीरोदात्त कामगिरीने, त्यांनी भारतीय सेनादलामध्ये असा एक आदर्श घालून दिला आहे की, ज्याची क्वचितच बरोबरी होऊ शकेल. त्यांच्या मृत्युपूर्वी काही क्षण आधी, त्यांनी मुख्य ठाण्याला निरोप पाठवला होता, 'शत्रू आमच्यापासून फक्त पन्नास यार्डावर आहे. त्यांचे संख्याबळ आमच्यापेक्षा खूप जास्त आहे. आमच्यावर तोफांचा भडिमार होत आहे. (पण) आम्ही एक इंचही मागे हटणार नाही आणि शेवटचा माणूस, शेवटची गोळी असेपर्यंत लढत राहू.'

(गॅझेट ऑफ इंडिया नोटीफिकेशन नं. २-प्रेस/५०)

* * *

पूर्वेतिहास व परंपरा

'एक धैर्यवान माणूस, अनेकजणांना धैर्यवान बनवतो.' – ॲन्ड्र्यू जॅक्सन.

असे म्हटले जाते की, काहीजण नेतृत्वाचे गुण घेऊनच जन्माला येतात, तर काहींना परिस्थिती नेता म्हणून घडवते. पोषक वातावरण असेल तर कधी कधी तरुणांमध्येही नेतृत्वाचे गुण विकसित होतात. भारताच्या 'परमवीर चक्र' पदकाच्या, पहिल्या मानकऱ्याच्या जीवनपटाकडे दृष्टिक्षेप टाकल्यास, आपल्याला जाणवते की, नेतृत्वाचे गुण त्यांच्या रक्तातच भिनलेले होते. ते सैन्यदलाच्या वातावरणातच लहानाचे मोठे झाले. त्यांचे वडील अमरनाथ शर्मा हे सैन्यदलात डॉक्टर होते. वास्तविक वडिलांना लाहोरला दवाखाना टाकून खूप पैसा मिळवता आला असता, पण त्यांनी सैन्यदलातील नोकरीला प्राधान्य दिले व दुसऱ्या महायुद्धात हिंदुस्थानी सैनिकांना वैद्यकीय सेवा पुरवली. सैनिकी अधिकाऱ्यांची ज्या ठिकाणी बदली होते,

बहुतेक तिथल्याच शाळेत त्यांच्या मुलांचे शिक्षण होते. पण मुलांच्या शिक्षणासाठी स्थैर्याची आवश्यकता असल्याचे जाणवल्यामुळे, शालेय जीवनातील शेवटची काही वर्षे, सोमनाथ व त्यांच्या भावंडांनी शेरवूड/नैनिताल येथे घालवली.

सोमनाथ यांचे सर्वच कुटुंब, सैनिकी सेवेत रुजू होते. त्यांचा भाऊ सुरेंद्रनाथ– जो सैन्यात 'टिंडी' ह्या टोपणनावाने परिचित होता– कोअर ऑफ इंजिनीयर्समध्ये होता व तेथेच 'इंजिनीयर इन चीफ' ह्या हुद्द्यावरून निवृत्त झाला. धाकटा भाऊ विश्वनाथने, 'आर्मर्ड कोअरमध्ये' नोकरी केली व 'चीफ ऑफ स्टाफ' ह्या सेनादलाच्या सर्वोच्च हुद्द्यावरून निवृत्त झाला. दोघा बहिणींपैकी कमला वडिलांप्रमाणे सैन्यदलात डॉक्टर होती व तिचे लग्न, मेजर के. एन. तिवारींशी झाले होते. तिवारी मेजर जनरलच्या हुद्द्यापर्यंत पोहोचले. त्यांची मुलगी लेफ्टनंट उमा तिवारी, आजोबांप्रमाणे व आईप्रमाणे 'आर्मी मेडिकल कोअरमध्ये' डॉक्टर आहे. दुसऱ्या बहिणीचे– मनोरमाचे लग्न गौतम शौनिक– जनरल सुरेंद्रनाथचा मुलगा– जो आर्मर्ड कोअरमध्ये लेफ्टनंट आहे, ह्याच्याशी झाले. खरोखर हे एक विख्यात सैनिकी कुटुंब आहे, ज्याचे मूळ थेट त्यांच्या काकांपर्यंत जाऊन पोहोचते, जे महाराजा रणजितसिंग ह्यांच्या सेनेत 'तीस हजारी' होते.

सोमनाथ यांचे मामा, लेफ्टनंट कृष्ण दत्ता वासुदेव, ४/१९ हैदराबादीज् (4/19 Hyderabadies) मध्ये नोकरीस होते. त्यांचे जीवन व त्यांचा मृत्यूही, सोमनाथ व त्यांच्या भावांना प्रेरणादायी वाटला. १९४२ मध्ये जपानी सेनेविरुद्ध मलायामध्ये लढत असताना ते मृत्यू पावले. १९४१ डिसेंबरच्या त्यांच्या शेवटच्या पत्रात त्यांनी लिहिले आहे, 'मी माझे नियोजित काम करत आहे. मृत्यूची भीती आहे, ह्यात शंका नाही. पण मी जेव्हा भगवान श्रीकृष्णाच्या गीतेतल्या उपदेशाची आठवण करतो, तेव्हा ती (भीती) विरून जाते. आत्मा अविनाशी आहे, मग त्याने देहाचा त्याग केला म्हणून काय झाले? मी निराशावादी चित्र उभं करतोय असे नाही. इथे मला मृत्यू आला तर ते सैनिकाचे मरण असेल, इतके मी खात्रीपूर्वक सांगू शकतो आणि त्यासाठी मला पश्चात्ताप नाही... देव तुमचे रक्षण करो.' सरकार दफ्तरी नोंद आहे, 'लेफ्टनंट के. डी. वासुदेव, मेकॅनिकल ऑफिसर– बेपत्ता... बहुधा मारला गेला असावा.' ('Missing believed Killed')

आपल्या मामाच्या हकीगतीने प्रेरित होऊनच, सोमनाथ शर्मा (हैद्राबाद) कुमाऊँ रेजिमेंटमध्ये भरती झाले. शाळेत शिकत असताना, खेळांवर त्यांचे विशेष प्रभुत्व होते. ते उत्तम कसरतपटू असल्यामुळे, ताकदवान व कणखर होते. कमिशन मिळाल्यामिळाल्या त्यांना, दुसऱ्या महायुद्धात बर्मामधील अराकन ह्या ठिकाणी जपानी सेनेविरुद्ध लढण्यास जावे लागले. अंगभूत नेतृत्वगुणाने व योग्य वेळी योग्य कृती करण्याच्या कुवतीने त्यांनी आपल्या पलटणीतील लोकांना प्रोत्साहित केले

होते. अराकनमध्ये एकदा शत्रूकडून तुफानी गोळीबार चालू असताना, त्यातून मार्ग काढत, त्यांनी आपल्या एका जखमी सैनिकास पाठीवर टाकून आणले होते. त्यांच्या ह्या धाडसी कृत्याची अहवालामध्ये नोंद आहे. जम्मू-काश्मीरच्या 'बडगाम' युद्धाच्या आधीच त्यांची अग्निपरीक्षा झाली होती व त्यातून ते शौर्य पुरस्कारासह उत्तीर्ण झाले होते.

सोमनाथ सैनिकी सेवेत असताना, त्यांच्याशी परिचित असणारे लोक सांगत की, ते सर्वांशी अगदी मिळूनमिसळून वागत असत, नसता डामडौल दाखवत नसत आणि दिलेले काम चोखपणे करणारे ते कर्तव्यतत्पर सैनिक होते.

बडगामची लढाई

सैन्यदलातील १६१ इन्फन्ट्री ब्रिगेडच्या सैनिकांना, श्रीनगरकडे येणाऱ्या अनेक वाटांवर, पहारा देण्यासाठी पाठवण्यात आले. दरम्यानच्या काळात निरनिराळ्या वाटांनी, हल्लेखोर श्रीनगरमध्ये घुसल्याच्या बातम्या येत होत्या. श्रीनगरच्या नैर्ऋत्येला आठ मैलांवर असलेल्या बडगामकडून, त्यातील एक तुकडी चालून येत असल्याचेही समजले. तेथील विमानतळापासून बडगाम फक्त दोन मैलांवर होते आणि त्यामुळे विमानतळाला धोका निर्माण झाला होता.

४ कुमाऊँच्या दोन कंपन्या– ए व डी, ज्यांचे नेतृत्व मेजर सोमनाथ शर्मांकडे होते व १ पॅरा-कुमाऊँची कंपनी, जिचे नेतृत्व कॅप्टन रोनाल्ड वूड यांच्याकडे होते, त्यांना बडगामकडे पाठवण्यात आले.

मेजर सोमनाथ शर्मा एक अनुभवी सैनिक होते. दुसऱ्या महायुद्धात अराकन ह्या बर्मामधील ठिकाणी, त्यांनी घनघोर युद्ध पाहिले होते. कसरतीचा व्यायाम करत असताना ते पडले व त्यांच्या डाव्या हाताचे हाड मोडले होते. अजूनही तो हात जाडजूड प्लॅस्टरमध्ये होता. हाड नीट सांधून येईपर्यंत व प्लॅस्टर काढेपर्यंत त्यांना दिल्लीमध्येच राहण्याचा सल्ला दिला होता. पण आपल्या कंपन्यांबरोबर काश्मीर खोऱ्यात जाण्यास ते आग्रही होते. त्यांनी वरिष्ठांबरोबर वाद घातला. म्हणाले, 'माझ्या माणसांना मीच चांगले जाणतो व ते जर मोहिमेवर जात असतील तर ते माझ्याशिवाय जाणार नाहीत.'

४ कुमाऊँच्या दोन कंपन्या बडगामकडे निघाल्या व त्यांच्यामागून थोड्याच वेळात १ पॅरा-कुमाऊँची कंपनी निघाली. दुसऱ्या दिवशी पहाटे, मेजर शर्मांनी कळवले की, बडगामच्या पश्चिमेकडील एका उंच ठिकाणी ते पोहोचले असून त्यांनी तेथे मोर्चेबांधणी केली आहे. १ पॅरा-कुमाऊँ बडगामच्या आग्नेयेला पोहोचली. परिस्थिती शांत व सुरक्षित असल्याचे कळविण्यात आले. १ पॅरा-कुमाऊँला, ४ कुमाऊँ ओलांडून, १ पंजाबशी 'मागाम' येथे संपर्क साधून, परत विमानतळाकडे

येण्यास सांगितले.

१ पॅरा-कुमाऊँ कंपनीला मागामच्या पाहणीत विशेष काही आढळले नाही. १ पंजाबशी संपर्क साधून, दुपारी एकच्या सुमारास ते विमानतळाकडे परतले. मार्गावरील खेड्यांचीही काही नासधूस झालेली नसल्याचे, कॅप्टन वूडने कळवले. मेजर शर्मांनीही बडगाम खेड्यात सर्वत्र शांतता असल्याचे कळवले होते. खेडूत नित्याचे व्यवहार करत असल्याचे दिसले. खेडुतांचा एक गट नाल्यामध्ये विसाव्याला बसला असल्याचेही, त्यांच्या नजरेने टिपले होते.

बडगाममधील सध्याच्या ठिकाणी आता थोड्याच जणांनी राहावे, अशी आज्ञा दुपारी दीड वाजता, मेजर शर्मांना देण्यात आली. दुपारी दोन वाजता, ए कंपनी विमानतळाकडे परतत असल्याचे त्यांनी कळवले. ब्रिगेड कमांडर, ब्रिगेडिअर आय. पी. सेन D.S.O., यांनी मेजर शर्मांना आदेश दिला, 'दुपारी तीन वाजेपर्यंत त्याच ठिकाणी थांबावे व त्यानंतर तेथून सैन्य हलवायला सुरुवात करावी.' बडगाममध्ये शांतता असल्याची ग्वाही मेजर शर्मांनी दिली. त्यावेळी पुढच्या अर्ध्या तासात तेथे काय हलकल्लोळ होणार आहे, ह्याची चाहूलही त्यांना लागली नव्हती.

४ कुमाऊँची ए कंपनी निघून गेल्यावर अर्ध्या तासाने, नाल्यामधील खेडुतांच्या गटात हालचाली सुरू झाल्या. ते अगदी सहजगत्या विखुरले व वेगवेगळ्या दिशांनी मेजर शर्मांच्या कंपनीभोवती जमा झाले. कुमाऊँना कसलाही संशय आला नाही. त्यांना वाटले, 'एका ठिकाणी बसलेले लोक घरी जाण्यासाठी निघाले आहेत.' त्यांना वाटले नाही की, काश्मिरी खेडुतांच्या वेषातील हे लोक छुपे हल्लेखोर होते व त्यांच्या ढगळ अंगरख्याखाली शस्त्रे लपवलेली होती. त्यामुळे खेड्यांतील घरांमधून जेव्हा गोळीबारास सुरुवात झाली, तेव्हा त्यांना आश्चर्याचा धक्का बसला. लगोलग त्यांच्यावर बॉम्बगोळ्यांचा वर्षाव व अगदी जवळून लाईट मशिनगनमधून गोळीबार चालू झाला. मेजर शर्मांनी कळविले की, जरी खेड्यातून गोळीबार होत असला तरी त्यांनी उलट गोळीबार केला नाही, कारण गावातील स्त्रिया, मुले नाहक बळी पडतील. ज्यावेळी मेजर शर्मा, बदललेली परिस्थिती, ब्रिगेड कमांडरला कळवत होते, त्यावेळी त्यांच्या नव्वदपेक्षाही कमी माणसे असलेल्या कंपनीवर, त्यांच्या ठिकाणाच्या पश्चिमेकडील घळींतून बॉम्बगोळ्यांचा वर्षाव व स्वयंचलित गनमधून गोळीबार होत होता.

हाताशी उपलब्ध असलेल्या सामग्रीचा वापर करून, मेजर शर्मांनी ह्या आव्हानाला तोंड दिले व पहिला हल्ला परतवला. पण शत्रूचा दबाव वाढू लागला. जेव्हा पाचशे लोकांची टोळी समोर आली त्यावेळी आपल्या माणसांची संख्या लक्षात घेऊन, मेजर शर्मांनी ब्रिगेडकडे मदत मागितली. ब्रिगेडने हवाई मदत पाठवत असल्याचे सांगितले. माणसांचा तुडवडा असल्याने, मेजर शर्मांनी स्वत: विमानांना त्यांच्या उद्देशावर लक्ष

केंद्रित करण्यासाठी मार्गदर्शक ठरणाऱ्या पट्ट्यांची जमिनीवर मांडणी केली.

तिन्ही बाजूने शत्रूचा हल्ला झाल्याने, डी-कंपनीचे खूप नुकसान झाले होते. शत्रूच्या सात सैनिकांच्या समोर त्यांचा एक सैनिक, अशा गुणोत्तरानेही ते निराश झाले नाहीत. ब्रिगेड मुख्यालयाने '१ पंजाबही त्यांच्या मदतीला येत आहे,' असे सांगितले असले, तरी ती यायला उशीर होणार, ह्याची त्यांना कल्पना होती.

स्वतःच्या सुरक्षिततेची फिकीर न करता, मेजर शर्मा एका तुकडीकडून दुसऱ्या तुकडीकडे जात होते व आपल्या सहकाऱ्यांना प्रोत्साहित करून लढण्यास प्रवृत्त करत होते. परिणामी, त्यांच्या लोकांनी शत्रूचे जास्तीत जास्त सैनिक ठार केले व शत्रूला फार मोठी किंमत मोजावयास लावली. आपले बरेच सैनिक जखमी झाल्यामुळे, लाईट मशिनगनच्या कामास विलंब होत असल्याचे त्यांना जाणवले, तेव्हा त्यांनी स्वतःच गोळ्या (मॅग्झीन) भरण्यास सुरुवात केली. ह्या धामधुमीमध्ये व्यग्र असताना, शत्रूच्या तोफेतून आलेला एक गोळा त्यांच्याजवळच फुटला व मेजर शर्मांना वीरगती प्राप्त झाली.

ह्या लढाईमध्ये मेजर शर्मांसह, त्यांच्या कंपनीतील सुभेदार प्रेमसिंग मेहता व इतर वीसजण मृत्युमुखी पडले आणि सव्वीसजण जखमी झाले. शत्रूचेही अपरिमित नुकसान झाले. भारतीय सैन्याने बडगामवर जेव्हा पुन्हा विजय मिळवला, त्यावेळी त्यांना शत्रू-टोळीची तीनशे प्रेते मिळाली.

सोमनाथ शर्मांना वीरगती प्राप्त झाली तेव्हा ते फक्त पंचवीस वर्षांचे, अविवाहित तरुण होते. त्यांच्या युद्धातील नेतृत्वाने घालून दिलेला धडा, हा आजच्या व उद्याच्या अधिकाऱ्यांसाठी एक आदर्श नीतिपाठ आहे. त्यांच्या अप्रतिम कामगिरीबद्दल, खरे म्हणजे, त्यांचे नाव 'व्हिक्टोरिया क्रॉस'साठी सुचवले गेले होते. परंतु त्यावेळी भारत एक स्वतंत्र राष्ट्र होते व ह्या विचित्र परिस्थितीत त्यांना ब्रिटिशांकडून असे पदक मिळू शकले नाही. भारत सरकारने त्यांच्या शौर्याची व उच्च दर्जाच्या नेतृत्वाची (जाणीवपूर्वक) कदर करून, स्वतंत्र भारताचे, सर्वोच्च मानाचे पदक देऊन त्यांना गौरवले आहे. 'परमवीर चक्र' ह्या पदकाचे ते पहिले मानकरी होते.

◆

मानपत्र

कंपनी हवालदार मेजर पिरूसिंग

६वी बटालियन/राजपुताना रायफल्स (नंबर २८३१५९२)

डी-कंपनीचे हवालदार मेजर पिरूसिंग-क्र. २८३१५९२, यांच्यावर टिथवालच्या दक्षिणेस असलेल्या टेकडीवर हल्ला करून, ते ठिकाण ताब्यात घेण्याची जबाबदारी होती. शत्रुपक्षाने त्या ठिकाणावर आपला ताबा प्रस्थापित केला होता व सर्व वाटा रोखून धरण्याच्या दृष्टीने, एम.एम.जी. (मिडियम मशिनगन) बसविल्या होत्या. जेव्हा आपण हल्ला केला, तेव्हा शत्रुपक्षाने एम.एम.जी.चा मारा केला व खंदकावरून खाली हातगोळे फेकले. पिरूसिंग त्यावेळी कंपनीच्या पहिल्या तुकडीत होते.

त्यांच्या तुकडीतील अर्धेअधिक लोक यमसदनास गेलेले अथवा जखमी झालेले असतानाही, ते डगमगले नाहीत. युद्ध आरोळी ठोकून त्यांनी उरलेल्यांना प्रोत्साहित केले व अत्यंत निश्चयपूर्वक शत्रूच्या मशिनगनवर झेपावले. गोळ्यांच्या भडिमारामुळे त्यांचे कपडे फाटले होते, शरीरावर अनेक ठिकाणी जखमा झाल्या होत्या पण तरीही, स्वत:च्या जिवाची पर्वा न करता ते शत्रूवर चालून गेले. आपल्या स्टेनगनने, एका मशिनगनच्या कर्मचाऱ्यांना घायाळ केले व दुसऱ्या मशिनगनवर तुटून पडले. मशिनगन-धारकाला आपल्या संगिनीने भोसकून ठार केले व मशिनगनचा आवाज बंद केला.

आत्ता त्यांच्या एकदम लक्षात आले, त्यांचे सर्व साथीदार निकामी झाले आहेत, जखमी आहेत वा मारले गेले आहेत व ते एकटेच जिवंत आहेत. चेहऱ्यावर रक्ताचे ओघळ वाहत होते, डोळ्याला जखम झाली

होती, तरी त्या अवस्थेत खंदकामधून बाहेर पडत त्यांनी शत्रूच्या पुढच्या ठिकाणावर हातगोळे भिरकावले. पुन्हा युद्धाची आरोळी ठोकत, ते शत्रूच्या आणखी एका खंदकावर झेपावले आणि तिथल्या दोघा मशिनगनधारकांना संगिनीने भोसकून मृत्यूची वाट दाखवली.

सी-कंपनीचा कमांडर, जो चढाई करणाऱ्या कंपनीच्या मदतीसाठी गोळीबाराचे मार्गदर्शन करत होता, त्याने पिरूसिंगांची ही मर्दुमकी प्रत्यक्ष स्वत:च्या डोळ्यांनी पाहिली होती.

हवालदार मेजर पिरूसिंग दुसऱ्या खंदकातून बाहेर पडले व शत्रूच्या तिसऱ्या खंदकावर झेपावताना, शत्रूच्या बंदुकीची गोळी त्यांच्या डोक्यात घुसली व ते खंदकाच्या कडेवर कोसळले. त्याचवेळी शत्रूच्या खंदकात मोठा स्फोट झाला. ह्यावरून लक्षात येते की, अगदी शेवटीसुद्धा त्यांच्या हातातील बॉम्बने लक्ष्य साधले होते. तिथेच हवालदार मेजर पिरूसिंगांच्या शरीरातील ज्योत निवली होती.

त्यांना आपल्या शौर्यपूर्ण एकाकी लढतीचे फलित, आपले प्राणदान करून मिळाले आणि आपल्यामागे आपल्या साथीदारांसाठी असीम धैर्य, शौर्यपूर्ण एकाकी लढतीचा वस्तुपाठ त्यांनी घालून दिला.

(गॅझेट ऑफ इंडिया नोटीफिकेशन; नं. ८-प्रेस/५२)

* * *

गावंढळ तरुण ते वीरपुरुष

'भीती न बाळगता जीव धोक्यात घालणे म्हणजे धैर्य नव्हे. पण उचित गोष्टींच्या पूर्तीसाठी दृढसंकल्प असणे म्हणजे धैर्य होय. ज्याच्या मनात भीतीची भावनाच निर्माण होत नाही, तो शूर नव्हे. कारण बेजबाबदारपणा, मूर्खपणा यांनी उद्युक्त होऊन केलेले ते कृत्य असते. पण ज्याच्या पवित्र आत्म्याने भीतीवर ताबा मिळवला आहे, तो असे शूरपणाचे कृत्य करतो, जे करायला निसर्गही कचरेल.' – फेरॉल्ड.

लढवय्या जमातीच्या, राजपूत शेतकरी कुटुंबात पिरूसिंग जन्मले. राजस्थानच्या झुनझुनू जिल्ह्यातील बेरी ह्या गावी १९१८च्या मे महिन्यात त्यांचा जन्म झाला. तीन भाऊ व चार बहिणी अशा सात जणांत ते तिन्ही भावांत सर्वांत लहान होते.

सहाव्या-सातव्या वर्षी पिरूसिंगना गावातल्या शाळेत घातले. शाळेचे बंदिस्त वातावरण त्यांना आवडत नसे. एकदा त्यांचे एका मुलाशी भांडण झाले. गुरुजी

त्यांना रागावले. त्यांनी गुरुजींच्याकडे पाटी भिरकावली व घरचा रस्ता धरला, तो पुन्हा न येण्यासाठी. ते वडिलांच्या शेतीच्या कामात मदत करू लागले आणि थोड्याच वर्षांत एका सुदृढ, बांधेसूद व दिसायला देखण्या अशा तरुणात त्यांचे रूपांतर झाले. त्यांना खेळाची आवड होती व घराबाहेर राहायला आवडे. ते आपल्यापेक्षा मोठ्यांना सल्ला देत असत. त्यांना शिकारीची आवड होती. एकदा हनुवटीला जखम होऊनही त्यांनी शिकार करणे सोडले नाही.

पहिल्यापासूनच पिरूसिंगनी सैन्यात भरती व्हायचे ठरवले होते. पण वय कमी असल्यामुळे, त्यांना दोनदा प्रवेश नाकारण्यात आला. शेवटी वयाच्या अठराव्या वर्षी त्यांना सैन्यात प्रवेश मिळाला व पिरूसिंगनी २० मे, १९३६ला सैन्यदलात प्रवेश केला. १०/१ पंजाबमध्ये त्यांची झेलमला नियुक्ती झाली. एक वर्षाच्या प्रशिक्षणानंतर, १ मे, १०३७ला ५/१ पंजाबमध्ये त्यांची नेमणूक झाली.

आधीच्या आयुष्यात पिरूंना शाळेबद्दल नावड असली तरी सैन्यदलामध्ये त्यांनी शिक्षणावर विशेष मेहनत घेतली. 'इंडियन आर्मी फर्स्ट क्लास सर्टिफिकेट ऑफ एज्युकेशन' व इतर परीक्षा ते यशस्वीरीत्या उत्तीर्ण झाले. ७ ऑगस्ट, १९४०ला त्यांची लान्सनाईक म्हणून नियुक्ती झाली. नॉर्थ वेस्ट फ्रंटिअरमध्ये त्यांची बटालियन तैनात होती, तिथे त्यांना प्रत्यक्ष युद्धाचा अनुभव मिळाला.

सप्टेंबर १९४१ला 'पंजाब रेजिमेंट सेंटर'मध्ये झेलम येथे, त्यांची इन्स्ट्रक्टर म्हणून नेमणूक झाली. मार्च १९४१ मध्ये नाईक म्हणून व फेब्रुवारी १९४२ला हवालदार म्हणून त्यांना बढती मिळाली. ते एक कुशल खेळाडू होते. हॉकी, बास्केटबॉल व क्रॉस कंट्रीमध्ये ते आपल्या रेजिमेंटतर्फे खेळत असत. १९४५च्या मे मध्ये त्यांना 'कंपनी हवालदार मेजर' म्हणून बढती मिळाली. ऑक्टोबर १९४५ पर्यंत ते इन्स्ट्रक्टर म्हणूनच काम पाहत होते. दुसऱ्या महायुद्धानंतर, एप्रिल १९४६ला 'कॉमनवेल्थ ऑक्युपेशन फोर्सेस'च्या सेवेत काम करण्यासाठी, ते जपानला गेले व सप्टेंबर १९४७ पर्यंत ते जपानमध्ये होते.

ह्याच सुमारास देशाची फाळणी झाली व ५/१ पंजाब रेजिमेंटमधील राजपुतांची बदली, ६ राजपुताना रायफल्समध्ये करण्यात आली.

जम्मू-काश्मीरमध्ये विद्वेषाचा उद्रेक झाला. पिरूसिंग व त्यांच्या बटालियनच्या सैनिकांना विमानाने काश्मीर खोऱ्यात आणण्यात आले. त्यांच्या बटालियनने घुसखोरांना सीमेबाहेर हुसकावून लावण्याची महत्त्वाची कामगिरी पार पाडली. १९४८च्या उन्हाळ्यात झालेल्या लढाईमध्ये, पिरूसिंगनी पिरकंठी व लेडीगली ही ठाणी काबीज करताना महत्त्वपूर्ण कामगिरी बजावली आणि त्यांच्या ठिकाणी असणाऱ्या धैर्य व उत्कृष्ट नेतृत्व ह्या गुणांचे प्रकर्षाने दर्शन झाले.

त्यांच्यातील असीम धैर्याचे व उत्कृष्ट नेतृत्वाचे शेवटचे उदाहरण म्हणजे दारापरीची लढाई होय.

दारापरी युद्धाची पूर्वपीठिका

श्रीनगरला असलेला संभाव्य धोका टळल्यानंतर भारतीय फौजा उरी भागात एकत्र आल्या आणि हल्लेखोरांपासून काश्मीर खोऱ्याची मुक्तता करण्यासाठी, १९४८च्या वसंतऋतूत एका मोठ्या आक्रमक योजनेची तयारी करण्यात आली. या कामासाठी, 'श्री डिव्हीजन'चे कमांडिंग ऑफिसर म्हणून, मेजर जनरल थिमय्या (डी.एस.ओ.) ह्यांची नेमणूक करण्यात आली.

जनरल थिमय्यांनी आक्रमक हल्ला करावयाचे ठरवले. ब्रिगेडिअर एल.पी.सेन (डी.एस.ओ) च्या अधिपत्याखाली १६१ इन्फन्ट्री ब्रिगेडच्या डिव्हिजनने, उरी-डोमेल रस्त्याला मुख्य लक्ष्य करून, हल्ला चढवायचे ठरवले होते आणि त्या आधी दोन-तीन दिवस ब्रिगेडिअर हरबक्षसिंग ह्यांच्या अधिपत्याखालील १६३ इन्फन्ट्री ब्रिगेडच्या डिव्हिजनने, हंडवारा पासून टिथवालकडे चालून जायचे होते, ज्यायोगे मुझफ्फराबाद येथील शत्रूच्या अतिरिक्त फौजांना त्या बाजूला जास्तीत जास्त ओढून घेता येणार होते. त्याचवेळी पूंछ ब्रिगेडच्या बटालियनने, बाघाच्या बाजूला हल्ला करून तिकडे शत्रुसैन्याला अडकवून ठेवायचे होते.

दोन्ही ब्रिगेडनी, मे महिन्याच्या तिसऱ्या आठवड्यात कारवाई सुरू केली. शत्रूचा कडवा प्रतिकार यशस्वीपणे परतवून लावत डोगरपूर, त्रेहगाम व चोकीबाळ ही ठाणी काबीज केली व टिथवालवर चाल करून, ते ठाणेही २२ मे ला काबीज केले. ६ राजपुताना रायफल्सने, टेकडीवरील महत्त्वाचे 'दारापरी' हे ठिकाण हस्तगत केले. टिथवाल भागात झालेल्या पराभवाच्या नामुष्कीने, पाकिस्तान चांगलेच दुखावले आणि भारतीय फौजांना तेथून उखडून टाकण्यासाठी त्यांनी एकामागोमाग एक हल्ले चढवले.

दारापरीची लढाई – दारापरी हे अकराशे फूट उंचीच्या टेकडीवरचे ठिकाण आहे. त्याचा अरुंद माथा, खडकाळ व खड्या सुळक्यांनी वेढलेला आहे. टांगधरपासून येथे पोहोचायला तीस मैलांचा खडतर प्रवास करावा लागतो. दारापरी काबीज केल्याने तेथील खोऱ्यातून चढाया करणे सुकर होणार होते. ६ राजपुताना रायफल्सवर हे ठिकाण काबीज करण्याची जबाबदारी दिली होती. त्यांना कळवण्यात आले होते की, हेरखात्याने दिलेल्या अहवालानुसार शत्रूला मोर्चेबांधणीसाठी फारसा वेळ मिळालेला नाही, त्यामुळे चपळाईने हल्ला करून, तेथून शत्रूला हुसकावून लावणे शक्य आहे. पण ही माहिती चुकीची असल्याचे निष्पन्न झाले. त्या ठिकाणी शत्रूने

आपले पाय घट्ट रोवले होते. शत्रूच्या ठावठिकाण्यांची पूर्वपाहणी करण्यास बटालियनला पुरेसा वेळ मिळाला नव्हता. १७ जुलैला दुपारी कमांडिंग ऑफिसरने हल्ला करण्याचे आदेश दिले. दारापरीला जाण्याचा रस्ता अरुंद होता, त्यामुळे हल्ल्याची मांडणी करणे अवघड होते. वेळेचे बंधन असल्यामुळे लांबच्या मार्गाने जाऊन हल्ले चढविणे शक्य नव्हते.

१७ जुलैच्या, मध्यरात्री, काळोखाचा फायदा घेत हल्ला करण्याचे ठरले. कंपनी हवालदार मेजर पिरूसिंगची पलटण पुढच्या फळीत होती. शत्रुसैन्य जेथे दबा धरून बसले होते, तिथे हे पथक पोहोचले. पण त्याचवेळी त्यांच्यावर गोळ्यांचा भडिमार झाला. पलटणीचा कमांडर, सुभेदार भिकासिंगवर घाला पडला, हे पाहून हवालदार मेजर पिरूसिंगांनी पलटणीची सूत्रे आपल्या हातात घेतली. उंचीवर खोदलेल्या खंदकांत व घळींमध्ये शत्रुसैन्य लपून बसले होते आणि त्यांनीच ह्यांच्यावर बंदुका डागल्या होत्या. हवालदार मेजर पिरूसिंगांनी त्या जीवघेण्या गोळीबारातून वाट काढत आपल्या सैनिकांना पुढे घेतले व ज्या बाजूने हल्ला होण्याची शक्यता होती त्या अंगावर आपल्या मध्यम पल्ल्याच्या मशिनगन रोवल्या. पलटणीच्या दोन्ही अंगाने गोळीबार होत होता व खंदकात लपलेल्या शत्रूकडून हातगोळ्यांचा वर्षाव चालू होता. अशा परिस्थितीतही पिरूसिंग पलटणीचे नेतृत्व करतच होते. पलटणीतले अर्धेअधिक साथीदार मारले गेले होते वा जखमी होते. पिरूसिंग जराही डगमगले नाहीत. 'राजा रामचंद्रकी जय' ही युद्धाची आरोळी देत, शत्रूच्या लगतच्या मध्यम पल्ल्याच्या मशिनगनवर झपाट्याने चालून गेले. त्यांच्या मागोमाग, बचावलेले साथीदार पुढे झाले. हातगोळ्यांच्या फुटलेल्या जळत्या तुकड्यांच्या पडद्यातून पुढे जाणे एक दिव्यच होते. स्वत:च्या सुरक्षिततेचा वा स्वसंरक्षणाचा जराही विचार न करता पिरूसिंग पुढे सरसावले आणि खंदकामध्ये उडी घेऊन त्यांनी मशिनगनधारकाला व तिथल्या कर्मचाऱ्याला आपल्या संगिनीने भोसकून ठार केले. आग ओतणाऱ्या मशिनगन थंडावल्या. आता ते एकटेच उरले होते. त्यांच्या पलटणीतील लोक मारले गेलेले अथवा जखमी झालेले होते. त्याचवेळी शत्रुसैन्यातून आलेल्या हातगोळ्याने त्यांचा चेहरा फाडला, चेहऱ्यावरून रक्त गळू लागले. अशा अवस्थेतही ते खंदकातून बाहेर पडले व पुन्हा एक युद्धाची आरोळी ठोकून, शत्रूच्या दुसऱ्या खंदकावर झेपावले. तेथील दोन्ही तोफचालकांना संगिनीने भोसकून ठार केले. जेव्हा ते तिसऱ्या खंदकावर झेपावले तेव्हा त्यांच्या डोक्याला गोळी लागून ते खंदकात कोसळले आणि त्याचक्षणी त्या खंदकात मोठा भडका उडाला. त्यांच्या शेवटचा प्रयत्नातही ते यशस्वी झाले होते. त्यांच्या हातातील ग्रेनेडने लक्ष्य साधले होते.

त्यांच्या अतुलनीय शौर्याने प्रेरित होऊन, त्यांच्या कंपनीच्या इतर साथीदारांनी

मृत्यूच्या जबड्यात उड्या घेऊन, शर्थीचे प्रयत्न करून दारापरी शिखर काबीज केले.

हवालदार मेजर पिरूसिंगांच्या अतुलनीय, अमानवी अशा शौर्याचा दारापरी सर करण्यात मोठा वाटा होता. त्यांच्या नेतृत्वाचे व थरकाप उडविणाऱ्या धैर्याचे दारापरीच्या युद्धात दर्शन झाले. त्यात त्यांच्या प्राणांची आहुतीही पडली आणि त्याचसाठी 'परमवीर चक्र' देऊन देशाने त्यांच्या शौर्याचा गौरव केला.

◆

मानपत्र

लान्सनाईक करमसिंग
१ सिख (नं. २२३५६)

२३ मे, १९४८ ला जम्मू-काश्मीरमधील टिथवाल आपण हस्तगत केले. शत्रुसैन्याने त्यानंतर रिचमर-गली व टिथवाल परत मिळवायचे पुष्कळ प्रयत्न केले. १३ ऑक्टोबरला ईद होती. त्यावेळी रिचमर-गलीवर, ब्रिगेडइतक्या सैन्यदलाने हल्ला करायचा व टिथवालच्या बाजूने जाऊन श्रीनगर खोऱ्यात उतरायचा शत्रूचा प्रयत्न होता. रिचमर-गलीमध्ये, लान्सनाईक करमसिंग एका तुकडीचे नेतृत्व करत होते.

शत्रुसैन्याने बंदुकीच्या गोळीबाराने सुरुवात करून, तोफांचा भडिमार करत जोरदार हल्ला चढवला होता. शत्रूच्या तोफांचा मारा इतका अचूक होता की, आपला एकही खंदक असा उरला नव्हता की ज्याचे नुकसान झाले नव्हते.

एका खंदकापासून दुसऱ्या खंदकापर्यंतचे चरे उद्ध्वस्त झाले होते. लान्सनाईक करमसिंग, तरीही त्यातून फिरत होते. जखमींना धीर देत होते व सैनिकांना लढण्यासाठी प्रोत्साहित करत होते. त्यादिवशी शत्रूने वेगवेगळे आठ हल्ले चढविले आणि अशाच एका हल्ल्यानंतर शत्रूला भारतीय पलटणीच्या हद्दीत पाय रोवता आला. त्यावेळी लान्सनाईक करमसिंगांनी, स्वत: जखमी झाले असतानाही इतर काही साथीदारांच्या मदतीने, शिताफीने शत्रूवर प्रतिहल्ला चढवला. समोरासमोर झालेल्या झटापटीत त्यांनी शत्रूच्या बऱ्याच जणांना, संगिनीने भोसकून यमसदनास पाठवले.

कितीही कठीण परिस्थितीत न डगमगणारा नेता म्हणून लान्सनाईक

करमसिंग यांची प्रतिमा उभी राहिली. ना गोळ्यांचा भडिमार, ना अपार कष्ट, कोणत्याही गोष्टीने त्यांचे चित्त विचलीत झाले नाही. त्यांच्या अतुलनीय शौर्याने, त्यांच्या साथीदारांना त्या दिवशी स्फुरण दिले. त्यांच्या जाज्वल्य देशाभिमानामुळेच टिथवालच्या लढाईत त्या दिवशी विजयश्री खेचून आणता आली.

(गॅझेट ऑफ इंडिया नोटीफिकेशन नं. २-प्रेस/५०)

* * *

धीट आणि शूर

'धैर्य कधीच ताकदीतून येत नसते. ते उत्पन्न होते हृदयामध्ये.'

– महात्मा गांधी.

करमसिंगांचा जन्म पहिल्या महायुद्धाच्या वेळचा, १५ सप्टेंबर, १९१५ रोजीचा. संगरूर जवळच्या सेद्रना या खेड्यात त्यांचे बालपण गेले. त्यांचे वडील सरदार उत्तमसिंग हे एक सधन शेतकरी होते. वडिलांप्रमाणे करमसिंगही सुखाचे आयुष्य जगू शकले असते. पण त्यांच्या गावाचा एकजण सिख रेजिमेंटमध्ये सैनिक होता आणि त्याच्या महायुद्धातील साहसपूर्ण कथांनी करमसिंग प्रभावित झाले होते. करम समक्य दृष्टीचा विचारी तरुण होता. १५ सप्टेंबर, १९४१ला ते १ सिखच्या पलटणीत भरती झाले, कारण त्या वीरपुरुषाप्रमाणेच भव्यदिव्य कामगिरी करायची त्यांची इच्छा होती.

दुसऱ्या जागतिक महायुद्धात, बर्मा येथे 'Battle of Admn Box' मधील त्यांच्या शौर्यपूर्ण, धीरोदात्त कामगिरीबद्दल त्यांना 'मिलिटरी मेडल' (M.M.) देऊन सन्मानित करण्यात आले होते. तेव्हा ते एक साधे शिपाई होते (हे विशेष आहे). तरुण वयातच मान-सन्मान मिळाल्यामुळे ते आपल्या बटालियनमधील सहकाऱ्यांचा आदर्श होते. त्यांच्याशी परिचित असणारे लोक, ते एक आदरणीय व्यक्ती असल्याचे सांगत. 'उचित गोष्ट योग्य प्रकारे करणे' हे त्यांच्या आयुष्याचे ध्येय होते. त्यांना त्यांचे सैनिकी जीवन, बटालियन व त्यांची रेजिमेंट आवडे. ते एक चांगले खेळाडू होते व पोलो आणि उंच उडीमध्ये प्रवीण होते. १९४८ मध्ये त्यांना त्यांच्या अंगभूत गुणांचे प्रदर्शन करण्याची संधी पुन्हा मिळाली.

टिथवालवर चढाई व रिचमर-गलीची लढाई

२३ मे, १९४८ला जम्मू-काश्मीरमधील टिथवालवर आपण ताबा मिळवला. त्यानंतर टिथवाल व रिचमर-गलीवर पुन्हा ताबा मिळवण्यासाठी शत्रूने अनेक प्रयत्न

केले. १३ ऑक्टोबरला ईद होती. त्या दिवशी रिचमर-गलीवर हल्ला चढवून ते काबीज करायचे व तेथून टिथवाल घाटी पार करून काश्मीर खोऱ्यात उतरायचे असा, शत्रुसैन्याचा प्रयत्न होता. रिचमर-गली येथे १ सिखची पलटण होती, त्यांना शत्रूबरोबर लढत द्यावी लागली. शत्रुसैन्याने जोराचे हल्ले चढवून, ह्या महत्त्वाच्या ठिकाणावरून आपल्या सैन्याला हुसकावण्याचा प्रयत्न केला. त्यांना आपल्या सैन्याने कडवा प्रतिकार केला. पहाटे ६ वाजता शत्रूने माघार घेतली व पुन्हा सकाळी साडेनऊ वाजता जास्तीच्या तोफा, शस्त्रास्त्रे, दारूगोळा व मशिनगन घेऊन शत्रूच्या आणखी एका बटालियनने हल्ला चढवला. दहा वाजता शत्रूने कंपनीच्या ठिकाणावर हल्ला केला. तोही हल्ला परतवल्यावर शत्रूने पुन्हा मोठ्या संख्येने हल्ला केला. १ सिखच्या कंपनीने त्यालाही परतवले. पण त्यांचे बहुतेक खंदक त्यात ढासळले. विमानदलाची मदत मागवली गेली आणि त्यांनी शत्रूला परिणामकारकरीत्या गुंतवून ठेवले. १ सिखच्या मदतीला बटालियनमधील 'रेकी' ग्रुपला व ३ जाटच्या २ कंपन्यांना धाडण्यात आले. त्यांच्या सहकार्याने शत्रूचा पाडाव करता आला. त्या घटकेपर्यंत १ सिखच्या सदतीसजणांना दुखापती झाल्या होत्या व त्यांचे दहा साथीदार मृत्युमुखी पडले होते. रिचमर-गलीहून आपल्याला हुसकावून लावण्यासाठी, ह्या नंतरही शत्रूने आणखी एक प्रयत्न केला. १३/१४ ऑक्टोबरच्या रात्री तुफान गोळाफेक झाली. १३ ऑक्टोबरला सकाळी साडेसात वाजता शत्रूच्या २ कंपन्यांनी जोरदार हल्ला केला. त्यांनाही परतवून लावण्यात आपल्याला यश आले व त्यात त्यांचे खूप नुकसानही झाले. आपल्या हवाईदलाने बहुमोल कामगिरी केली. शत्रूचे सर्व प्रयत्न हाणून पाडले.

रिचमर-गली व टिथवाल या भागात झालेल्या घनघोर लढाईमध्ये, लान्सनाईक करमसिंगांनी अत्यंत धीरोदात्त नेतृत्व केले. १४ ऑक्टोबरच्या लढाईत १ सिख पलटणीवर हल्ला चढवला तेव्हा करमसिंग पहारा देत असलेले ठिकाण हे शत्रूचे पहिले लक्ष्य होते. त्या ठिकाणचे रक्षण करण्यासाठी त्यांच्याकडे फक्त चारच माणसे होती. शत्रूच्या प्रचंड संख्येपुढे ती अगदीच कमी होती. दारूगोळाही थोडाच होता व त्यांची दोन माणसे जखमीही झाली होती. तोफांचा भडिमार व सततचा गोळीबार, यामुळे मदत लगेचच पोहोचण्याची शक्यता कमी असल्याची त्यांना कल्पना होती. स्वत: जखमी असताना, त्यांनी तिसऱ्या सैनिकाच्या मदतीने, आपल्या जखमी साथीदारांना कंपनीच्या मुख्य ठिकाणी आणून सोडले.

पलटणीच्या अग्रस्थानी असण्यामुळे, शत्रूच्या तोफांच्या भडिमारास व जोरदार हल्ल्यास त्यांना तोंड द्यावे लागले. ते दोनदा जखमी झाले, पण तरीही त्यांनी परतण्यास नकार दिला. त्यांच्या पलटणीचे सर्व खंदक नष्ट झाले होते. लान्सनाईक करमसिंग तरीही लढत होते व आपल्या सहकाऱ्यांना प्रोत्साहित करत होते.

शत्रुसैन्याचे दोघेजण त्यांच्या इतके जवळ पोहोचले होते की, त्यांनी आपल्या खंदकातून उडी मारली आणि दोघा हल्लेखोरांना आपल्या संगिनीने भोसकून ठार केले व परत आपल्या खंदकात उडी घेतली. शत्रूने आणखी दोन वेळा हल्ले केले पण तेही त्यांनी परतवून लावले. संध्याकाळी अंदाजे सात वाजता शत्रुसैन्याने हल्ला करण्याचे थांबविले. शत्रुसैन्याने केलेले एकूण आठही हल्ले अयशस्वी ठरले कारण लान्सनाईक करमसिंग व त्यांच्या साथीदारांनी धैर्याने व निश्चयाने प्रतिकार केला.

शत्रूशी लढताना दाखवलेल्या धैर्याबद्दल, अतुलनीय पराक्रमाबद्दल, लान्सनाईक करमसिंग M.M.यांना 'परमवीर चक्र' हे सर्वोच्च पदक देऊन गौरविण्यात आले.

करमसिंग अशी लोकोत्तर कामगिरी पार पाडू शकले ते त्यांच्या ठिकाणी असलेल्या कोणत्या गुणांमुळे? तो त्यांचा स्वभावधर्म होता की, उचित गोष्ट योग्य प्रकारे करण्याची शिकवण त्यांना त्यांच्या रेजिमेंटमध्ये मिळाली होती? ह्याचे नक्की उत्तर आपणाला ठाऊक नाही. आपण फक्त अनुमान करू शकतो.

कॅप्टन (सन्मानीत) करमसिंगांनी वयाच्या ऐंशीव्या वर्षी त्यांच्या खेड्यात शांतचित्ताने आपले प्राण सोडले, पण त्यांच्या कर्तृत्वाची कहाणी त्यांच्या खेड्यात, रेजिमेंटमध्ये व भारतीय सैन्यदलामध्ये दुमदुमत राहील.

◆

मानपत्र

नाईक जदुनाथसिंग

१ राजपूत (नं. २७३७३)

६ फेब्रुवारी, १९४८ला ताइनधर येथील पहारा चौकी नं. २ चे अधिपत्य नाईक जदुनाथसिंगांकडे होते. ती आघाडीची चौकी असल्यामुळे ह्या चौकीला शत्रूच्या हल्ल्याचा तडाखा सहन करावा लागला. ह्या छोट्या चौकीमध्ये, अशा मोठ्या संकटाचा मुकाबला करायला फक्त नऊ माणसे होती! ह्या चौकीचा ताबा मिळवण्यासाठी शत्रुसैन्याने एकामागून एक असे जोरदार हल्ले केले. त्यांची पहिलीच जोरदार लाट चौकीवर येऊन धडकली. जदुनाथसिंग यांनी उच्चतम धैर्याने व उत्कृष्ट नेतृत्वाने, आपल्याजवळ असलेल्या मोजक्याच माणसांचा इतका कल्पक उपयोग केला की, शत्रुसैन्य पुरते गोंधळले व परत गेले. त्यांची चार माणसे या हल्ल्यात जखमी झाली होती, पण त्यांनी आपल्या सैनिकांचा योग्य व पुरेपूर उपयोग केला व ते दुसऱ्या हल्ल्याला तोंड देण्यासाठी तयार झाले. जदुनाथ इतके संयमी, धीरोदात्त शूरवीर होते की, त्यांच्या हाताखाली लढणाऱ्या त्यांच्या सहकाऱ्यांनी, आपल्यापेक्षा संख्येने मोठ्या व आक्रमक अशा शत्रुसैन्याच्या दुसऱ्या हल्ल्याचा सामना करायला कंबर कसली. जदुनाथांच्या नेतृत्वाखाली एवढ्या छोट्या गटाने, शत्रूच्या मोठ्या सैन्याचा प्रतिकार केला. आता मात्र सर्व सैनिक जखमी झाले होते. जदुनाथांचाही उजवा हात जखमी झाला होता. तरी त्यांनी जखमी ब्रेनगनरकडून ब्रेनगन स्वत:कडे घेतली. शत्रू पाठीशी येऊन ठेपला होता. स्वत:च्या सुरक्षिततेची

तमा न बाळगता, अत्यंत संयमाने व धीराने त्यांनी आपल्या सहकाऱ्यांना लढण्यासाठी उद्युक्त केले. त्यांचा गोळीबार इतका विध्वंसक होता की, होऊ घातलेल्या पराजयाचे रूपांतर विजयात झाले. शत्रूने आपल्या जखमी व मृत सैनिकांना, ज्यांचा जमिनीवर खच पडला होता, त्यांना तेथेच टाकून पळ काढला.

उच्च कोटीचे धैर्य, दृढनिश्चय व उच्च दर्जाचे नेतृत्व या जदुनाथांच्या गुणांमुळेच त्या चौकीचे दुसऱ्या हल्ल्यामध्ये रक्षण झाले. त्यांचे सर्व सैनिक जखमी झालेले होते. शत्रूने मोठ्या संख्येने व पूर्ण ताकदीनिशी ती जागा ताब्यात घेण्याच्या दृढनिश्चयाने तिसरा व शेवटचा हल्ला चढवला. नाईक जदुनाथसिंग जखमी झाले, पण तरीही त्यांनी एकहाती लढत देण्याचा निश्चय केला. मोठ्या धैर्याने व जिद्दीने ते चौकीबाहेर आले व आपल्या हातातील स्टेनगनने त्यांनी समोरून येणाऱ्या शत्रूवर गोळ्यांचा वर्षाव केला. शत्रुसैन्य पुरते गडबडून गेले व अस्ताव्यस्त धावू लागले. या तिसऱ्या हल्ल्यामध्ये जदुनाथांच्या छातीत व डोक्यात गोळ्या घुसल्या व ते धारातीर्थी पडले. ह्या नॉन कमिशन्ड अधिकाऱ्याने अशा रीतीने समोरून आलेल्या शत्रूशी एकट्याने लढत देण्याचे, उच्चतम धैर्याचे, स्वार्थत्यागाचे जे कर्तव्य पार पाडले, त्यामुळे त्यांच्या तुकडीचा... नव्हे त्यांच्या संपूर्ण कंपनीचा, शत्रूच्या हल्ल्यापासून बचाव झाला. नौशेराच्या बचावासाठी झालेल्या लढाईतील ही बाब अत्यंत महत्त्वपूर्ण ठरली.

(गॅझेट ऑफ इंडिया नोटीफिकेशन नं. १६- प्रेस/५०)

* * *

हनुमानभक्त बाल ब्रह्मचारी

'सैनिकांनो विश्राम घ्या, युद्ध संपलेय.
युद्धात लढण्याच्या स्वप्नास विराम द्या,
अविचलित निद्रेचा लाभ घ्या.
नको कष्टप्रद सकाळ, नको जागविणारी रात्र!'

– सर वॉल्टर स्कॉट.

जदुनाथसिंग हे बिरबलसिंग राठोड व जमुना कंवर ह्यांचे तिसरे पुत्र. उत्तर प्रदेशातील शाहजानपूर जिल्ह्यातील कजूरी ह्या दुर्गम खेड्यात राहणारे बिरबलसिंग हे एक गरीब शेतकरी होते. जदुनाथ हे आठ भावंडांपैकी– सात भाऊ व एक बहीण.

चांगले शिक्षण मिळण्याचे सौभाग्य त्यांना प्राप्त झाले नाही.

खेड्यातील शाळेत ते चौथीपर्यंत शिकले. त्यानंतर बहुतेक वेळा, ते वडिलांना शेतीच्या कामात मदत करत असत. जदुनाथसिंग कुस्तीमध्ये त्यांच्या गावात सर्वोत्कृष्ट होते. ते लहानपणापासूनच आदर्शवादी होते व त्यामुळेच त्यांना 'हनुमानभक्त बाल ब्रह्मचारी' हे बिरुद दिले गेले. ह्या बिरुदानुसार, ते जन्मभर अविवाहित राहिले.

२१ नोव्हेंबर, १९४१ ह्या दिवशी फत्तेगडला 'राजपूत रेजिमेंट'मध्ये ते भरती झाले. प्रशिक्षण संपल्यावर राजपूत रेजिमेंटच्या १ बटालियन (आताचे नाव, ४ गार्डस्) मध्ये त्यांची नेमणूक झाली. दुसऱ्या महायुद्धात त्यांनी भाग घेतला आणि तिथेच त्यांच्यामधील शौर्य व नेतृत्वगुणांची चमक जाणवली होती. त्यांना 'नाईक' पदावर बढती मिळाली व ते सेक्शन कमांडर झाले.

ताइनधरच्या युद्धात त्यांनी गाजवलेल्या अतुलनीय पराक्रमाआधी नौशेरा व ताइनधरच्या युद्धाच्या पार्श्वभूमीवर एक नजर टाकणे उचित ठरेल.

नौशेरावरील हल्ला व ताइनधरची लढाई

श्रीनगरवर ताबा मिळवण्यासाठी हल्लेखोरांनी हल्ले केले. त्याच वेळी, त्याच दिवशी २० ऑक्टोबर, १९४७ ला जम्मू प्रांतावरही पाकिस्तानच्या पुंडांनी हल्ले केले. उत्तरेकडील पूंछपासून, आग्नेयेकडील काथुआपर्यंतच्या अनेक महत्त्वाच्या शहरांचा ताबा घेण्यासाठी हल्ले केले गेले. पूंछ, कोटली, मिरपूर, झांगर, नौशेरा, भिंबर व राजौरी या गावांना त्यांनी वेढा दिला. तसेच छांब, अखनूर, रणवीसिंगपुरा, सम्बा व काथुआ येथे हल्ले केले. हल्लेखोरांच्या तुलनेत संख्याबळ कमी असूनही, राज्य पोलिसांच्या शिपायांनी, भारतीय सेनादलाची मदत येईपर्यंत ह्या महत्त्वाच्या शहरांचे रक्षण केले.

मंत्रिमंडळाच्या संरक्षण समितीने, जम्मू-काश्मीरच्या राज्यातून हल्लेखोरांना हुसकावून लावण्याची, सैनिक मुख्यालयाला आज्ञा केली. जम्मू-काश्मीर विभागाच्या (जम्मू-काश्मीर डिव्हिजन) फौजेचे अधिपत्य मेजर जनरल कलवंतसिंगकडे होते. त्यांनी जम्मू-काश्मीर डिव्हिजनच्या सैनिकांना १६ नोव्हेंबरला आदेश दिले, त्यांपैकी काही सैनिक ५० पॅरा ब्रिगेडला होते. ह्या ब्रिगेडला अनेक गोष्टी पार पाडायच्या होत्या, त्यामधील दोन होत्या– १६ नोव्हेंबरला नौशेरा काबीज करणे व १७ नोव्हेंबरला झांगरला पक्का तळ ठोकणे. दरम्यान गुरुदासपूरला असलेल्या ५० पॅरा ब्रिगेडने जम्मू-काश्मीरकडे खुश्कीच्या मार्गे आधीच कूच केले होते. पठाणकोटनंतरचा रस्ता चांगला नसल्यामुळे, त्यांना पोहोचण्यासाठी बराच वेळ लागणार होता.

पूंछबरोबरचा संपर्क – पूंछ हे लष्करीदृष्ट्या महत्त्वाचे ठिकाण होते. पूंछ पाकिस्तानच्या ताब्यात गेल्यास, त्यांना काश्मीर घाटीत सहज प्रवेश करता आला

असता. मग डोमेल-श्रीनगर ह्या मार्गावरून फौजा उतरवण्याची जरूर पडली नसती.

पूंछबरोबर त्वरित संपर्क प्रस्थापित करण्यासाठी एक तातडीची योजना बनवली. दक्षिणेकडील जम्मू भागातून व उत्तरेकडील उरी भागातून लष्कराच्या मदतफौजा पाठवण्याचे ठरले. ५० पॅरा ब्रिगेड, नौशेरा, झांगर, कोटलीमार्गे पूंछला पोहोचणार होती. १३ नोव्हेंबरला ह्या ब्रिगेडने आपल्या मोहिमेला सुरुवात केली. त्याच दिवशी ती अखनूरला पोहोचली. १८ नोव्हेंबरला नौशेरा व झांगरला जाऊन १९ नोव्हेंबरला तिथल्या शिबंदीला मिळाली. कोटलीकडे जाताना वाटेत चकमकी उडाल्या व २६ नोव्हेंबरला ती कोटलीच्या शिबंदीला मिळाली. वाटेवरील लढाईमुळे स्पष्ट झाले की, शत्रूची ताकद व प्रतिकार कडवा होता, आपल्या फौजांचे संख्याबळ कमी पडत होते, शिवाय दूरच्या अंतरांमुळे आपल्या ठिकाणांत संपर्क ठेवणे जिकिरीचे होते होते. त्यामुळे ह्या ब्रिगेडने पूंछला जाण्याचा विचार बदलून, त्याऐवजी झांगरला परतून, झांगर-नौशेरा या भागाची सुरक्षा व्यवस्था मजबूत करावी, असे ठरले. त्यावेळी ब्रिगेडच्या नेतृत्वात बदल झाला. ७ डिसेंबर, १९४७ ला ब्रिगेडिअर मोहम्मद उस्मानकडे सर्व सूत्रे सोपवली.

नौशेराचे युद्ध – भारतीय सेनेच्या विजयाने पाकिस्तानी सैन्य खचून गेले होते. सैनिकांमध्ये आत्मविश्वास जागवण्यासाठी पाकिस्तानने आपल्या सैनिकांकरवी दूरदूरच्या ठिकाणांवर हल्ले केले. सहाहजार हल्लेखोरांनी २३/२४ डिसेंबरच्या रात्री, झांगरवर हल्ला केला व तिथे विखुरलेल्या अवस्थेत असलेल्या २ पंजाबच्या बटालियनला हुसकावून लावण्यात त्यांना यश आले. शत्रुसैन्याचे यापुढील लक्ष्य नौशेरा असणार हे आता स्पष्ट झाले होते. नौशेराच्या संरक्षणाच्या दृष्टीने, शक्य ते सर्व प्रयत्न अनुसरायला लागतील ह्याची जाणीव ब्रिगेडिअर उस्मानला झाली होती. नौशेराच्या जवळच, उत्तरेला असलेले 'कोट' हे टेकडीवरील ठिकाण शत्रूच्या ताब्यात होते. तिथून नौशेरा शहर दृष्टीच्या पूर्ण टप्प्यात येत होते. नौशेराच्या संरक्षणाच्या दृष्टीने ते लवकरात लवकर ताब्यात घेणे अत्यंत निकडीचे होते.

१ फेब्रुवारी, १९४८ला, ५० पॅरा ब्रिगेडने, रात्री हल्ला केला व २ फेब्रुवारीला सकाळी नौशेरावर ताबा मिळवला. शत्रूच्या सैन्याचे खूप नुकसान झाले व त्यांनी तिथून माघार घेतली. या पराभवामुळे चिडलेल्या पाकिस्तानने पंधराहजार हल्लेखोरांच्या मदतीने, ६ फेब्रुवारीला नौशेरा हस्तगत करण्यासाठी, सर्व बाजूंनी जोरदार हल्ला चढवला. घनघोर युद्धास सुरुवात झाली. नौशेराजवळच्या ताइनधर ह्या टेकडीवरच्या ठिकाणाकडे, शत्रूचे लक्ष लागून राहिले होते. कारण तिथून नौशेरा दृष्टिपथात येत होते. शत्रुसैन्याने वारंवार हल्ले चढवले. १ राजपूत ह्या बटालियनने दिलेल्या शौर्यपूर्ण लढतीमुळे शत्रुसैन्याचे खूप नुकसान झाले. अत्यंत शर्थीची लढाई झाली. अगदी समोरासमोरही लढत दिली गेली. याच ठिकाणी झालेल्या चकमकीत

अनेकांना शौर्यपदके मिळाली व राजपूत रेजिमेंटच्या जदुनाथसिंगना, उच्च प्रतीच्या पराक्रमासाठी 'परमवीर चक्र' पदक (मरणोत्तर) देऊन गौरवले गेले.

ताइनधरची लढाई – भारतीय सैन्याने कोट हे ठिकाण जिंकून घेतले होते. त्या पराभवाने, अपमानाने चिडलेल्या पाकिस्तानी सैन्याने नौशेरावर चहुबाजूंनी जोरदार हल्ला चढवला. स्वॅट व दीर येथून आलेल्या तीनहजार पठाणांनी तोफगोळे, मशिनगन, हातगोळे ह्यांच्या साहाय्याने ताइनधरवर हल्ला केला. तेथे पहाऱ्यावर असलेल्या भारतीय तुकडीला त्याचा फटका बसला. बचावाच्या दृष्टीने, मोक्याच्या ठिकाणी असणाऱ्या भारतीय पहारा-चौक्यांजवळ, अंधाराचा फायदा घेत, शत्रुसैन्य येऊन ठेपले. पहाटेच्या धूसर प्रकाशात टेहळणी करणाऱ्या भारतीय शिपायांना, हजारो शस्त्रधारी घुसखोर चालून येत असल्याचे दिसले. शत्रूची अपरिमित जीवितहानी होत असतानाही, त्यांचे एकामागून एक हल्ले होतच होते. ताइनधरच्या काटेरी कुंपणावरून तीन हल्ले परतवून लावले गेले. तिथे असणाऱ्या सत्तावीस जणांपैकी चोवीस जण जबर जखमी झाले होते वा मारले गेले होते. १ राजपूतचे जदुनाथसिंगही जखमी झाले होते. तरीही हल्ला परतवण्यासाठी ते जिद्दीने लढले व आपल्या सहकाऱ्यांना प्रोत्साहित करत राहिले आणि शेवटी अत्यंत जखमी अवस्थेत त्यांनी प्राण सोडले. त्यांच्या शौर्यपूर्ण कामगिरीतून व त्यांच्या स्वार्थत्यागातून प्रेरणा घेऊन, ती जागा लढवत असणाऱ्या (व आता उरलेल्या) तिघांनी शर्थीची लढाई दिली. समोरासमोरच्या लढतीत त्यातले दोघे जबर जखमी झाले. तरीही शेवटचा माणूस शत्रूला टक्कर देत राहिला.

नौशेराच्या युद्धातील हा बाका प्रसंग होता. परिस्थितीचे गांभीर्य जाणून ब्रिगेडिअर उस्मानने, ताइनधरच्या रक्षणासाठी '३ पॅरा राजपूत'ची ज्यादा कुमक आधीच पाठवली होती आणि ती अगदी योग्य क्षणी येऊन पोहोचली. त्यामुळे शत्रूला या ठिकाणाचा ताबा घेता आला नाही. येथून युद्धाला कलाटणी मिळाली. जर आपल्या सैन्याच्या तुकड्या वेळेवर पोहोचल्या नसत्या, तर ताइनधरची पहारा-चौकी शत्रूच्या हाती पडली असती व पर्यायाने आपण नौशेराचाही ताबा गमावला असता. ताइनधरच्या युद्धात लढताना जदुनाथसिंग यांनी जी अद्वितीय कामगिरी, जे उच्च कोटीचे नेतृत्व, जे शौर्याचे प्रदर्शन केले व ज्यामुळे त्यांना 'परमवीर चक्र' मिळाले ते नाईक जदुनाथसिंग आजही व भविष्यकाळासाठीही आदर्शवत सैनिक आहेत.

◆

मानपत्र

सेकंड लेफ्टनंट रामा राघोबा राणे

बॉम्बे इंजिनीयर्स (SS-१४२४६)

८ एप्रिल, १९४८ला सेकंड लेफ्टनंट रामा राघोबा राणे– बॉम्बे इंजिनीयर्स– यांना नौशेरा-राजोरी मैल नं. २६ येथून अत्यंत डोंगराळ प्रदेशातून जाणाऱ्या रस्त्यावरचे अडथळे व सुरुंग काढून टाकण्याचे काम करण्यास सांगितले गेले.

त्या दिवशी अकरा वाजता 'नादपूर-दक्षिण'च्या जवळ, सेकंड लेफ्टनंट राणे व त्यांचे पथक, पुढील रस्त्यावर पेरलेले सुरुंग काढून टाकून, वाहतूक सुकर करण्याच्या कामास सुरुवात करण्यासाठी, रणगाड्याजवळ उभे होते. इतक्यात शत्रुसैन्याकडून त्या भागात तुफानी गोळाफेकीस सुरुवात झाली. त्यांच्या पथकातील दोन माणसे त्यात मरण पावली व आणखी पाचजण जखमी झाले. राणेही त्यात जखमी झाले. ऑफिसर राणेंनी आपल्या तुकडीची पुनर्रचना केली व रणगाड्यांना इप्सित स्थळी जाण्यासाठी, रस्ता निर्धोक करण्याच्या कामाला सुरुवात केली. शत्रुसैन्याकडून प्रचंड प्रमाणात बंदुकीच्या फैरी झडत होत्या व तोफगोळे फेकले जात होते. अशा परिस्थितीतही ते सबंध दिवस रणगाड्यांच्या साथीला होते.

बरवली टेकड्यांचा ताबा मिळवल्यावर, शत्रू त्या भागातून पूर्णपणे निघून गेलेला नाही हे ठाऊक असूनही दुपारी साडेचार वाजता सेकंड लेफ्टनंट राणेंनी आपल्या सहकाऱ्यांना काम करण्यासाठी आणले व रणगाड्यांसाठी पर्यायी रस्ता बनवायला सुरुवात केली. त्यासाठी रात्री दहा वाजेपर्यंत ते काम करत होते. हे करत असताना ते सर्व शत्रूच्या दृष्टिटप्प्यात

होते व शत्रूकडून मशिनगनमधून जोरदार फैरी झाडल्या जात होत्या.

९ एप्रिलला सकाळी सहा वाजता त्यांनी पुन्हा कामास सुरुवात केली. दुपारी ३ वाजेपर्यंत ते हे काम करत होते. रणगाड्यांना जाण्यासाठी पर्यायी रस्ता करण्याचे काम पार पडले, तेव्हाच राणेंनी काम थांबवले. सशस्त्र फौजा पुढे निघाल्या तेव्हा पुढच्या रणगाड्यात बसून तेही निघाले. अर्धा मैल गेल्यावर त्यांना रस्त्यामध्ये, पाईनवृक्षाचा अडथळा असल्याचे आढळले. त्यांनी लगेचच खाली उतरून, ते झाड उचलून बाजूला फेकून दिले आणि तीनशे यार्ड पुढे गेल्यावर पुन्हा तीच पुनरावृत्ती झाली. यावेळी संध्याकाळचे पाच वाजले होते. डोंगरातील रस्ता नागमोडी वळणावळणाचा होता. पुढच्या रस्त्यावरच्या अडथळ्यांमध्ये रस्त्यावरचा छोटा पूलच उद्‌ध्वस्त केला होता. सेकंड लेफ्टनंट राणे खाली उतरून कामाला लागले. ते काम सुरू करणार इतक्यात शत्रूने मशिनगनमधून गोळ्यांचा वर्षाव चालू केला. पण असामान्य धैर्य व उत्कृष्ट नेतृत्वगुण असलेल्या रामा राणेंनी, पर्यायी मार्ग तयार केलाच व सशस्त्र फौजा पुढे निघाल्या. रस्त्यावर अनेक अडथळे येत राहिले पण त्या सर्वांमधून राणेंनी मार्ग काढला.

संध्याकाळचे सव्वासहा वाजले होते. आता सूर्यप्रकाशही कमी झाला होता. रस्त्यावरचा पुढचा अडथळा फार मोठा होता. पाच पाईनवृक्ष व त्याच्या बाजूने सुरुंग रचले होते. तोफेचा माराही चालू होता. राणेंनी सुरुंग काढून टाकण्याचे काम चालू केले व अडथळे दूर करण्याचाही त्यांचा निश्चय होता पण रणगाडा-ताफ्यांच्या कमांडरने, त्यांच्या कामाची प्रशंसा करत, ताफा सुरक्षित ठिकाणी हलवला.

१० एप्रिल, १९४८ला पहाटे पावणेपाच वाजता सेकंड लेफ्टनंट राणेंनी पुन्हा कामास सुरुवात केली. गोळ्यांचा वर्षाव चालूच होता. केवळ दुर्दम्य इच्छाशक्तीच्या जोरावर सकाळी साडेसहा वाजता, सुरुंग निकामी करून, रस्त्यावरील अडथळे दूर करण्यात त्यांना यश मिळाले. पुढच्या एकहजार यार्डांमध्ये मोठे अडथळे निर्माण केलेले होते व उद्‌ध्वस्त झालेल्या बंधाऱ्याच्या मातीचे ढिगारे टाकले होते. इतकेच नव्हे, तर संपूर्ण प्रदेशाच्या भोवताली शत्रूची मशिनगन असल्यामुळे तो प्रदेश शत्रुसैन्याच्या माऱ्याच्या टप्प्यात होता. पण स्वत: जखमी असताना अचाट प्रयत्नांनी, संयमाने, धैर्याने व कुशल नेतृत्व करून, जीवाची पर्वा न करता, त्यांनी साडेदहा वाजेपर्यंत हाही रस्ता निर्धोक बनवला. सशस्त्र फौजा पुढे मुख्य रस्ता सोडून, तावी नदीच्या पात्रात उतरल्या. पण सेकंड लेफ्टनंट राणेंचे

रस्ता निर्धोक करण्याचे काम चालूच होते. दोन वाजता रणगाडे चिनगसला पोहोचले. रस्ता निर्धोक करणे अत्यंत महत्त्वाचे आहे हे जाणून, क्षणाचीही उसंत न घेता, जेवणही न करता ते रात्री ९ वाजेपर्यंत काम करत राहिले. ११ एप्रिलला सकाळी सहा वाजता त्यांनी पुन्हा कामास सुरुवात केली व ११ वाजेपर्यंत चिनगसचा रस्ता निर्धोक बनवून वाहतुकीस खुला केला आणि त्या पुढचा रस्ता सुरक्षित बनवण्यासाठी सेकंड लेफ्टनंट रामा राघोबा राणे रात्री दहा वाजेपर्यंत काम करत होते.

(गॅझेट ऑफ इंडिया नोटीफिकेशन नं. ५-प्रेस/५०)

* * *

रामा राघोबा राणेंचे जीवन व कसोटीचा काळ

'महान माणसांच्या मदतीशिवाय कोणतेही मोठे काम साध्य होत नाही आणि महान व्हावयाचे ठरवल्याशिवाय माणसे महान होत नाहीत.'

– चार्लस् द गॉल.

राणे ही लढवय्यांची जात आहे. ते राजपूत राणा जमातीचे वंशज होत. नवनव्या प्रांतांमध्ये मर्दुमकी गाजवण्यासाठी ते दक्षिणेत आले. इथेच स्थलांतरित झाले व त्यांनी आपली छोटी छोटी संस्थाने प्रस्थापित केली. आपल्या शौर्यासाठी व धैर्यासाठी प्रसिद्ध असलेल्या ह्यांच्यापैकी काहीजण गोव्यात आले व त्यांनी तेथे बस्तान बसवले. यांनी केलेला प्रतिकार मोडून काढण्यासाठी, पोर्तुगीजांना पन्नास वर्षे लागली. पोर्तुगीजांनी गोव्याचा ताबा घेतल्यावर, ते जवळच्या भारतीय हद्दीतल्या प्रदेशात पसरले. सेकंड लेफ्टनंट राणेंचे पूर्वज हे त्या राजपूत राण्यांचे वंशज होते. तत्कालीन मुंबई इलाख्याच्या उत्तर कॅनरा जिल्ह्यातील चेंदिया ह्या छोट्या खेड्यामध्ये ते स्थायिक झाले.

रामा हे एका पोलीस कॉन्स्टेबलचे पुत्र होते. २६ जून, १९१८ ह्या दिवशी, धारवाड जिल्ह्यातील हवेली ह्या गावी त्यांचा जन्म झाला. जिल्हा बोर्डाच्या शाळेत त्यांचे प्राथमिक शिक्षण झाले. वडिलांच्या सततच्या बदल्यांमुळे, शिक्षणात व्यत्यय येत असे. १९३० पासून सुरू झालेल्या 'असहकार' चळवळीने, रामा फार प्रभावित झाले होते पण त्यामुळे वडिलांना भीती वाटली व त्यांनी आपले कुटुंब पुन्हा चेंदियाला हलविले.

१९४० मध्ये दुसरे महायुद्ध ऐन भरात होते. रामा आता बावीस वर्षांचे होते. धडाडीने काहीतरी करून दाखवण्याची ऊर्मी होती. १० जुलै, १९४०ला ते 'बॉम्बे

इंजिनीअर्स' या सैन्याच्या पथकात भरती झाले. त्यांच्या ठिकाणी असणाऱ्या चैतन्याला व उत्साहाला योग्य न्याय मिळाला. त्यांच्या तुकडीमध्ये ते 'सर्वश्रेष्ठ प्रवेशक' म्हणून गौरविले गेले. त्यांना 'कमांडंटची छडी' बक्षीस म्हणून मिळाली व त्यांची 'नाईक' ह्या पदावर उन्नती झाली.

प्रशिक्षण संपल्यावर ते २८ फिल्ड कंपनीमध्ये रुजू झाले. ही तुकडी २६ इन्फन्ट्री डिव्हिजनसह, बर्मामध्ये जपान्यांशी लढत होती. बर्मामधून माघार घेताना, दोन निवडक तुकड्यांसह रामांना मागेच ठेवले व त्यांच्यावर बुथिदौंग येथील दारूगोळा-भांडार आणि खूपशा गाड्या नष्ट करण्याची कामगिरी दिली होती. समोरून चालून येणाऱ्या जपान्यांशी दोन हात करून राणेंच्या तुकड्यांनी हे काम फत्ते केले. ह्यानंतर त्यांना नौदलातर्फे उचलण्यात येणार होते, पण ती योजना फलद्रूप झाली नाही. नदीतून पोहत त्यांना आपल्या मुक्कामाला पोहोचावे लागले. त्यावेळीही जपान्यांची गस्त चालूच होती. त्यांच्या डोळ्यांत धूळ फेकून, आपल्या सहकाऱ्यांना पोहत परत आणण्यात, राणे यशस्वी झाले व बहारी बझार येथे आपल्या डिव्हिजनला जाऊन मिळाले. त्यांनी दाखवलेल्या धैर्याबद्दल, चिकाटीबद्दल त्यांना लगेचच 'हवालदार' ह्या पदावर बढती मिळाली. त्यांच्या ठिकाणी असलेल्या उत्तम मनोधैर्य व उत्कृष्ट नेतृत्व या गुणांमुळेच, जम्मू-काश्मीरच्या आघाडीवर जाण्याआधीच त्यांची सेकंड लेफ्टनंट या पदावर नेमणूक झाली.

१९४८च्या जम्मू-काश्मीर युद्धात त्यांनी केलेल्या अचाट कामगिरीचा आढावा घेण्याआधी, ह्या घटनेची पूर्वपीठिका जाणून घेणे औचित्यपूर्ण ठरेल.

राजोरीवर पुनर्विजय

बहुसंख्येने आलेल्या पाकिस्तानी हल्लेखोरांशी जोरदार लढत देऊन भारतीय फौजांनी आपल्या ठाण्यांचे रक्षण केले होते. आपण नौशेरावर पुन्हा कब्जा मिळवला होता. आता ह्यानंतर मात्र आक्रमक चढाया करण्याचे धोरण ठरवण्यात आले. पहिली योजना होती झांगरवर पुन्हा ताबा मिळवण्याची. १८ मार्च, १९४८ला, ५० पॅरा ब्रिगेडच्या व १९ इन्फन्ट्री ब्रिगेडच्या सैनिकांनी पहिली योजना यशस्वीरीत्या पार पाडली. त्यानंतर शत्रूवर दबाव आणत व पुढे चाल करून राजोरीवर ताबा मिळवायची योजना आखली गेली. शत्रूने वाटेवर अनेक अडथळे निर्माण केले. पुष्कळ मोडतोड केली होती. त्यामुळे पुढे जाण्याचा मार्ग अडचणीचा झाला होता. पुढच्या मार्गावरील बरवलीरिज, चिनगस व राजोरी या ठिकाणांचाही कब्जा मिळवणे आवश्यक होते. ८ एप्रिलला आगेकूच केली आणि त्याच संध्याकाळी बरवली टेकडीचा ताबा मिळवला. शत्रूने प्रतिकार केला पण तो मोडून काढण्यात आला. त्यानंतरचा प्रवास, दुतर्फा डोंगरांचे कडे असलेल्या रस्त्यावरून करावा लागत होता. १० एप्रिलला

सकाळी चिनगस सर झाले. लष्कराच्या रणगाड्यांचा हा ताफा ज्या मार्गावरून आला होता, त्यावर शत्रूने अनंत अडथळे उभे केले होते व अगणित सुरुंग पेरून ठेवले होते. पण लेफ्टनंट राणे या तरुण इंजिनीअरने, स्वत:च्या जिवाची पर्वा न करता सुरुंग नष्ट करण्याची, अडथळे काढून टाकण्याची, जोखमीची कामगिरी पार पाडली आणि सशस्त्र फौजांची वाट मोकळी झाली. हे सुरुंग नष्ट करत असताना त्यांच्या पथकातील दोघेजण, शत्रूच्या तोफगोळ्यास बळी पडले व स्वत: राणेसह आणखी ५ जण जखमी झाले. तरीही आपले निर्धारित काम राणे नेटाने करत होते. त्यांच्या निश्चल कर्तव्यनिष्ठेमुळे, अचाट साहसामुळे, उत्कृष्ट नेतृत्व गुणांमुळेच भारतीय रणगाडे चिनगसला पोहोचू शकले. त्यांनी दाखवलेल्या शौर्याबद्दल, त्यांना भारताचे सर्वोच्च 'परमवीर चक्र' पदक देऊन सन्मानीत केले गेले.

१९४८चे 'जम्मू-काश्मीर युद्ध' हा राणेंच्या सैनिकी जीवनातील सर्वोत्तम काळ म्हणता येईल. २५ जून, १९५८ ला ते मेजर म्हणून निवृत्त झाले. पण 'पुनर्नियुक्त अधिकारी' या नात्याने ते ७ एप्रिल, १९७१ पर्यंत भारतीय सेनेच्या सेवेत होते. ११ एप्रिल, १९९४ला अल्पशा आजाराने, पुण्याच्या सैनिकी इस्पितळात त्यांचे निधन झाले. त्यांच्यामागे त्यांची बायको, तीन मुलगे व एक मुलगी असा परिवार आहे.

◆

भगत व राणे, व्हिक्टोरिया क्रॉस व परमवीर चक्र, शौर्यकथा व शौर्यपरंपरा

एकाच कोअरच्या, एकाच ग्रुपच्या इंजिनीअर्सपैकी दोन अधिकाऱ्यांना, जवळजवळ सारख्याच परिस्थितीमध्ये, शत्रुसैन्याच्या तोफांचा भडिमार चालू असताना, त्यांनी दाखवलेल्या संयम व धैर्याबद्दल अत्युच्च बहुमानाने गौरवले जावे, हा योगायोग होता का?

वेगवेगळ्या भूप्रदेशामध्ये, वेगवेगळ्या युद्धांमध्ये, वेगवेगळ्या काळामध्ये त्यांनी जी शौर्यपूर्ण व धीरोदात्त कामगिरी पार पाडली, हाही योगायोग होता की एकाच्या प्रेरणेने दुसऱ्याला प्रोत्साहित केले व धैर्याची मशाल प्रज्वलित ठेवत पुढच्याने मागच्याची परंपरा चालू ठेवली.

दुसऱ्या महायुद्धात १९४१ साली, मध्य आशियामध्ये प्रेमिंद्रसिंग भगत यांनी, शत्रू समोर उभा ठाकला असताना, जी शौर्यपूर्ण कामगिरी पार पाडली, त्याबद्दल त्यांना 'व्हिक्टोरिया क्रॉस' देऊन गौरवण्यात आले होते. १९४७/४८च्या भारत-पाक युद्धात रामा राघोबा राणे यांनीही शत्रू समोर उभा ठाकला असताना, जी शौर्यपूर्ण कामगिरी पार पाडली, त्यासाठी त्यांना 'परमवीर चक्र' पदक देऊन गौरवण्यात आले.

दोन्ही वेगवेगळ्या परिस्थितीतील 'साम्य' अचंबित करणारे आहे, म्हणूनच त्याची दखल घेणे उचित ठरेल.

१) दोन्ही ऑफिसर्स बॉम्बे इंजिनीअर्सचे होते व ज्यावेळी त्यांना 'पदक' देऊन गौरवण्यात आले तेव्हा दोघेही सेकंड लेफ्टनंट ह्या हुद्द्यावर होते.

२) काम करत असताना, दोन्ही अधिकाऱ्यांच्या हाताखालचे लोक गंभीररीत्या जखमी झाले होते व काही मरण पावले होते.

३) सुरुंग निकामी करणे व रस्त्यावरचे अडथळे दूर करणे ही कामे, शत्रूच्या तोफांचा भडिमार चालू असताना, दोघांनी न डगमगता शूरपणे व प्रदीर्घ काळपर्यंत केली.

४) आपले नियोजित काम पूर्ण करून दोघेही जिवंत राहिले.

५) त्यांच्या त्या धीरोदात्त कामगिरीस लागलेला काळही बरोबर शहाण्णव तासांचा होता. धैर्य हा नैतिक गुण आहे. खेळातील प्रावीण्यासारखी ती काही दैवी देणगी नव्हे. दोन पर्यायांतील ती निवड आहे. आपल्या निर्धारापासून न हटण्याचा दृढनिश्चय, काम अर्धवट न सोडण्यासाठी, प्रबळ इच्छाशक्ती हवी. धैर्य म्हणजे प्रबळ इच्छाशक्ती होय.

मानपत्र

सेकंड लेफ्टनंट पी. एस. भगत यांना 'व्हिक्टोरिया क्रॉस' प्रदान

(१० जून, १९४१)

श्रीमंत राजेसाहेबांनी, खाली नमूद केलेल्या अधिकाऱ्यास 'व्हिक्टोरिया क्रॉस' पुरस्कार देण्याचे स्वखुशीने मान्य केले आहे.

सेकंड लेफ्टनंट प्रेमिंद्रसिंग भगत, कोअर ऑफ इंडियन इंजिनीअर्स (रॉयल बॉम्बे सॅपर्स व मायनर्स येथे काम करणारे) यांनी मध्य आशियात रुजू असताना केलेल्या धीरोदात्त कामगिरीबद्दल ३१ जानेवारी/१ फेब्रुवारी १९४१च्या रात्री, 'मेटेम्मा' सर केल्यानंतर शत्रूचा पाठलाग करताना, रस्त्यावरील सुरुंग निकामी करण्याचे व रस्ता वाहतुकीस सुकर करण्याचे काम, 'फिल्ड कंपनी, सॅपर्स व मायनर्स' या तुकडीकडे होते, ज्याचे अधिपत्य सेकंड लेफ्टनंट भगत, ताफ्याच्या अग्रणी राहून करत होते.

सतत चार दिवसांपर्यंत, पंचावन्न मैल लांबीच्या प्रवासात ते फौजेच्या ताफ्याच्या अग्रणी होते. त्यांनी पंधरा सुरुंगांचा तपास लावला व ते निकामी केले. जलद कामाची निकड असताना, त्यांनी अत्यंत नेटाने, पहाटेपासून सूर्यास्तापर्यंत सतत काम केले. बॉम्बफेकीत त्यांच्या गाडीचे दोन वेळा नुकसान झाले व त्यांच्या सहकाऱ्यांना इजाही पोहोचली. तिसऱ्या वेळी दबा धरून बसलेल्या शत्रूच्या सैनिकांकडून जवळून गोळीबार झाल्यामुळे त्यांच्या कानाचे पडदे फाटले, तरीही न थांबता, थकवा-तणाव-तहान-भूक यांना न जुमानता त्यांनी नेटाने काम केले.

सशस्त्र फौजांचा तांडा एका ठिकाणाहून दुसऱ्या ठिकाणी जाण्यासाठी पुढचा रस्ता निर्धोक असणे आवश्यक होते. जितक्या लवकर रस्ता सुरळीत होईल, त्यावर प्रवासाचा कालावधी अवलंबून होता. रस्त्यावरील सुरुंग निकामी करणे व अडथळे दूर करणे, ह्यासाठी सर्वजण प्रेमिंद्रच्या कामावर पूर्णत: अवलंबून होते. सेकंड लेफ्टनंट पी. एस. भगत यांचा शांत स्वभाव, त्यांचे धैर्य, सातत्याने शहाण्णव तास नुसते लढताना नव्हे, तर शत्रूच्या तोफांचा भडिमार होत असताना त्यांनी बजावलेली चोख कामगिरी, सशस्त्र फौजांची आगेकूच, वेळ व सुरक्षितता ह्यासाठी फार उच्च दर्जाची ठरली.

– Authority; GHO letter No 66805

E.I.B. dated 17 September 1941

* * *

जम्मू-काश्मीर युद्धाची निष्पत्ती

ज्या शूरवीरांना सन्मानचिन्हे देऊन गौरवले आहे व त्यांनी ज्या युद्धात अशी कामगिरी पार पाडली, त्या युद्धांबद्दलचा ऊहापोह आत्तापर्यंत झाला. येथेच ह्याचा शेवट करणे उचित ठरणार नाही. या युद्धाची सांगता कशी झाली, हे वाचकांना माहिती करून देणेही अगत्याचे वाटते.

भारतीय सेनेने प्रथमत: मुझफ्फराबाद हस्तगत करण्याची योजना आखली होती. पण अपुऱ्या सैन्यबळामुळे व तुटपुंज्या युद्धसामग्रीमुळे ती योजना पूर्ण होऊ शकली नाही.

आपल्यापाशी उपलब्ध असलेल्या लढण्याच्या व व्यवस्थापनाच्या क्षमतेपलीकडे जाऊन काही करणे अनुचित होते. मुझफ्फराबादवर ताबा मिळवण्यासाठी लढाई चालू असताना पाकिस्तानने श्रीनगरच्या उत्तरेस असलेल्या गुराईस या ठिकाणाहून आक्रमण करून, नवे संकट उपस्थित केले होते. शत्रूच्या सैन्याने लडाख भागातही उपद्रव सुरू केला होता. जनरल थिमय्यांनी शत्रूचा हल्ला परतवण्यासाठी फौज पाठवली. आपल्या सैन्याने गुराईसवर २७ जून, १९४८ला ताबा मिळवला व शत्रुसैन्याला किशनगंगा नदीच्या उत्तर किनाऱ्यापलीकडे हुसकावून लावण्यात आपणास यश आले.

या दरम्यान 'गिलगिट-एजन्सी' हा जम्मू-काश्मीरच्या उत्तरेस असलेला भाग आपणास गमवावा लागला. 'गिलगिट-स्काऊट' येथील ब्रिटिश ऑफिसरांच्या संगनमताने व सहकार्याने पाकिस्तानने गिलगिटवर पाकिस्तानी झेंडा लावायचे कुटील कारस्थान केले. स्कार्डूही आपणाला गमवावे लागले, कारण त्या भागाच्या संरक्षणासाठी आवश्यक ती शिबंदी तैनात करणे आपल्याला जमले नाही. त्यानंतर हे घुसखोर खालच्या भागात आले व त्यांनी कारगील व द्रासवर ताबा मिळवला व लडाखमध्ये घुसले.

जनरल थिमय्यांनी ताबडतोब कारवाई केली व २/८ गुरखा रायफल्सच्या दोन कंपन्या विमानाने लेहमध्ये पाठवल्या. घुसखोरांनी नियोजनपूर्वक व पुऱ्या ताकदीनिशी हल्ले चढवले होते पण आपले सैन्य योग्य वेळी पोहोचले व

घुसखोरांचे दोन्ही हल्ले परतवून लावणे शक्य झाले. श्रीनगर ते लेह या मार्गावरची झोजिला, द्रास व कारगील ही ठिकाणे शत्रूच्या ताब्यात होती व ते लडाखमध्ये घुसणार होते. २/८ गुरखा रायफल्सच्या इतर कंपन्यांनी लेहपर्यंत तीनशेवीस किलोमीटरचा खडतर रस्ता पकडला. मनाली व बारा-लोचा-लो वरून जाणारा हा रस्ता अत्यंत बिकट होता व हवामानही प्रतिकूल होते. अशा रस्त्यावरून २/८ गुरखा रायफल्सच्या सैनिकांना यावे लागले. त्यांनी शत्रूच्या हल्ल्याला जोरदार प्रत्युत्तर दिले व लेह हस्तगत केले. आता लडाख सुरक्षित झाल्यामुळे, आपल्या ७७ पॅरा ब्रिगेडने, ज्यात १/५ रॉयल गुरखा रायफल्स (फ्रंटिअर फोर्स), ५ मराठा, १ पतियाळा व ४ राजपूत ह्यांचा समावेश होता, झोजिलावर हल्ला चढवला. पायदळाबरोबर ७ घोडदळाच्या रणगाड्यांचाही आपण वापर केला. इतक्या उंचीवर रणगाड्यांचा वापर ही एक 'ऐतिहासिक' गोष्ट ठरली.

जोरदार हिमवर्षाव व बर्फाची वादळे यांची तमा न बाळगता १ नोव्हेंबर, १९४८ला झोजिलावर निकराचा हल्ला चढवला. शत्रूशी जोरदार लढाई झाली आणि आपल्या पायदळाला झोजिला काबीज करणे शक्य झाले. खिंडीपलीकडे आर्मरचा वापर करण्यात आला व १५ नोव्हेंबरला द्रासवर ताबा मिळवणे शक्य झाले. आता शत्रूचे मनोबल पूर्णपणे खच्ची झाले होते. त्यामुळे २३ नोव्हेंबरला कारगीलवर विजय मिळवता आला. २४ नोव्हेंबरला ७७ इन्फन्ट्री ब्रिगेड, लेहच्या शिबंदीला जाऊन मिळाली.

या दरम्यान जुलै, १९४८ला युनायटेड नेशन्सचे कमिशन भारतात आले होते व त्यांनी दोन्ही बाजूंना लढाई थांबवण्याचे आवाहन केले. भारताने नेहमीप्रमाणे ह्या विनंतीस मान देऊन सर्व लढायांना विराम दिला. पाकिस्तानने मात्र दुटप्पीपणा केला. युनोची विनंती मान्य केली पण लढाया मात्र चालूच ठेवल्या. ह्या दुटप्पीपणामुळेच आपल्याला आपल्या ताब्यातील, उरी भागातील 'पांडू' हे ठिकाण व किशनगंगाच्या उत्तरेकडील डोंगराळ भाग गमवावा लागला. पाकिस्तान आधी सांगत असे की, जम्मू-काश्मीर युद्धात आपला कोणताही सहभाग नाही. पण शेवटी त्याला युनायटेड नेशन्ससमोर मान्य करावेच लागले की, ह्या युद्धात त्यांच्या पाकिस्तान सैन्यादलात कामावर असणाऱ्या सैनिकांनीच भाग घेतला होता व ते त्यात गुंतले होते. या संदर्भात उघडकीस आलेली खालील माहितीही हेच स्पष्ट करते.

अ) ब्रिगेडिअर ए. आर. सिद्दीकीने, पाकिस्तानच्या मेजर जनरल अकबर खानची मुलाखत घेतली होती. जनरल तारिक ह्या खोट्या नावाने, त्यानेच घुसखोरांच्या हल्ल्याचे नियोजन केले होते. मुलाखतीत त्याने सांगितले, 'फाळणीनंतर काही दिवसात, लियाकत अलीखान या पाकिस्तानच्या पंतप्रधानांच्यावतीने मियाँ इफतिकारुद्दीनने, मला काश्मीरसंबंधी अमलात आणावयाच्या योजनेची आखणी

करायला सांगितली. लाहोर येथे लियाकत अलींबरोबर विचारविनिमयासाठी माझी भेट ठरली. तिथेच ही योजना ठरली, जबाबदारी सोपवली गेली व आदेश दिले गेले.'

ब) निवृत्त मेजर जनरल ओ. एस. काळकट PVSM यांनी आपल्या 'फार फ्लंग फ्रंटियर' ह्या पुस्तकात स्पष्टपणे नमूद केले आहे की, फाळणीच्या वेळी त्यांच्यावर सोपवण्यात आलेल्या कामासाठी, ते जेव्हा पाकिस्तानातच होते, तेव्हाची ही गोष्ट आहे.

'एकदा अगदी अनवधानाने, माझी स्वत:ची नजर एका गोपनीय कागदपत्रावर पडली. त्याचे नाव होते, 'ऑपरेशन गुलमर्ग'. १९४७ मध्ये जम्मू-काश्मीर हस्तगत करण्याच्या पाकिस्तानच्या योजनेचा तो मसुदा होता व पाकिस्तानच्या तेव्हाच्या ब्रिटिश कमांडर इन चीफची त्यावर सही होती.'

हल्लेखोरांना पेशावरहून सरहद्दीपर्यंत आणण्यासाठी जी वाहतूक व्यवस्था करण्यात आली, ती ब्रिटिश मुलकी (व सैनिकी) अधिकाऱ्यांच्या संमतीशिवाय (किंवा त्यांना ठाऊक नसताना) झाली, असे म्हणणे धाडसाचे ठरेल.

शांतता प्रस्थापित करण्यासाठी युनोकडून अनेक ठराव संमत झाले. पण पश्चिमी राष्ट्रांनी, आक्रमणासाठी पाकिस्तानला कधीच दोषी ठरवले नाही. १३ ऑगस्ट, १९४८ला दोन्ही देशांच्या संमतीने, युनोचा एक ठराव संमत झाला. त्यानुसार पाकिस्तानने आपले सैन्य कधीच मागे घेतले नाही. सार्वमत न घेण्याबद्दल पाकिस्तान भारताला सतत दूषणे देत आहे पण त्यासाठी त्याने सैन्य काढून घेण्याच्या पूर्वअटी-संबंधी ते 'ब्र' देखील उच्चारत नाहीत.

बळाचा वापर करून जम्मू-काश्मीरवर ताबा मिळवण्याच्या त्यांच्या घातक ईर्षेपोटीच पाकिस्तानने आत्तापर्यंत आपल्यावर तीन युद्धे लादली आहेत व त्यांच्या दहशतवादी कारवाया आजपर्यंत सतत चालूच आहेत.

◆

प्रकरण दुसरे

भारत-चीन युद्ध
१९६२

'जर तुम्ही आपले प्रश्न सोडवले नाहीत, तर प्रश्न तुमची पाठ सोडत नाहीत.' – जुनी पोलिश म्हण.

'माणसाला आपल्या शत्रूची निवड सावधपणे करता येत नाही.'
– ऑस्कर वाईल्ड.

पूर्वेकडचे युद्ध – नेफा

असे म्हटले जाते की राजकारणी व्यक्तींमुळे युद्धे निर्माण होतात, अधिकारी व्यक्तींमुळे युद्धाची आखणी होते आणि प्रत्यक्षपणे ती लढली जातात सैनिकांकडून. १९६२चे भारत-चीन युद्धही अशाच प्रकारचे युद्ध होते, ज्यावेळी देशाच्या आत्यंतिक संकटाच्या काळात राजकारणी लोक असफल ठरले.

स्वातंत्र्यप्राप्तीनंतर, लगेचच्या काळामध्ये, १९६२ मध्ये चीनकडून झालेल्या आपल्या अपमानास्पद पराजयाची बीजे रोवली गेली होती. आशियातील दोन पुरातन संस्कृतींच्या संभाव्य मैत्रीच्या भ्रामक कल्पनेची आपल्या राजकीय पुढाऱ्यांना भुरळ पडली होती.

पंतप्रधान जवाहरलाल नेहरूंना चिनी राजनीतीच्या दुटप्पीपणाचा व चिनी मानसिकतेतील विसंवाद, विरोध यांचा थांगपत्ता लागला नाही. त्यांनी विस्तारवादी चीनला नको इतक्या सवलती दिल्या व अनावश्यक हमी देत राहिले.

शांतताप्रिय तिबेटचा, चीनने बळजबरीने घेतलेला ताबा आणि चीनच्या ह्या अतिक्रमणावर भारताने व्यक्त केलेली भेकड प्रतिक्रिया हे चीनच्या चढाईखोरपणाचे व भारताच्या त्यासमोर नामर्दपणे उभे राहण्याच्या, नैतिकदृष्ट्या अत्यंत चुकीच्या धोरणाचे द्योतक आहे. चीनने केलेल्या आक्रमणाचा भारताने निषेध तर केला नाहीच पण बराच काळपर्यंत आपण का निषेध केला नाही याबद्दल सरकार लंगडी समर्थने देत राहिले. भारताचे राजकारणी, ज्यांचे नेतृत्व पंतप्रधान नेहरूंकडे होते, त्यांनी

आपली अपुरी व कमकुवत संरक्षणव्यवस्था बळकट करण्याचेही नाकारले. दुर्दैवाने जनरल थिमय्यांनंतरच्या सुस्त संरक्षण अधिकाऱ्यांनीही भारताच्या राजकारण्यांना आपली सैनिकी ताकद अगदी शून्यवत करण्यास परवानगी दिली. याचमुळे सेनादलाची अवस्था दात काढून घेतलेल्या सिंहासारखी झाली.

सैन्यदलाला अत्यंत आवश्यक असलेली शस्त्रास्त्रे व इतर सामग्रीच्या खरेदीस परवानगी नाकारली. एवढेच नव्हे तर सैन्यदलातील अधिकाऱ्यांच्या बढत्यांमध्ये राजकीय हस्तक्षेप सुरू झाला. राजकारणी व्यक्तींच्या मर्जीतील लोकांनाच सैन्यदलातील उच्चपदे देऊन सैन्यदलाच्या नेतृत्वात फटी पाडल्या व ते खिळखिळे केले.

भारतीय पायदळ शाखेतील चौथ्या डिव्हिजनकडे पूर्वीपासून युद्धाचे प्रशिक्षण देण्याचे काम सोपवले होते. 'वॉर मशीन' असा त्याचा लौकिक होता. पण आता युद्धाचे शिक्षण देण्याऐवजी या डिव्हिजनमधील अधिकाऱ्यांना व सैनिकांना घर बांधण्याच्या कामासाठी जुंपले गेले. त्यामुळे हे 'वॉर मशीन' आता ओव्हर्सिअर्स व गवंड्यांचे युनिट बनले. लवकरच या घरबांधणीत जुंपलेल्या पायदळाच्या तुकडीलाच पूर्वेकडील चिनी आक्रमणाचा तडाखा सहन करावा लागला.

थोडक्यात सांगायचे झाले तर, धडधडीत सत्याकडे आपण डोळेझाक केली व जेव्हा चिनी ड्रॅगनने आपले कावेबाज डोळे भारतावर रोखले तेव्हा त्याला प्रतिकार करण्यासाठी आपल्याकडे पुरेशी ताकद नव्हती, दृढनिश्चय नव्हता, नेतृत्वाला दिशा नव्हती. पण भारतीय जनतेचा वाढता दबाव होता. राजकारणी नेत्यांनी आपले धरसोडीचे व भ्याडपणाचे धोरण सोडून द्यावे व चीनला भारतीय हद्दीतून हुसकावून लावून देशाची प्रतिष्ठा टिकवून ठेवावी, याबद्दल जनता आग्रही होती. लोकक्षोभास व जननिंदेस तोंड देणे राजकारण्यांना जेव्हा अशक्य होऊन बसले, तेव्हा आपल्या राजकीय नेत्यांनी आपल्या हतबल व अपुरी शस्त्रास्त्रे असणाऱ्या सेनादलाला हुकूम दिला, 'चिन्यांना हुसकावून लावा.'

आपल्या अपरिपक्व व बेजबाबदार वृत्तसंस्थांनी वृत्तपत्रांचे मथळे सनसनाटी वल्गनांनी सजविले. आंतरराष्ट्रीय पत्रकारांनीही हे मथळे उचलले. त्यामुळे चीन ज्या पळवाटीची वाट पाहत होता, ती संधी आयतीच चालून आली. त्यांचा अंदाज खरा ठरला. गेल्या तीन वर्षांमध्ये, चीनने या भागात आपले सैन्य जमवले होते, त्यांना प्रशिक्षण दिले होते व मोक्याच्या ठिकाणी आपले सैन्य तैनात केले होते.

राजकारणी व सेनाधिकारी यांच्या योजनांमध्ये कसलाही ताळमेळ नव्हता. ज्या युद्धात जिंकण्याची सुतराम शक्यता नव्हती, अशा युद्धात लढण्यासाठी भारतीय सेनादलाला भाग पाडले होते. अपुरे संख्याबळ, शस्त्रास्त्रांची वानवा, योजनेचा अभाव, अशा नकारात्मक परिस्थितीत भारतीय सेनादलातील अत्यंत नावाजलेल्या सेना तुकडीला (युनिटला) लढावे लागले. युद्धाचा परिणाम अपेक्षितच होता. युद्ध

सुरू होण्याआधीच त्याचा शेवट काय होणार, हे जाणवले होते. आपल्या सैन्याला झुंजण्याची संधीही न मिळता त्यांचा दारुण पराभव झाला.

यशाचे पुष्कळ वाली असतात पण अपयश मात्र बेवारशी, एकाकी असते. अपयशाचे कोणी धनी नसतात. तरीही शौर्य व साहस यांच्या मोजमापासाठी अंतिम विजय अथवा पराजय हे मानदंड नसतात. जितकी मोठी जोखीम असेल, तितका मोठा पराक्रम करून उत्तम योद्धा आपल्या देशाचा मान, प्रतिष्ठा सांभाळण्यासाठी शर्थीचा प्रयत्न करतो.

आपण ज्या परिस्थितीत लढत आहोत ती परिस्थिती आपणास अनुकूल नाही याची पूर्णपणे जाणीव असूनही आपल्या प्राणांचीही पर्वा न करता, आपली मोहीम न डगमगता पार पाडणारेही काहीजण होते.

१९६२च्या भारत-चीन युद्धात ज्यांनी शत्रूबरोबर लढताना शौर्यपूर्ण कामगिरी केली, त्यांपैकी तीन जणांना 'परमवीर चक्र' हे सर्वोच्च पदक देऊन गौरवण्यात आले आहे.

ज्या तिघांनी, चीनच्या सेनेबरोबर लढताना त्यांना शक्य होईल ते सर्व करण्याची पराकाष्ठा केली अशा शूरवीरांच्या या कहाण्या आहेत. ह्या तिघांपैकी फक्त एकचजण त्याची कथा सांगायला जिवंत राहिला.

◆

मानपत्र

सुभेदार जोगिंदरसिंग
१ सिख (JC १५४७)

सुभेदार जोगिंदरसिंग हे सिख पलटणीचे कमांडर होते. नेफामधील 'टोंगपेन-ला' डोंगरकड्याचे रक्षण करण्याची जबाबदारी त्यांच्यावर सोपवली होती. २३ ऑक्टोबर, १९६२ रोजी पहाटे साडेपाच वाजता टोवांगकडे जाण्याचा मार्ग सुकर करण्याच्या उद्देशाने चिनी सैन्याने बुमलावर मोठा हल्ला चढवला. शत्रुसैन्याच्या अग्रणी असलेल्या पलटणीने एका मागोमाग एक असे तीन हल्ले केले. प्रत्येक हल्ल्यामध्ये दोनशे सशस्त्र सैनिक सहभागी झाले होते. सुभेदार जोगिंदरसिंग व त्यांच्या साथीदारांनी पहिल्या तुकडीतील हल्लेखोरांना नामोहरम केले. शत्रुसैन्याचे खूप नुकसान झाल्यामुळे ते तात्पुरते थांबले. पण थोड्याच वेळात शत्रुसैन्याची दुसरी तुकडी आली व त्यांनी आधीच्याप्रमाणेच हल्ला चढवला. पण यावेळी त्यांच्या पलटणीतील अर्धे लोक गारद झाले होते.

सुभेदार जोगिंदरसिंगांच्या मांडीला जखम झाली होती. पण त्यांनी रणांगण सोडून जाण्याचे नाकारले. त्यांच्या प्रेरणादायी नेतृत्वामुळे त्यांच्या साथीदारांनी माघार घेतली नाही. ते रणांगणातच लढत राहिले.

त्यानंतर त्या जागेवर शत्रूकडून तिसऱ्यांदा हल्ला चढवण्यात आला. सुभेदार जोगिंदरसिंगांकडे एक छोटी बंदूक (A light machine gun) होती. त्याचा वापर करून त्यांनी शत्रुसैन्यातील कित्येक जणांना कंठस्नान घातले. चिनी सैन्याचे पुष्कळ नुकसान होऊनही ते पुढे सरकत होते. जेव्हा परिस्थिती हाताबाहेर जाऊ लागली तेव्हा जोगिंदर व त्यांच्या उरलेल्या

साथीदारांनी आपल्या संगिनी परजल्या व समोर चालून येणाऱ्या चिनी सैनिकांनी त्यांच्यावर मात करण्याआधीच, त्यांना संगिनीने भोसकले. या सर्व प्रसंगात सुभेदार जोगिंदरसिंगांनी कर्तव्यनिष्ठा दाखवली व प्रेरणादायी नेतृत्व व उच्चप्रतीच्या शौर्याचे प्रदर्शन केले.

(गॅझेट ऑफ इंडिया नोटीफिकेशन नं. ६८-प्रेस/६८)

* * *

भयापलीकडे

'सैनिक असतात मसणाच्या भयाण वाटेवरचे वाटसरू
ते उद्याच्या उज्ज्वल भवितव्यात नसतात कधीच वाटेकरी.'

– अनामिक

जोगिंदरसिंगांचा जन्म २८ सप्टेंबर, १९२१ला झाला व पंजाबमध्ये मोगाजवळील महाकालन खेड्यात त्यांचे बालपण गेले.

सांपत्तिक परिस्थिती बेताचीच असल्यामुळे ते शिक्षणही पूर्ण करू शकले नाहीत. जगण्याचे प्रयोजन आपणाला सैन्यदलातच मिळेल, या विचाराने ते सिख रेजिमेंटमध्ये भरती झाले. तरीही आपले शिक्षण पूर्ण करण्यावर त्यांचा कटाक्ष होता. आर्मी शिक्षण अभ्यासक्रमामध्ये ते उत्तीर्ण झाले व युनिट एज्युकेशन इन्स्ट्रक्टर म्हणून कामावर रुजू झाले. शारीरिक कवायतींमध्ये ते निपुण होते. स्वभावानेही ते उमदे होते.

१९५० मध्ये त्यांचे लग्न झाले. त्यांना एक मुलगा व दोन मुली होत्या. सर्वांना सामावून घेणारे ते एक विचारी सद्गृहस्थ असल्यामुळे घरी व बटालियनमध्येही सर्वांचा त्यांच्यावर फार जीव होता.

चिनी लोकांच्या चालून येणाऱ्या झुंडीला परतवून लावण्यासाठी त्यांनी जे अलौकिक साहस केले ते अद्वितीय होते.

ज्या परिस्थितीमध्ये त्यांनी हे अचाट साहस केले त्या युद्धाची पूर्वपीठिका समजावून घेणे अगत्याचे ठरेल.

बुमलाची लढाई

८ सप्टेंबर, १९६२ला पंतप्रधान नेहरू, कॉमनवेल्थच्या राष्ट्रप्रमुखांच्या परिषदेसाठी लंडनला गेले होते. ९ सप्टेंबरला संरक्षणमंत्री कृष्ण मेनन यांनी भारतामध्ये एक परिषद बोलावली होती. त्यामध्ये चीनच्या दक्षिणेकडे असलेल्या 'थांगला रिज' या

प्रदेशातून शत्रूला हुसकावून लावण्याचा निर्णय घेतला गेला. नेहरूंना हा निर्णय कळवला. त्यांनी या निर्णयास मान्यता दिली. नामका चू या शत्रूच्या ताब्यात असणाऱ्या व संरक्षणदृष्ट्या असुरक्षित असलेल्या प्रदेशाकडे कूच करण्याचा, ७ इन्फन्ट्रीला आदेश देण्यात आला. दुर्दैवाने भारतीय वृत्तपत्रांनी या घडामोडींची भडक मथळे देऊन माहिती दिली व सैन्याची ही आक्रमक मोहीम असल्याचे भासवले. वास्तविक अशी मोहीम राबवण्यास आपले सैन्यदल असमर्थ होते.

भारतात असलेले गोंधळाचे वातावरण व चीनच्या दृष्टीने फायद्याची असलेली भौगोलिक परिस्थिती या गोष्टींची चीनला पुरेपूर जाणीव होती. त्यांनी नामका चू येथे असलेल्या सेनेवर मोठ्या ताकदीने हल्ला केला. भारतीय सैनिक शूरपणे लढले पण लढण्यासाठी त्यांची फारशी तयारी नसल्यामुळे, जुन्या व निरुपयोगी शस्त्रांमुळे, अपुरा दारूगोळा व संपर्क व्यवस्थाच उपलब्ध नसल्यामुळे, बहुतेकजण लढता लढताच मृत्युमुखी पडले. २० ऑक्टोबर, १९६२ला आपल्या सेनेचा दारुण पराभव झाला.

७ इन्फन्ट्री ब्रिगेडचा नामका चू येथे पाडाव केल्यानंतर लगेचच चिनी सैन्य तावांगकडे जाण्यास निघाले. बुमला येथे १ सिख कंपनीच्या तुकडीने त्यांना अडवले. ह्या कंपनीचे संख्याबळ अगदीच अपुरे होते व एका पाठोपाठ एक येणाऱ्या चिनी फौजांना त्यांना तोंड द्यावे लागले. भारतीय शिलेदारांच्या भव्य परंपरेला साजेसेच, १ सिखच्या झुंजार लढवय्यांनी, सुभेदार जोगिंदरसिंगांच्या नेतृत्वाखाली, चिनी सैन्याच्या झुंडींना शर्थीने लढत दिली. पहिल्याच चिनी हल्ल्याला प्रत्युत्तर देताना या कंपनीमधील अर्धेअधिक जवान जखमी झाले. सुभेदार जोगिंदरसिंगांनाही मांडीत दुखापत झाली होती, पण त्यांनी रणांगण सोडण्यास नकार दिला. जेव्हा जवळचा दारूगोळा संपला तेव्हा या छिन्नविछिन्न झालेल्या पलटणीने आपल्या जिवाची पर्वा न करता, 'बोले सो निहाल सत श्री अकाल' अशी शीख लोकांची युद्धाची आरोळी ठोकून समोरून येणाऱ्या चिनी सैन्यावर आपल्या संगिनी रोखल्या. चाल करून आलेले चिनी सैनिक, जखमी झालेल्या या शूर दाढीवाल्यांकडे, त्यांच्या तळपत्या संगिनींकडे बघून बावचळलेच. तळपत्या संगिनीच्या पात्याच्या वाराने बरेचजण कोसळले.

पण चिनी सैन्याचे संख्याबळ अधिक होते व त्यांच्याकडे अधिक चांगली शस्त्रास्त्रे असल्यामुळे, सुभेदार जोगिंदरसिंग व त्यांच्या शीख साथीदारांना ते सहज पराजित करू शकले. बहुतेकजण जखमी झाले, मरण पावले. सुभेदार जोगिंदरसिंगही जखमी झाले व चीनच्या बंदिवासात त्यांचा मृत्यू झाला. त्यांचे पार्थिव शरीर अथवा त्यांचे अवशेषही चीनने परत दिले नाहीत.

आपल्या वडिलांच्या मृत्यूची बातमी ऐकून त्या धक्क्याने त्यांची मोठी मुलगी

मरण पावली. पंजाब सरकारने जोगिंदर सिंग यांच्या कुटुंबास उपजीविकेसाठी जमीन देऊ केली.

भारताच्या सीमेचे रक्षण करण्यासाठी प्राणपणाने लढलेल्या जोगिंदरसिंग यांच्या धैर्याची, शौर्याची भारत सरकारने कदर केली व मरणोत्तर 'परमवीर चक्र' ह्या सर्वोच्च पदकाने त्यांना सन्मानित केले आहे.

◆

पश्चिमेकडचे युद्ध – लडाख

लडाख हा जसा जम्मू-काश्मीरचा एक प्रांत आहे तसाच तो हिमालय पर्वतरांगांचाही एक भाग आहे. लडाख पर्वतरांगा जगात सर्वांत खडकाळ व असुरक्षित भाग मानावा लागेल. लडाखच्या राजधानीचे गाव लेह, हे अंदाजे दहाहजार फुटांवर वसलेले आहे व चुसूल आहे बाराहजार सहाशे फुटांवर. ज्या खिंडीवर रस्ते बनवावे लागले त्यांची उंची आहे चौदाहजार ते सतराहजार फूट. अशा उंचीच्या ठिकाणी सैनिकी कारवाई करणे, लढणे, किती कठीण आहे, याची फक्त कल्पनाच करणे शक्य आहे.

तिबेट पठाराचा चीनकडील भाग सपाट आहे म्हणूनच रस्ते नसतानाही चिनी लोक बहुतेक ठिकाणी प्रवास करू शकतात. तरीही त्यांनी तिबेटमधील गारटोकपासून सिनकियांगपर्यंत मोटारीने वाहतूक करण्याजोगा एक रस्ता बनवला व अक्साई चीन (Aksai chin) मधून जाताना भारताचा कित्येक मैलांचा टापू बळकावला. भारताने या मोठ्या अतिक्रमणाबद्दल केलेल्या विरोधाला चीनने अगदी उडत उडत व संदिग्ध असे, आपापसातील सहकार्याने, सरहद्दीचा तंटा सोडवण्याचे आश्वासन दिले. भारताने त्यावर नेहमीप्रमाणे भोळसटपणाने विश्वास ठेवला. मध्यंतरीच्या काळात चीनने तेथील शिबंदी वाढवली व चांगले दळणवळण साधण्यासाठी रस्ते बांधले. ह्यावेळी पंतप्रधान नेहरूंना, सरदार वल्लभभाई पटेल यांनी चीनच्या संभाव्य धोक्याबद्दल सविस्तर पत्र लिहिले होते. (परिशिष्ट-२ मध्ये याचा समावेश केला आहे.) भारताचे सेनादलप्रमुख जनरल थिमय्या यांनी दिलेल्या सल्ल्याकडेही पंतप्रधानांनी दुर्लक्ष केले. जनरल थोरात यांनी नेफा आणि लडाखच्या संरक्षणासाठी बनवलेली योजनाही सरकारने फेटाळून लावली. त्याऐवजी श्री. मलिक या गुप्तहेर संघटनेच्या मुलकी अधिकाऱ्याने दिलेला सल्ला स्वीकारला. त्यांनी सेनादलासाठी एक 'फॉरवर्ड पॉलिसी' निश्चित केली. त्यानुसार चीनच्या पहारा चौकीसमोरच भारताने आपल्या हद्दीत अनेक छोट्या पहारा चौकी बनवायच्या होत्या.

या दरम्यान चिनी घुसखोरीमुळे निर्माण झालेल्या लोकांच्या वाढत्या टीकेची दखल घेऊन, पंडित नेहरूंनी सेनादलाचा सल्ला डावलून 'फॉरवर्ड पॉलिसी' राबविण्याचे ठरवले. श्री. मलिक यांच्या सल्ल्यावर पंडित नेहरूंचा विश्वास होता व पहारा चौकी बसवल्यावर नजीकच्या प्रदेशावर हक्क प्रस्थापित करणे शक्य असल्याचा युक्तिवाद त्यांना पटला होता. यावर सेनादलाचा युक्तिवाद होता की, अशा चौक्या कमकुवत असतील, सैन्यदलाला त्याची व्यवस्था ठेवणे जिकिरीचे असेल. चीनच्या सशक्त फौजेपुढे व चांगल्या संपर्क व्यवस्थेपुढे त्यांचे रक्षण करणे कठीण आहे. सैन्यदलाचा युक्तिवाद पंडित नेहरूंना पटला नाही. कारण त्यांना

दिलेल्या सल्ल्यानुसार, त्यांना वाटले होते की काहीही झाले तरी चीन भारतावर कधीच हल्ला करणार नाही.

ऑक्टोबर १९/२० च्या रात्री पूर्व भागामध्ये आपल्या फौजांवर हल्ला करण्यात आला, हे आपण आधी पाहिलेच आहे. त्याच वेळी चिप-चॅप, गालवान, पॅनगॉग या लडाखच्या भागातही आपल्या फौजांवर चिनी सैन्याने हल्ला केला. ही ठिकाणे एकाकी होती. त्यांच्याकडे तोफा नव्हत्या अथवा मदतीसाठी त्यांच्याकडे कोणतीही व्यवस्था नव्हती. तरीही ते शूरपणे लढले, पण चिनी लोकांच्या सरस सैनिकी सामर्थ्यापुढे त्यांचा टिकाव लागला नाही.

२१ ऑक्टोबरला चीनने लेक पेनांगच्या उत्तरेला आपल्या आक्रमणाचा रोख वळवला. सिरीजाप व युला ही ठिकाणे काबीज करणे हा मुख्य उद्देश होता.

सिरीजाप येथे तैनात असणाऱ्या १/८ गुरखा रायफलच्या सैनिकांनी कडवा प्रतिकार केला व त्यांच्या टिकून राहण्यामुळेच युलाहून वादळी नौकांतून, सुरक्षितपणे निघून जाण्यासाठी पुरेसा वेळ मिळाला. सिरीजॅप येथील गुरखा सैनिकांपैकी बहुतेकजण लढता लढता मेले. केवळ एकजण निसटून गेला व दुसऱ्या दोघांना शत्रूने पकडले असल्याचे नंतर समजले. त्या ठाण्यावरील कमांडर मेजर धानसिंग थापा यांना मरणोत्तर 'परमवीर चक्र' प्रदान करण्यात आले.

त्यानंतर एक महिनाभर शांतता होती. नंतर चीनने पुन्हा चढाईस सुरुवात केली. १७ नोव्हेंबर, १९६२ला स्पॅनगुर गॅपच्या दक्षिणेला चिनी सैनिक फार मोठ्या संख्येने आक्रमण करण्यासाठी जमलेले दिसत होते.

स्पॅनगुर-गॅपच्या दक्षिणेला, रेझांग ला या ठिकाणी भारताची १३ कुमाऊँ सैनिक तुकडी तैनात होती. त्याचे नेतृत्व मेजर शैतानसिंग यांच्याकडे होते. ही तुकडी शेवटपर्यंत शूरपणे लढली.

मेजर शैतानसिंग धीरोदात्तपणे लढले. त्यांनी दाखवलेल्या अप्रतिम धैर्याबद्दल, त्यांनाही मरणोत्तर 'परमवीर चक्र' देऊन, त्यांना गौरवले गेले.

नंतर समजले की, मेजर धानसिंग थापा जिवंत होते व चीनने त्यांना बंदिवान केले होते.

◆

मानपत्र

मेजर धानसिंग थापा

१/८ गुरखा रायफल्स (IC-७९९०)

लडाखमधील आघाडीच्या चौकीचे रक्षण करायची जबाबदारी मेजर धानसिंग थापांवर सोपवली होती. २० ऑक्टोबरला चिनी सैन्याने या ठिकाणावर जोरदार हल्ला चढवला.

त्यांचे संख्याबळही बरेच होते. तसेच त्यांनी मोठ्या ताकदीच्या तोफांचा वापर करून, तुफानी गोळाफेक केली. तुलनेने संख्याबल कमी असतानाही मेजर धानसिंग थापांच्या नेतृत्वाखाली आपल्या सैनिकांनी मोठ्या शौर्याने लढत दिली व शत्रूचे मोठे नुकसान केले. शत्रूने पुन्हा मोठ्या संख्येने आक्रमण केले व तुफानी गोळाफेक केली. मेजर थापांच्या नेतृत्वाखाली त्यांच्या सैनिकांनी हाही हल्ला परतवून लावला.

चिनी सैन्याने तिसऱ्यांदा हल्ला केला. त्यावेळी त्यांनी पायदळाच्या जोडीला रणगाड्यांचाही वापर केला होता. आधीच्या दोन हल्ल्यांमध्ये या चौकीतील बरेच सैनिक मरण पावले होते. अगदी कमी संख्याबल असतानाही त्यांनी शेवटपर्यंत लढत दिली. जेव्हा प्रचंड संख्येने आलेल्या शत्रुसैन्याने त्या ठिकाणाची धूळधाण केली तेव्हा मेजर थापा आपल्या खंदकातून बाहेर पडले व समोरासमोरच्या लढाईत शत्रूंपैकी अनेकांना त्यांनी कंठस्नान घातले. शेवटी त्यांना शत्रूने ताब्यात घेतले.

मेजर थापांचे संयत धैर्य, उत्कृष्ट लढवय्येपणा व नेतृत्व हे आपल्या

सेनादलाच्या उच्च परंपरेला साजेसेच होते.

(गॅझेट ऑफ इंडिया नोटीफिकेशन नं. ६८-प्रेस/६२)

* * *

पुनर्जन्म

'धैर्य म्हणजे भीतीचा प्रतिकार! भीतीवरचा विजय! भीतीचा अभाव म्हणजे धैर्य नव्हे.' – मार्क ट्वेन.

हिमाचल प्रदेशातील सिमला येथे, १० एप्रिल, १९२८ला मेजर धानसिंग थापांचा जन्म झाला. २८ ऑगस्ट, १९४९ला त्यांना ८व्या गुरखा रायफलमध्ये कमिशन मिळाले. गुरखा जमातीच्या बहुतेक लोकांप्रमाणेच सैन्यात भरती होणे, आपल्या कर्तव्याबद्दलची निष्ठा असणे, शिस्त, समर्पण, सचोटी हे गुण त्यांच्या ठिकाणी उपजतच होते. ते फार उत्साही अधिकारी होते.

ते काही मोठे वलयांकित पुढारी नव्हते की चढाईखोर योद्धे नव्हते. पण 'डी' कंपनीमध्ये जेव्हा त्यांच्यावर सिरीजॅप या चौकीच्या रक्षणाची जबाबदारी सोपवण्यात आली, तेव्हा ती त्यांनी स्वेच्छेने स्वीकारली. आपले नियोजित काम शांतपणे व चोखपणे करण्याचा त्यांचा स्वभावधर्म होता.

सिरीजॅपची लढाई

१ सिरीजॅप ही पॅनगॉग तळ्याच्या उत्तरेकडील काठावर उभारलेली एक पहारा चौकी होती व १/८ गुरखा रायफलकडे तिच्या संरक्षणाची जबाबदारी सोपवली होती. चिनी सैन्याने उभारलेल्या अनेक ठाण्यांना प्रत्युत्तर देण्याच्या उद्देशाने भारत सरकारने 'फॉरवर्ड पॉलिसी' ही योजना अंगीकारली. त्यानुसार अनेक पहारा चौक्या वसवल्या गेल्या. त्यांपैकीच ही एक चौकी होती.

सप्टेंबर ते नोव्हेंबर १९६२ या काळामध्ये पॅनगॉग तळे व स्पॅनगुर तळे यांमधील टापूवर ताबा मिळवण्यासाठी चिनी व भारतीय सैन्य युक्त्या-प्रयुक्त्या करत होते. चिनी सैन्याचे संख्याबल अधिक होते. त्यांच्याकडे अधिक चांगली शस्त्रसामग्री होती व भौगोलिक परिस्थितीही त्यांच्यासाठी अनुकूल होती. 'डी' कंपनीच्या पहिल्या बटालियनच्या ८व्या गुरखा रायफलचे नेतृत्व मेजर धानसिंग थापांकडे होते. सिरीजॅपची पहारा चौकी उभारण्याची व्यवस्था त्यांच्यावर सोपवली होती, जिच्या परिसराची व्याप्ती अठ्ठेचाळीस चौरस किलोमीटरची होती. 'फॉरवर्ड पॉलिसी'नुसार अनेक लहान लहान पहारा चौक्या बनवायच्या असल्यामुळे सिरीजॅप चौकीच्या रक्षणासाठी डी कंपनीकडे फक्त अठ्ठावीस सैनिकच उपलब्ध होते. ह्या

चौकीच्या तिन्ही बाजूंनी, चीनने ताबडतोब आपल्या पहारा चौक्या उभ्या केल्या होत्या. सुभेदार मिन बहादूर गुरुंग, हा द्वितीय कमांडिंग अधिकारी (Second-in-command) होता.

१९ ऑक्टोबर, १९६२ला सिरीजॅपजवळ मोठ्या संख्येने चिनी सैन्य गोळा झाले. या सैन्याकडे पुष्कळ शस्त्रास्त्रे व बंदुका होत्या. लवकरच काहीतरी घडणार याची ही पूर्वसूचना होती. ह्याचवेळी पूर्वेला 'ढोला'च्या समोर 'थांगला' या ठिकाणीही अशा प्रकारे सैन्य गोळा झाले होते. त्यामुळे लवकरच, शत्रुसैन्य चढाई करणार याचा मेजर धानसिंग थापांना अंदाज आला व त्यांनी आपल्या सैन्याला खोलवर व जलद खड्डे बनवायला सांगितले. अतिशय थंडीमुळे व साचलेल्या बर्फामुळे जमीन खोदून खड्डे बनविणे फार कठीण काम होते. कंपनी कमांडरने धान्याची पोती व वाळूची पोती वापरून संरक्षण बचाव उभा करावयाचा हुकूम दिला.

अपेक्षेप्रमाणे चिनी सैन्याने २० ऑक्टोबर, १९६२ रोजी पहाटे साडेचार वाजता हल्ल्यास सुरुवात केली. त्यांनी तोफांचा मारा सुरू केला. अडीच तासपर्यंत रणधुमाळी चालू होती. त्यामुळे चिनी सैन्याला चौकीच्या पिछाडीस चारशे पन्नास फुटांवर आपले सैन्य आणता आले. जेव्हा तोफांना विश्राम मिळाला, त्याक्षणी सहाशे चिनी सैनिक आरोळ्या ठोकत आपल्या ठिकाणावर हल्ला करायला चालून येत असल्याचे समजले. गुरखा सैनिक ज्या क्षणाची प्रतीक्षा करत होते तो क्षण येऊन ठेपला. त्यांनी आपल्या लाईट मशिनगनमधून व रायफलींमधून तुफान गोळीबारास सुरुवात केली. त्यात मोठ्या प्रमाणात चिनी सैनिक ठार झाले. चौकीपासून शंभर यार्डबाहेरच, हा हल्ला परतवून लावण्यात आपल्या सैनिकांना यश आले.

शत्रुसैन्याच्या तोफांच्या माऱ्यामुळे, हातगोळ्यांमुळे आपलेही 'डी' कंपनीमधील बरेच सैनिक जखमी झाले वा मृत्युमुखी पडले. तुकडीचा नेता नाईक कृष्ण बहादूर थापा ह्यालाही दुखापत झाली होती. पण लाईट मशिनगनधारी सैनिकाचा मृत्यू झाल्याचे पाहताच त्यांनी त्या लाईट मशिनगनचा ताबा घेतला व शरीरात प्राण असेपर्यंत मारा केला. या दरम्यान या सैनिकी तुकडीचा आपल्या बटालियनबरोबरचा संपर्क तुटला.

कमांडर मेजर धानसिंग थापा व त्यांचा द्वितीय कमांडिंग अधिकारी सुभेदार मिन बहादूर गुरुंग हे दोघे प्रत्येक बंदोबस्तावर नजर ठेवून होते. आपल्या लढणाऱ्या सैनिकांना प्रोत्साहित करत होते आणि संरक्षणासाठी आवश्यक ते फेरफार करत होते. चिनी सैन्याकडून पुन्हा तोफांचा भडिमार चालू झाला. तो पूर्वीपेक्षाही जास्त प्रभावी होता आणि त्याचा फायदा घेऊन चिनी सैन्य रांगत रांगत सिरीजॅपपासून पन्नास यार्ड अंतरावर येऊन ठेपले. या ठाण्याला आग लावून देण्यासाठी ज्वालाग्राही गोळे वापरण्याचाही शत्रुसैन्यानी प्रयत्न केला. गुरखा सैनिकांनी हे आव्हान स्वीकारले.

त्यांनी आपल्या जवळच्या हातगोळ्यांच्या व छोट्या रायफलींच्या साहाय्याने हा हल्ला परतवला.

सुभेदार मिन बहादूर गुरुंगचा खंदक कोसळला व त्यातच तो लाईट मशिनगनसह गाडला गेला. मातीचा ढिगारा दूर करत तो त्यातून बाहेर पडला व त्याने पुन्हा मशिनगन चालवायला सुरुवात केली. पुष्कळ चिनी सैनिकांना त्याने कंठस्नान घातले. पण सरतेशेवटी तोही चिनी सैनिकांकडून मारला गेला.

आता चौतीस जणांपैकी फक्त सात जणच वाचले होते व ते ठाणे अजूनही, मेजर धानसिंग यांच्या ताब्यात तग धरून होते. शत्रूने आता हेवी मशिनगन्स, रणगाडाविरोधी तोफा व जमीन व पाणी दोन्हींवर चालणारे चार तराफे तलावात आणवले. ह्या प्रत्येक तराफ्यावर दोन/दोन हेवी मशिनगन्स बसवलेल्या होत्या. सिरीजॅपवरील दबाव वाढत होता.

याचवेळी तळ्याच्या पलीकडून एक भारतीय वादळी बोट सिरीजॅपच्या मुख्य ठाण्याशी संपर्क साधण्यासाठी प्रयत्नशील होती. नाईक राबिलाल थापा तिचा नियंत्रक होता. सिरीजॅप-१ ह्या ठाण्यावर काय परिस्थिती आहे, याची पाहणी करायला, बटालियन मुख्यालयाने त्याला टोकुंगहून पाठवले होते. त्या बोटीबरोबर दुसरीही एक वादळी बोट होती. दोन्ही बोटींवर चिनी सैन्याने हल्ला केला. त्यांपैकी एक बोट बुडाली व ज्या बोटीवर नाईक राबिलाल थापा होता, तिला निसटून जाण्यात यश आले.

सिरीजॅप येथे वाचलेल्या सात जणांपैकी चारजण ठार झाले. ज्वालाग्राही बॉम्ब मेजर धानसिंगांच्या खंदकावर पडला होता. आग विझवण्यात मेजर धानसिंगांना यश मिळाले. तोपर्यंत शत्रूने चौकीचा ताबा घेतला होता व मेजर धानसिंग थापांना चिनी सैन्याने कैद केले होते. तिसरा हल्ला चिनी लोकांनी रणगाडे वापरून केला.

या दरम्यान इकडे नाईक राबिलाल थापाने, 'मेजर धानसिंग थापांनी सिरीजॅप ठाणे शेवटपर्यंत शर्थीने लढून वाचवण्याचा प्रयत्न केला, पण ते व त्यांचे साथीदार मारले गेल्याचे व ठाणे पडल्याचे' वृत्त दिले.

जे तिघेजण वाचले होते, त्यांपैकी रायफलमन तुलसीराम थापा निसटून जाऊ शकला व चार दिवसांनी चिनी लोकांना चुकवत बटालियनमध्ये पोहोचला. त्यानंतर बऱ्याच दिवसांनी, मेजर धानसिंग थापाला चिनी सैन्याने कैद केल्याचे समजले.

मेजर धानसिंग थापांनी हाताशी उपलब्ध असलेल्या साधनांचा वापर करून आपल्या छोट्या चौकीचे रक्षण करायचा शर्थीचा प्रयत्न केला. समोरची परिस्थिती व त्यातील संभाव्य धोक्यांची त्यांना पूर्ण कल्पना होती. चिनी सैन्याने केलेला हल्ला महाभयंकर होता. चिनी सैनिकांनी तोफा, मशिनगन, रॉकेट लॉंचर्स व रणगाड्यांचा वापर केला. त्यांचे संख्याबलही खूप जास्त होते. मेजर धानसिंग थापांकडे फक्त

अठ्ठावीस माणसे व एक दुय्यम अधिकारी इतकेच लोक होते. ह्या भयंकर परिस्थितीतही मेजर धानसिंग थापा शांत, संयमी होते. आपल्या लोकांना उत्तेजन देत होते. जखमी लोकांच्या ऐवजी दुसऱ्या जणांची नेमणूक करून, संरक्षण फळी मजबूत राखायचा प्रयत्न करत होते. बलाढ्य शत्रूशी ते हिमतीने लढले. चिन्यांचे तीन हल्ले त्यांनी परतवून लावले. तोपर्यंत त्यांचे संख्याबल तिनावर आले होते. चौकीचे तीनतेरा वाजले होते. तरीदेखील हिंमत न हरता, शत्रूने बंदिवान करेपर्यंत ते एकाकी लढत देत होते.

चिनी सैनिकांनी त्यांना कैद केल्यावर त्यांचा खूप छळ केला. युद्धकैद्यांना जो त्रास सहन करावा लागतो त्यापेक्षा त्यांना अत्यंत कठीण यातना सहन कराव्या लागल्या. बऱ्याच चिनी सैनिकांना ठार मारल्याबद्दल व भारत सरकारविरोधी, भारतीय सेनादलाविरोधी कबुलीपत्र न दिल्याबद्दल त्यांचा छळ झाला.

चिनी सरकार, नेपाळी वंशाच्या सैनिकांवर भारतविरोधी कबुलीपत्र लिहून देण्यासाठी दबाव आणत होते पण खूप प्रयत्न करूनही मेजर धानसिंगांकडून असे काही लिहून घेण्यात त्यांना अपयश आले.

पुढे मेजर धानसिंग थापांना कर्नल म्हणून बढती मिळाली. निवृत्तीनंतर ते लखनौला स्थायिक झाले व सध्या ते जेट एअरवेजचे डायरेक्टर आहेत.

◆

मानपत्र

मेजर शैतानसिंग

१३ कुमाऊँ (IC ७९९०)

चुसूल सेक्टरमध्ये सतराहजार फूट उंचीवर असणाऱ्या रेझांग ला या ठिकाणी तैनात असणाऱ्या इन्फन्ट्री बटालियन कंपनीचे नेतृत्व मेजर शैतानसिंग यांच्याकडे होते. हा प्रदेश तिथल्या इतर भूप्रदेशापासून अलग, एकाकी होता व या प्रदेशाचे रक्षण करण्यासाठी पाच पलटणी तैनात होत्या.

१८ नोव्हेंबर, १९६२ रोजी चिनी सैनिकांनी, कंपनीवर मोठमोठे तोफगोळे, बॉम्बगोळे व बंदुकीच्या गोळ्यांचा वर्षाव केला. चिनी सैनिकांच्या एका मागोमाग एक, लाटेसारख्या येणाऱ्या प्रचंड संख्येच्या तुकड्यांनी केलेल्या हल्ल्यास त्यांना तोंड द्यावे लागले. अत्यंत विपरीत परिस्थितीत आपल्या सेनेने एका पाठोपाठ येणाऱ्या शत्रुसैन्याच्या झुंडींना परतवून लावले. स्वत:च्या जिवाची पर्वा न करता, मेजर शैतानसिंग पलटणीच्या एका चौकीकडून दुसरीकडे जात होते व आपल्या सैनिकांचे नीतिधैर्य टिकवून ठेवण्यासाठी प्रोत्साहन देत होते. असे करत असताना ते फार जखमी झाले, तरीही ते इतरांना प्रोत्साहित करत होते व त्यांचे नेतृत्व करत होते. त्यांच्या शौर्याच्या आदर्शामुळेच आपल्या सैनिकांनी प्रयत्नांची शिकस्त केली. शूरपणाने लढत त्यांनी शत्रुसैन्याचे खूप नुकसान केले. आपला एक माणूस मेला पण त्याने शत्रूच्या चार ते पाच जणांना यमसदनास पाठवले.

जेव्हा हाताला व पोटाला झालेल्या जखमांमुळे मेजर शैतानसिंग

अकार्यक्षम झाले तेव्हा त्यांच्या माणसांनी त्यांना दुसरीकडे हलवायचे ठरवले. याचवेळी शत्रुकडून तुफानी बॉम्बगोळाफेक होत होती. मेजर शैतानसिंगांनी, आपल्या सैनिकांचे तरी प्राण वाचावे म्हणून त्यांना आज्ञा केली की त्यांना त्यांच्या नशिबाच्या हवाली सोडून, सैनिकांनी निघून जावे.

मेजर शैतानसिंगांचे अत्युच्च धैर्य, नेतृत्वगुण, कामाबद्दलची निष्ठा यामुळेच त्यांच्या कंपनीतील शेवटच्या माणसाला शेवटपर्यंत लढण्यास उत्तेजन मिळाले.

(गॅझेट ऑफ इंडिया नोटीफिकेशन नं. ६८-प्रेस/६२)

* * *

शौर्याचा विजय

'जेव्हा एखादी व्यक्ती युद्धामध्ये हौतात्म्य मिळवते, तेव्हा आपण नाही का म्हणत, त्याचे कूळ श्रेष्ठ आहे'. – अनामिक

मेजर शैतानसिंगांचा जन्म राजस्थानमधील जोधपूर येथे झाला. ते लेफ्टनंट कर्नल हेमसिंगजींचे सुपुत्र होत. अगदी लहानपणापासून त्यांनी सैन्यातच भरती व्हावयाचे ठरवले होते. १ ऑगस्ट, १९४९ ला कुमाऊँ रेजिमेंटमध्ये सेनाधिकारी म्हणून ते रुजू झाले.

१९६२च्या भारत-चीन युद्धामध्ये चुसूल भागात त्यांची कुमाऊँ पलटण तैनात होती. या भागाचा ब्रिगेड कमांडर, ब्रिगेडिअर टी.एन. रैना हाही कुमाऊँ होता. १३ कुमाऊँ ही त्यावेळची, सर्व अहिर असणारी एकमेव बटालियन होती.

जून, १९६२ मध्ये १३ कुमाऊँ तुकडी अंबाल्याहून जम्मू-काश्मीरमध्ये आली. त्यांनी कधी बर्फही पहिला नव्हता आणि जगातील अतिशय उंचीवरील आणि आत्यंतिक थंड प्रदेशातील काही मोजक्या युद्धभूमींपैकी एकीवर त्यांच्या आयुष्याची लढाई लढणे त्यांच्या भाळी लिहिलेले होते. येथे तैनात केलेले चिनी सैनिक सिनकिअँग पर्वतावर वास्तव्य करणारे होते. त्यांच्याकडे आधुनिक शस्त्रास्त्रे होती आणि याउलट आपल्या सैनिकांकडे, दुसऱ्या महायुद्धातील जुन्या पद्धतीच्या, कुचकामी ३०३ एकबारी, ली एन फिल्ड बनावटीच्या बंदुका होत्या. हवामान, शस्त्रसामग्री या सर्व बाबी अत्यंत प्रतिकूल होत्या तरीही त्यांची पर्वा न करता, रेझांग ला या ठिकाणी शत्रूने हल्ला केल्यास, तिथे तैनात असणाऱ्या मेजर शैतानसिंगांच्या नेतृत्वाखालील, १३ कुमाऊँच्या कंपनीने शत्रूला भारी किंमत मोजावी लागेल, असा बचावाचा पवित्रा घेतला होता. या ठिकाणाकडे येणाऱ्या सर्व वाटांवर स्वयंचलित

तोफा व मशिनगन तैनात करून, शत्रूच्या वाटा रोखल्या होत्या. रेझांग ला इथला भाग डोंगराळ असल्यामुळे आपल्याला तोफा डागणे कठीण गेले.

रेझांग लावर केलेल्या पाठोपाठच्या हल्ल्यात चिनी सैन्याची मोठीच मनुष्यहानी झाली. आजूबाजूच्या गल्लीबोळात व समोरील मैदानावर चिनी सैनिकांच्या प्रेतांचा खच पडला होता. तरीही प्रचंड संख्याबल व चांगल्या दर्जाची शस्त्रास्त्रे यांमुळे त्यांचे पारडे झुकत गेले. चिनी सैन्याचा धडाका इतका जबरदस्त होता की त्यांनी वापरात आणलेल्या निरनिराळ्या तोफांच्या भडिमारामुळे रेझांग ला पहारा चौकीची पार धूळधाण झाली. तिथे बचावासाठी तैनात असणारे सर्व सैनिक मारले गेले. आधी मेजर शैतानसिंगांच्या हाताला इजा पोहोचली होती व नंतर मशिनगनचा गोळा त्यांच्या पोटातच फुटल्यामुळे मोठी इजा झाली. त्यांच्या साथीदारांनी त्यांना सुरक्षित ठिकाणी हलवण्याचा प्रयत्न केला पण असे करण्यामध्ये त्यांच्या जिवास धोका आहे, हे जाणून 'त्यांना त्याच ठिकाणी सोडून, सर्वांनी निघून जावे', असा हुकूम त्यांनी दिला. तीन महिन्यांनंतर त्यांचा मृतदेह त्याच ठिकाणी मिळाला.

भारतीय सेनादलाच्या इतिहासात रेझांग ला ची लढाई एक अद्वितीय लढाई म्हणून नोंदवली जाईल कारण चिनी सैन्याच्या झुंडीला तोंड देताना मेजर शैतानसिंग यांच्या नेतृत्वाखाली भारतीय सैनिकांच्या एका छोट्या तुकडीने दाखवलेल्या, अविश्वसनीय वाटावी, अशा शौर्याची ही एक कहाणी आहे.

शत्रूने रेझांग ला वर छुपा हल्ला करण्याचे कारस्थान केले होते. पण गस्त घालणाऱ्या कुमाऊँ कंपनीला त्याचा सुगावा लागला. संभाव्य हल्ल्यास तोंड देण्यासाठी त्यांनी आधीच सिद्धता केली होती. जेव्हा चिनी सैनिकांनी हल्ला केला त्यावेळी आपण डागलेल्या तोफांच्या माऱ्यामुळे खूप चिनी सैनिक जखमी झाले वा मेले. तिन्ही पलटणींच्या समोरील बोळांमध्ये चिनी सैनिकांच्या प्रेतांचा खच पडला होता.

छुपा हल्ला करण्याचा प्रयत्न फसल्यावर, चिनी लोकांनी कंपनीच्या रेझांग ला ठाण्याकडे मोर्चा वळवला. निरनिराळ्या प्रकारच्या तोफा, RCL बंदुका तसेच रॉकेट यांच्या बॉम्बवर्षावामुळे एकही खंदक, आडोसा शिल्लक नव्हता पण माघार घेण्याचा विचार कुणाच्याही मनाला शिवला नाही.

रेझांग ला या ठिकाणी त्यानंतर पुढे भेट दिली असता खंदकांमध्ये जवानांचे मृतदेह मिळाले, ज्यांच्या हातात अजूनही शस्त्रे होती. मोडून पडलेली लाईट मशिनगन व बंदुकीचे उरलेले दस्ते हातात घेतलेले जवान, असे करुण दृश्य तिथे दिसत होते. यावरून शत्रूचा बॉम्बवर्षाव किती जबरदस्त होता हे जाणवते. या कंपनीतील प्रत्येक सैनिक बंदुकीच्या गोळ्यांनी अथवा तोफगोळ्यांच्या ठिकऱ्यांनी जखमी झाल्याचे व खंदकातच मृत्यू पावल्याचे आढळले. हातात गोळा असलेल्या

स्थितीतच एक मशिनगन चालवणारा सैनिक मरण पावल्याचे तर वैद्यकीय सेवा पुरविणारा दुसरा एकजण हातात सिरींज व बँडेज घेतलेल्या अवस्थेतच बंदुकीच्या गोळीस बळी पडल्याचे दिसत होते. बाराएक अहिरांची प्रेते त्यांच्या खंदकाच्या बाहेर आढळली. यावरून हे सिद्ध होते की हल्ला करणाऱ्या चिनी सैनिकांवर त्यांनी मरण्यापूर्वी प्रतिहल्ला चढवला होता. आपल्या सैनिकांकडील हजार एक बॉम्बगोळ्यांपैकी फक्त सातच न फुटलेल्या स्थितीत आढळले. तेही फुटण्याच्या बेतात होते, ज्यावेळी चौकी नष्ट झाली.

'सी' कंपनीच्या १३ कुमाऊँ कंपनीचे जे सैनिक रेझांग ला येथे धारातीर्थी पडले, ते शूरवीर होते. देश त्यांचा सदैव कृतज्ञ आहे. ज्या मेजर शैतानसिंगांनी आपल्या सहकाऱ्यांना लढण्यासाठी प्रोत्साहित केले ते भारतीय इतिहासात अजरामर झाले आहेत. शौर्यासाठीचे देशातले सर्वोच्च पदक 'परमवीर चक्र' मेजर शैतानसिंगांना मरणोत्तर बहाल करण्यात आले आणि त्यांचा मृतदेह मिळाल्यावर जोधपूरच्या त्यांच्या गावी नेण्यात आला व सैनिकी इतमामाने त्यांच्यावर अंत्यसंस्कार करण्यात आले.

◆

भारत-चीन युद्धाची निष्पत्ती

'मी नेहमीच सज्ज असल्यासारखा वाटतो, कारण एखादी गोष्ट करण्याआधी मी त्या गोष्टीवर बऱ्याच काळपर्यंत विचार केलेला असतो. कोणत्या अडचणी येतील, याचा अंदाज घेतलेला असतो. 'माझ्या कुशाग्र बुद्धीमुळे संकटावर सावधपणे, अचानक कशी मात करायची, हे मला समजते', असे होत नाही. बुद्धिपुरस्सर विचार करणे, भविष्यासाठी सावध पवित्रा घेणे, यामुळेच शक्य होते.' – नेपोलिअन.

भारतीय सेनेला, नेफा व लडाख येथे १९६२ मध्ये, चिनी लोकांबरोबर ज्या प्रकारे लढावे लागले त्यावरून हे उघड होते की, चिनी आक्रमणाबद्दल, चिनी लोकांसंबंधी योग्य असे राजकीय मूल्यमापन झाले नाही. पंतप्रधान नेहरूंचे एक चमत्कारिक मत होते, ज्याला संरक्षणमंत्री कृष्ण मेनननीही दुजोरा दिला, ते म्हणजे 'चीन भारतावर आक्रमण करणार नाही.' त्यानंतर दृष्टोत्पत्तीस आलेल्या पुराव्यांवरून हे स्पष्ट होते की चिनी लोकांची बरोबर तीच योजना होती. राजकीय नेत्यांचे संरक्षण नीतीबद्दलचे निर्णय चुकीचे आहेत याची पूर्णपणे कल्पना असतानाही, दुर्दैवाने सैन्यदलातील वरिष्ठ अधिकाऱ्यांनी त्यास मुकाट्याने होकार दिला.

सप्टेंबर १९६२ मध्ये जेव्हा चिनी सैन्य भारतीय हद्दीमध्ये घुसले, तेव्हा सरकार अडचणीत आले. भारतीय जनतेला हे समजल्यावर, चीनच्या प्रश्नाच्या अकुशल हाताळणीबद्दल व आत्तापर्यंतचे टाळाटाळीचे धोरण निष्फळ असल्याचे पाहून, सरकारने एकदम पवित्रा बदलून धीटपणे शत्रूशी सामना करावयाचे असल्याचे दाखवले. नामका चू येथे जाऊन सैन्यातल्या वरिष्ठ अधिकाऱ्याने, चिनी आक्रमणाबद्दलचे मूल्यमापन करण्याआधीच सरकारने, 'चिनी लोकांना भारताच्या हद्दीतून हुसकावून लावण्यासाठी सैन्यदलाला हुकूम दिला आहे', अशी घोषणा करण्याचे ठरवले. ही घोषणा म्हणजे भारतीय लोकक्षोभ शांत करण्यासाठी एक भूलथाप होती. भारतावर चीन पूर्ण ताकदीचा हल्ला कधीही

करणार नाही, अशी पंतप्रधान व संरक्षणमंत्री यांची चमत्कारिक धारणा होती. संरक्षणमंत्र्यांनी सेनाप्रमुखांवर जबाबदारी टाकली. सेना प्रमुखांनी सैन्यदलाच्या कमांडरवर व कमांडरने त्याच्या हाताखालच्या ब्रिगेडिअरवर नामका चू येथील संरक्षणाची जबाबदारी टाकली. ही भूलथाप भारतीय जनतेपुढे पचली पण चिनी सैन्यापुढे चालली नाही. उलटपक्षी, नेफा व लडाखवर पूर्ण ताकदीनिशी हल्ला करण्यासाठी वाट बघणाऱ्या चिनी सैन्याला आयतीच संधी मिळाली. त्यांनी नेफा व लडाखवर जोरदार हल्ला चढवला.

भारतीय सेनेकडे पुरेशी शस्त्रास्त्रे, दारूगोळा, साधनसामग्री, इतक्या उंचीवरील थंड हवेत वापरावयाचे कपडेही नव्हते. अशा असुरक्षित, उंच जागीही हाताशी उपलब्ध असलेल्या साधनांचा उपयोग करून, ते शूरपणे लढले व त्यांना वीरगती मिळाली. अनेक शूर व प्रसिद्ध अशा रेजिमेंट्सना त्यांची काही चूक नसताना, पराभवाची नामुष्की पत्करावी लागली. निराद सी. चौधरी यांच्या मते, 'राजकारणी सत्ताधाऱ्यांनी आपल्या सैनिकांना जिंकण्याची संधी न देता, लढायला लावले होते. त्यांनी दिलेला लढा हा कधीच सैनिकी कारवाईसारखा वाटला नाही. ती राजकीय गरज म्हणून अत्यंत घिसाडघाईने लादलेली थातूरमातूर गोष्ट होती.'

विरोधी पक्षाच्या गदारोळामुळे व पुरेशी माहिती नसणाऱ्या लोकांच्या रेट्यामुळे सरकारने राजकीय हेतूने प्रेरित होऊन घेतलेला तो निर्णय होता. पूर्वतयारी न करता कुठल्याही राष्ट्राने युद्धात उतरू नये, ही सर्वसामान्य युद्धनीती आहे. राजकीय हस्तक्षेपामुळे ज्या सैन्यदलाच्या अधिकाऱ्यांचे नेतृत्व कुचकामी झाले आहे, ज्या सैन्यदलाचा विसर पडला आहे, ज्यांच्याकडे दुर्लक्ष झाले आहे असे सैन्यदल जिंकणे तर दूरची गोष्ट, पण ते पुऱ्या ताकदीने लढूही शकणार नाही.

१९६२च्या भारत-चीन युद्धाबद्दल 'टाईम' या अमेरिकन मासिकाने म्हटले आहे, 'भारतीय सेनेला सर्वच गोष्टींची आवश्यकता आहे, धैर्य सोडून.'

जिथे जिथे सैन्यदलाच्या फौजांना समर्थ नेतृत्व मिळाले, तिथे तिथे त्यांच्या ठिकाणी असणाऱ्या धैर्याची प्रचीती आली आहे. बुमला, जांग, सिरीजॅप, रेझांग ला याठिकाणी चिनी सैनिकांची मोठ्या संख्येने कत्तल झाली. ही उदाहरणे हेच स्पष्ट करतात की या सर्व ठिकाणी व ढोला येथे प्रतिकूल अशा परिस्थितीमध्ये, सर्वनाश अटळ असतानाही आपल्या फौजांनी शूरपणे प्रतिकार केला. युद्धविरामानंतर रेझांग ला येथील सर्व सैनिक बर्फात जागच्या जागी थिजून गेलेले आढळले.

सर्व माणसे मेलेली, त्यांच्या हातात तुटलेल्या बंदुका, सर्व दारूगोळा संपलेला असे दृश्य होते. एक गोष्ट स्पष्ट झाली की ह्या रक्तपातामध्ये समोरून चालून आलेल्या शत्रूबरोबर ते शौर्याने झुंजले.

बुमला, सिरीजॅप व रेझांग ला येथे सुभेदार जोगिंदरसिंग, मेजर धानसिंग थापा

व मेजर शैतानसिंग यांनी भारतीय सेनेच्या परंपरेनुसार शौर्याने लढत दिली.

ह्या सगळ्यांना 'परमवीर चक्र' या सर्वोच्च पदकाने गौरवण्यात आले. ह्या तिघांपैकी, फक्त मेजर धानसिंग थापा हे सर्व कसे घडले, हे सांगण्यासाठी जिवंत राहिले.

◆

प्रकरण तिसरे

भारत-पाकिस्तान युद्ध
१९६५

जम्मू-काश्मीर हस्तगत करण्याचा पाकिस्तानचा दुसरा प्रयत्न

पाकिस्तानच्या निर्मितीपासूनच, बळाचा वापर करून जम्मू व काश्मीर ताब्यात घेण्याच्या जबरदस्त आकर्षणापोटी, १९४७-४८ मध्ये केलेल्या प्रयत्नांची पुनरावृत्ती, १९६५ मध्ये करण्याची खुमखुमी पाकिस्तानला झाली.

१९६२ च्या चीनबरोबर झालेल्या युद्धामुळे भारताचे फार नुकसान झाले होते. आर्थिक घडी विस्कटली होती. सेनादलाच्या पुनर्रचनेचे काम अपुरे होते. चीनच्या युद्धानंतर सैन्यदलाला, फक्त पर्वतमय प्रदेशासाठीच शस्त्रास्त्रांची मदत मिळाली होती. त्याचेही नियोजन अजून पार पाडावयाचे होते. पंडित नेहरूंचा मृत्यू झाला होता. त्यांच्या जागी आलेल्या लहानचणीच्या लालबहादूर शास्त्रींचा पाकिस्तानवर फारसा प्रभाव पडला, असे दिसले नाही. पाकिस्तानला वाटले ही चांगली संधी आहे. म्हणून ह्या संधीचा फायदा करून घ्यावयाचे पाकिस्तानने ठरवले. पाकिस्तानची आर्थिक स्थिती चांगल्या शेतमालाच्या उत्पादनामुळे व कारखानदारीच्या विकासामुळे भक्कम होती. याचवेळी अमेरिकेकडून दीड बिलियन डॉलर्सचे आर्थिक साहाय्य व सैन्यदलासाठी मोठी मदत मिळाली होती. यामध्ये 200 M-45 पॅटन रणगाडे, एक स्क्वाड्रन M-104 A सुपरसॉनिक लढाऊ विमान, चार स्क्वाड्रन F-86 लढाऊ विमाने आणि दोन स्क्वाड्रन B-75 B बॉम्बफेकी विमानांचा समावेश होता.

यामुळे भारत-पाक या देशांच्या सामर्थ्यामध्ये असमतोल निर्माण झाला होता. पाकिस्तानने चीनबरोबर संबंधही सुधारले होते. लष्करी सत्तापालट करून आलेल्या पाकिस्तानच्या जनरल आयुबखानला वाटले, बळाचा वापर करून जम्मू व काश्मीर हस्तगत करण्याचा प्रयत्न करण्यासाठी ही योग्य संधी आहे.

जम्मू व काश्मीर जिंकण्याचा प्रयत्न करण्यापूर्वी, भारताच्या ताकदीचा अंदाज घेण्यासाठी पाकिस्तानला एक छोटा प्रयत्न करायचा होता. त्याने कच्छच्या रणात एक छोटासा हल्ला करावयाचे ठरवले. यामुळे अमेरिकेकडून नुकत्याच मिळालेल्या शस्त्रसामग्रीच्या क्षमतेची परीक्षा झाली असती व पंतप्रधान लालबहादूर शास्त्री यांच्या नेतृत्वाखालील भारताच्या मानसिकतेचा अंदाज घेता आला असता.

कच्छ रणातील सरहद्दीजवळच्या सरदार पोस्ट या पोलीस चौकीवर, पाकिस्तानने ९ एप्रिल, १९६५ला हल्ला केला व चौकीची धूळधाण केली. यावर भारताची प्रतिक्रिया नेहमीसारखी संथ होती. चौकीवर पहारा वाढवण्यात आला व ती सैन्याकडे सोपवण्यात आली.

यानंतर पाकिस्तानच्या एका मोठ्या सैनिकी तुकडीने मेजर जनरल टीकाखानच्या नेतृत्वाखाली पुन्हा हल्ला केला. अमेरिकेकडून मिळालेल्या नव्या पॅटन रणगाड्यांचा

त्यावेळी वापर केला. पुरेशी शस्त्रसामग्री नसताना, संख्याबलाने अगदीच नगण्य असणाऱ्या भारतीय सैनिकांनी त्यास चोख प्रत्युत्तर दिले. पण त्यामुळे भांडखोर पाकिस्तानच्या भारतावर हल्ला करण्याच्या योजनेत कोणताच बदल झाला नाही. उलट त्यांना वाटले, डाव जिंकून देणारे सारे पत्ते त्यांच्याच हातात आहेत व जम्मू व काश्मीर हस्तगत करण्याच्या यशाची त्यांना खात्री वाटली.

या दरम्यान ३० जून, १९६५ला पाकिस्तानने भारताबरोबर युद्धबंदी करार केला व 'जशी आहे तशी' परिस्थिती स्वीकृत केली. एक लवाद नेमण्यात आला, लवादामधील तीन व्यक्तींनी या प्रश्नाचा न्यायनिवाडा करावयाचा होता.

ब्रिटिशांनी मध्यस्थी करून घडविलेल्या युद्धबंदी करारामुळे सर्व गोष्टी सुरळीत घडत असल्याची भारताची खात्री झाली. चुकीची माहिती प्रसृत करण्याचा पाकिस्तानचा कावेबाजपणा भारताला अजूनही समजून न आल्यामुळे, संभाव्य धोक्याची भारताला आगाऊ कल्पना आली नाही. पाकिस्तानने एका बाजूने युद्धबंदी मान्य केली तर, तिकडे जम्मू-काश्मीरच्या सरहद्दीवर, एका मागोमाग घातपाती कारवाया घडवून आणायचा उद्योग सुरू केला होता. 'ऑपरेशन जिब्राल्टर'ची ही नांदी होती.

५ ते १० ऑगस्ट, १९६५ या काळात भारतीय सेनेला असे आढळले की, काश्मीरमधील सर्वच भागात मोठ्या प्रमाणात घुसखोरी होत आहे. या घुसखोरांची प्रत्येक तुकडी सहाशे जणांची अथवा त्याहीपेक्षा जास्त लोकांची होती.

बेताचा बंदोबस्त असणाऱ्या काही चौक्या या घुसखोरांना आपल्या ताब्यात घेता आल्या तर काहींचा संपर्क तोडता आला. पकडलेल्या कैद्यांकडून व त्यांच्याजवळच्या कागदपत्रांवरून पाकिस्तानचाच हा कुटील डाव असल्याचे निष्पन्न झाले. काश्मीरमध्ये स्थानिक लोकांचे बंड घडवून आणावयाचे व छुपा हल्ला करून काश्मीर बळकावयाची पद्धतशीर योजना, पाकिस्तान राबवत असल्याचे स्पष्ट झाले. पाकिस्तानमध्ये प्रशिक्षण घेतलेल्या व त्यांनीच शस्त्रे पुरवलेल्या तीसहजार घुसखोरांच्या तुकडीचे नेतृत्व, पाकिस्तानी दलातील एकेका अधिकाऱ्याकडे होते. त्याच्या हाताखाली नेहमीच्या सेवेत असणारे व निवृत्त झालेले पाकिस्तानी सैनिक होते. या योजनेस पाकिस्तानने टोपणनाव दिले होते, 'ऑपरेशन जिब्राल्टर'.

नेहमीप्रमाणे पाकिस्तानने याही आक्रमणात सहभाग असल्याचे नाकारले व हा काश्मिरी जनतेचाच उठाव असल्याचे प्रतिपादन केले. इतिहासाची पुनरावृत्ती होत होती. या आक्रमणामध्ये पाकिस्तानचा सहभाग असल्याचा उघड पुरावा मिळाला होता. त्याचमुळे ३ सप्टेंबर, १९६५ला युनोचे सेक्रेटरी जनरल यु. थान्ट यांनी, सिक्युरिटी कौन्सिलमध्ये तसे निवेदन केले होते. पाकिस्तानी कैद्यांच्या चौकशीनंतर हे स्पष्ट झाले की, 'ऑपरेशन जिब्राल्टर'ची योजना मे १९६५ला, म्हणजेच कच्छ रणाच्या 'समझोता करारा'च्या आधीच बनवली होती. जुलैच्या दुसऱ्या आठवड्यात

प्रेसिडेंट जनरल आयुबखान याने स्वत: पाकिस्तानी फौजेच्या कमांडरांसमोर (योजनेला अनुसरून) भाषण दिले होते. पाकिस्तानवर ठेवलेल्या विश्वासाचे हे फलित!

पाकिस्तानची योजना घुसखोरांनी करावयाच्या बंडावर निर्भर होती. कारण घुसखोरांनी विध्वंस घडवून आणला व त्यामुळे राज्य सरकार कोलमडून पडले की, पाकिस्तानी सैन्यदलाला हल्ला करून जम्मू व काश्मीरचा ताबा घ्यावयाचा होता. पाकिस्तानला वाटले होते की, एका बाजूने घुसखोरांची आक्रमणे व नागरी उठाव, तर दुसऱ्या बाजूने पाकिस्तान सैन्यदलाचा हल्ला, यामुळे भारतीय सैन्य कात्रीत सापडेल.

पण गोष्टी नेहमीच योजनेबरहुकूम घडत नसतात. प्रत्यक्षात या घुसखोरांच्या झुंडी विखुरल्या गेल्या. त्यातील घुसखोर पळून गेले अथवा त्यांचा नायनाट झाला.

अपेक्षिल्याप्रमाणे जनतेचे बंड, उठाव वगैरे झाला नाही. पाकिस्तान म्हणत असलेले बंडखोर काश्मिरी नव्हतेच तर ते पाकिस्तानातून आल्याचे उघडकीस आले.

ज्या ठिकाणाहून घुसखोर आले ते तळच नष्ट करावयाचे भारताने ठरवले व मोठी धाडसी कामगिरी करून हाजी पिर व पिरसाहेब या ठिकाणांवर कब्जा केला.

यावर आंतरराष्ट्रीय सरहद्दीजवळ पाकिस्तानने आक्रमण करून, आपल्या लढण्याच्या खुमखुमीचे प्रदर्शन केले व त्यासाठी रणगाड्यांचा व तोफांचाही वापर केला होता.

भारतीय सेनेने त्यास चोख प्रत्युत्तर दिले. छांब व जौरिअनवर कब्जा केला व अखनूरपासून सहा किलोमीटरवर पाकिस्तानी आक्रमकांना रोखले. या हल्ल्याचे नियोजन केल्याचे पाकिस्तानने नेहमीप्रमाणेच नाकारले. 'ऑपरेशन ग्रँडस्लॅम' या नावाने हा हल्ला पाकव्याप्त काश्मीरमधील लोकांनीच घडवून आणल्याचे सांगितले. या हल्ल्यामध्ये पाकिस्तानी विमानाने आपल्या अमृतसरच्या ठाण्यावरही हल्ला केला होता.

पाकिस्तानबरोबर व्यवहार करताना भारत नेहमीच संयम राखत असे. पण आता संयमाची व सहनशक्तीची मर्यादा संपली होती. भारताने आंतरराष्ट्रीय हद्दीबाहेर असलेल्या ठिकाणावर हल्ला करण्याची मोहीम आखली. पाकिस्तान प्रतिहल्ला चढविणार याचीही पूर्ण कल्पना होती. पाकिस्तानच्या प्रतिहल्ल्यास चोख प्रत्युत्तर द्यायचीही भारताची जय्यत तयारी होती.

या आघाड्यांच्या बारीक तपशिलांमध्ये शिरण्याचा माझा उद्देश नाही, तरीही या आघाड्यांमध्ये 'परमवीर चक्र' पदक देऊन दोघा शूरवीरांना गौरवले असल्यामुळे, त्या लढाईचा संक्षिप्त वृत्तांत देणे उचित वाटते.

सरहद्दीपलीकडील ज्या ठाण्यांवर भारताने हल्ला करण्याची योजना आखली होती, त्यानुसार भारतीय सेनेच्या ११ कोअर या युनिटवर एक कामगिरी सोपवली

होती. त्यांना इचोगिल कालव्यावर ताबा घेऊन पलीकडे मोर्चेबांधणी करावयाची होती. म्हणजे लाहोरवर दबाव निर्माण झाला असता. पाकिस्तानी सैन्य जोरदार प्रतिकार करेल व त्यामुळे ११ कोअरला त्यांना नेस्तनाबूत करण्याची संधी मिळेल, असे वाटत होते. शत्रूचा हल्ला परतवून लावण्यासाठी खेमकरणपेक्षा असल-उत्तर हे अधिक योग्य ठिकाण होते व खेमकरण टाळता आले असते. तसेच या ठिकाणाहून खेमकरण-अमृतसर फळी तसेच खेमकरण पट्टी ही फळी, या दोन्हींवर ताबा मिळवणे शक्य होणार होते.

१० सप्टेंबर, १९६५ला अपेक्षिल्याप्रमाणेच पाकिस्तान सैन्यदलातील तोफांच्या तुकडीने हल्ला चढवला व सैन्याला त्या ठिकाणाहून हुसकावून लावायचा प्रयत्न केला. प्रथमत: त्यांनी ४ ग्रेनेडिअर्स तैनात असलेल्या ठिकाणावर हल्ला केला पण ह्या बटालियनने जोरदार प्रतिकार केला. जबर निश्चयाने व धैर्याने शत्रूशी लढत दिली व या ठिकाणावर आपले नियंत्रण कायम ठेवले. या लढाईत कंपनी क्वार्टरमास्टर हवालदार अब्दुल हमीद यांनी प्राणांची बाजी लावून आपल्या RCL बंदुकीने अनेक पॅटन रणगाड्यांचा धुव्वा उडवला. या शौर्यपूर्ण कामगिरीबद्दल त्यांना 'परमवीर चक्र' (मरणोत्तर) देऊन गौरवण्यात आले.

पाकिस्तानी फौजेने अनेक जोरदार हल्ले चढवून असल-उत्तर येथे असलेल्या, भारतीय सेनेला हुसकावून लावण्याचा प्रयत्न केला, पण त्यांना यश आले नाही. खूप नुकसान सहन करावे लागले. या भागामध्ये पाकिस्तानच्या एकूण सत्त्याण्णव रणगाड्यांचा धुव्वा उडाला. चांगल्या स्थितीत असलेले बत्तीस रणगाडे आपल्या सेनेने ताब्यात घेतले. ४ ग्रेनेडिअर-स्थित, आपले रणगाडे पुढे का जात नाहीत याची पाहणी करायला आलेले जनरल ऑफिसर कमांडिंग आर्मर्ड डिव्हिजन व त्यांचे साथीदार पाकिस्तानी आर्टिलरी ब्रिगेडचे कमांडर मारले गेले.

ही लढाई चालू ठेवण्याची क्षमता नष्ट झाल्यावर, पाकिस्तानी कमांडर इन चीफने लढाई थांबवली व पाकिस्तानच्या १ आर्मर्ड डिव्हिजनचे उरलेसुरले रणगाडे मागे घेतले व भारतीय सेनेच्या १ कोअरला लढत देण्यासाठी उत्तरेकडे पाठवले.

या दरम्यान १ भारत कोअर या नव्याने आकारास येत असलेल्या कोअरकडे, सियालकोटला लाहोरपासून एकाकी पाडावयाचे काम सोपवले होते. चाविंदा काबीज करणे हा त्या आघाडीचा एक भाग होता. या ठिकाणी लेफ्टनंट कर्नल ए.बी. तारापोर, पूना हॉर्स (१७ हॉर्स) यांनी प्राणाची बाजी लावून केलेल्या कामगिरीबद्दल, त्यांना 'परमवीर चक्र' (मरणोत्तर) देऊन गौरवण्यात आले.

◆

मानपत्र

कंपनी क्वार्टरमास्टर हवालदार अब्दुल हमीद

४ ग्रेनेडिअर्स (नं. २६३९९८५)

खेमकरण भागातील भिक्कीविंड रस्त्यावर चीमा खेड्याजवळील महत्त्वाच्या ठिकाणी, पाकिस्तानी फौजांनी पॅटन रणगाड्यांच्या साहाय्याने, १० सप्टेंबर, १९६५ला सकाळी आठ वाजता हल्ला चढविला. तोफगोळ्यांच्या तुफान वर्षावापाठोपाठ हा हल्ला झाला होता. नऊ वाजेपर्यंत शत्रूचे रणगाडे आपली पहिली फळी तोडून पुढे आले होते.

शत्रुसैन्याकडून जोरदार गोळाफेक व तोफगोळ्यांचा वर्षाव होत असतानाही, या परिस्थितीचे गांभीर्य ओळखून कंपनी हवालदार अब्दुल हमीद, जे RCL चे मुख्याधिकारी होते, त्यांनी शिताफीने कारवाई केली.

आपली बंदूक जीपवर चढवून, बगल देत हमीद पुढे झाले व मोक्याच्या ठिकाणावर जाऊन त्यांनी शत्रूच्या म्होरक्या रणगाड्याला नेस्तनाबूत केले. लगेच जागा बदलून दुसऱ्या रणगाड्यावरही हल्ला करून, त्याला अग्नीच्या भक्ष्यस्थानी टाकले. ह्याचवेळी शत्रूच्या रणगाड्याने त्यांना हेरले व त्यांची जीप ज्वलनग्राही शस्त्रास्त्रांच्या व सतत आग ओकणाऱ्या मशिनगनच्या टप्प्यात आली. पण कशाचीही पर्वा न करता, कंपनी क्वार्टरमास्टर हवालदार अब्दुल हमीद, आपल्या साध्या बंदुकीने शत्रूच्या आणखी एका रणगाड्यावर गोळीबार करतच राहिले. हे करत असताना शत्रूच्या अतिज्वलनग्राही तोफगोळ्यांनी ते खूप जखमी झाले होते.

हवालदार अब्दुल हमीद यांच्या धीरोदात्त कामगिरीमुळे, त्यांच्या सहकाऱ्यांना शूरपणे लढण्यासाठी व शत्रूच्या रणगाड्यांचा जोरदार हल्ला

परतवून लावण्यासाठी उत्तेजन मिळाले. या लढ्यात त्यांनी स्वत:च्या संरक्षणाची जराही पर्वा केली नाही. शत्रुसैन्याकडील तोफा सतत आग ओकत असतानाही त्यांनी केलेले धाडसी कृत्य हे त्यांच्या युनिटसाठीच नव्हे, तर सगळ्या डिव्हिजनसाठी एक देदीप्यमान उदाहरण आहे.

भारतीय सेनेच्या उच्च परंपरेस साजेसेच हे कृत्य आहे.

(गॅझेट ऑफ इंडिया नोटीफिकेशन नं. १११ – प्रेस/६५)

* * *

रणगाड्यांचा विनाशकर्ता

'शक्यता व अशक्यता यांतील फरक माणसाच्या निश्चयावर अवलंबून असतो.' – टी. लासोर्डा.

उत्तर प्रदेशातील गाझीपूर जिल्ह्यातील धामुपूर या खेड्यामध्ये, १ जुलै, १९३३ला अब्दुल हमीद यांचा जन्म झाला. ते ४ ग्रेनेडिअर्स 'सी' कंपनीचे सैनिक होते. 'सी' कंपनी ही मुस्लिमधर्मीय लोकांची कंपनी होती. यापैकी पंचाहत्तर टक्के मुसलमान खाईमखानी मुस्लिम होते. उरलेले उत्तर प्रदेशातील मुसलमान होते. १९६५च्या भारत-पाकिस्तान युद्धाच्या आधी 'सी' कंपनीच्या खाईमखानी मुस्लिमांची एक छोटे केंद्र बनवण्यासाठी जरुरी पडली, ज्यांच्याकरवी आणखी खाईमखानी मुस्लिमांची निवड करून, ग्रेनेडिअरच्या मोठ्या पलटणीची उभारणी करता येणार होती. त्यामुळे 'सी' कंपनीच्या ४ ग्रेनेडिअर्समध्ये आता फक्त उत्तर प्रदेशातील मुसलमानच राहिले होते. त्यामुळे ग्रेनेडिअर पलटणीच्या उत्तर प्रदेशातील मुसलमान सैनिकांवर त्याची उज्ज्वल परंपरा व इभ्रत टिकवण्याची जबाबदारी पडली.

यावेळी ४ ग्रेनेडिअर्स ही, ४ माऊंटन डिव्हिजनचा हिस्सा होती. डोंगराळ प्रदेशातील डिव्हिजन असल्यामुळे रणगाड्यांवरून मारा होण्याची शक्यता कमी होती. त्यामुळे रणगाडेभेदक १०६ RCL (बंदुका) ही नव्हत्या व या डिव्हिजनच्या सैनिकांना तसे प्रशिक्षण गेल्या तीन वर्षांत दिलेले नव्हते. या युनिटमधील आघाडीच्या फळीमध्ये द्वितीय दर्जाचे कार्याधिकारी, कंपनीमधील द्वितीय दर्जाचे अधिकारी तसेच शस्त्रसामग्रीचे अधिकारी ह्यांना नव्या ठिकाणावर हलवले होते.

दैवाचे फासे उलटे पडले. एप्रिल १९६५ मध्ये कच्छच्या रणात पाकिस्तानने हल्ला केला, तेव्हा या युनिटला जवळच्या ऑर्डनन्स डेपोमधून १०६ RCL बंदुका घेण्याचा व आघाडी सांभाळण्याचा आदेश दिला होता. या युनिटमध्ये,आधी नेतृत्वाचा भार नसलेले पाच प्रशिक्षक व महूच्या इन्फन्ट्री स्कूलचे रणगाडाविरोधी

पथकही होते. अब्दुल हमीद हे त्यांपैकी एक होत आणि ज्येष्ठतेनुसार त्यांची कंपनी क्वार्टरमास्टर हवालदार म्हणून नेमणूक केली गेली. पण रणगाडाविरोधी पथकाचा अधिकारी वर्गच नसल्यामुळे, त्या पथकाची धुरा युद्धकाळात क्वार्टरमास्टर हवालदार अब्दुल हमीद यांना सांभाळावी लागली. आपल्या कामात निष्णात असलेले गनर्स व त्यांच्या हातातील कोऱ्या करकरीत रणगाडाविरोधी बंदुका, ह्यामुळे खेमकरण सेक्टरमधील युद्धाच्या निष्पत्तीवर चांगला परिणाम झाला. म्हणूनच अब्दुल हमीद हे योग्य वेळी, योग्य ठिकाणी, योग्य माणूस होते. त्यांनी या युद्धात अचाट पराक्रम केला त्याविषयी जाणून घेणे उचित ठरेल.

असल-उत्तरची लढाई १९६५

(४ ग्रेनेडिअर्स आणि ग्रेनेडिअर रेजिमेंटल सेंटरने दिलेल्या माहितीनुसार)

४ ग्रेनेडिअर्स ह्या बटालियनला घनघोर युद्धात फार मानाचे स्थान आहे. कारण त्या सैनिकांनी त्यांच्याकडे नेतृत्व अधिकारी म्हणून कोणीही नसताना, आपले कर्तृत्व दाखवले होते. भारत-तिबेट सरहद्दीवर केवळ मदत पथकाचे नेतृत्व त्यांच्याकडे सोपवले होते. ज्येष्ठतेनुसार कंपनीच्या द्वितीय अधिकारी वर्गाला बढती देऊन पाठवले होते. त्यामध्ये अब्दुल हमीदना 'क्वार्टरमास्टर हवालदार' म्हणून बढती देऊन RCL गनच्या विभागाचे नेतृत्व दिले होते. ह्या विभागाला ४ RCL बंदुका दिलेल्या होत्या व त्याचा जास्तीत जास्त चांगला उपयोग करण्यासाठी ही योजना होती.

महूच्या 'इन्फन्ट्री-स्कूल' मधील अब्दुल हमीद यांनी दाखवलेले प्रावीण्य लक्षात घेऊन त्यांच्याकडे RCL गन विभागाचे नेतृत्व दिले होते.

इच्चोगिल कॅनॉलच्या भागातून मध्यरात्रीच्या सुमारास, ही बटालियन तिथे पोहोचली व त्यांनी झपाट्याने खंदक खणायच्या कामास सुरुवात केली होती. ८ सप्टेंबरच्या पहाटे जेमतेम तीन फूटच खोल खंदक खणून झाले. वरून आच्छादणे शक्य नव्हते व ही बटालियन उसाच्या शेतामध्ये असल्यामुळे लपवण्याची आवश्यकताही नव्हती.

८ सप्टेंबरला साडेसात वाजता शत्रुसैन्याच्या रणगाड्यांचा बराच मोठा खडखडाट ऐकू आला.

नऊ वाजता पॅटन रणगाडे रस्त्याच्या दोन्ही अंगाने चालून आले. ग्रेनेडिअर्सनी आपली हत्यारे सज्ज केली. जेव्हा पुढचा रणगाडा तीस यार्ड अंतराच्या टप्प्यात आला, तेव्हा कंपनी क्वार्टरमास्टर अब्दुल हमीद यांनी त्यांचा धुव्वा उडविला. त्या मागच्या दोन्ही रणगाड्यांचे कर्मचारी रणगाडे तिथेच टाकून पसार झाले.

साडेअकरा वाजता शत्रूच्या दुसऱ्या रणगाड्यांनी गोळ्यांच्या वर्षावात पुन्हा

हल्ला केला. अब्दुल हमीद यांनी आणखी एका रणगाड्याचा धुव्वा उडविला. पुन्हा तसेच, त्यांच्या मागच्या दोन रणगाड्यांच्या कर्मचाऱ्यांनी रणगाडे तिथेच सोडून पळ काढला. दिवस अखेरपर्यंत अब्दुल हमीद यांनी शत्रुसैन्याचे दोन पॅटन रणगाडे उद्ध्वस्त केले होते व सोडून दिलेले चार रणगाडे उरले होते. सुरुंग पेरण्याची निकड असल्यामुळे एक इंजिनीअर कंपनी तिथे पोहोचली व त्यांनी रणगाडे व माणसे यांचा विध्वंस करणारे सुरुंग पेरले.

९ सप्टेंबर, १९६५ला नऊ वाजता, ग्रेनेडिअर असलेल्या ठिकाणावर शत्रूच्या ४ लढाऊ विमानांनी (Sabre Jets) हल्ला केला पण काही नुकसान झाले नाही. हवाई हल्ल्यापाठोपाठ साडेनऊ, साडेअकरा व अडीच वाजता तोफांचे मोठे हल्ले झाले. अब्दुल हमीद यांनी आणखी दोन रणगाडे उद्ध्वस्त केले व रणगाडे उद्ध्वस्त करणाऱ्या सुरुंगाच्या स्फोटांचेही आवाज ऐकू आले. ९ सप्टेंबरच्या संध्याकाळपर्यंत, अब्दुल हमीद यांनी स्वत: चार पॅटन रणगाडे उद्ध्वस्त केले होते व बटालियनने एकूण तेरा. अनेक रणगाडे सुरुंग पेरलेल्या ठिकाणी सोडून दिल्याचे आढळले.

कदाचित रणगाडे अग्रस्थानी असलेल्या एका ब्रिगेडएवढ्या ताकदीच्या एकत्रित, सुसज्ज हल्ल्याला, ही बटालियन तोंड देत होती हे आता स्पष्ट झाले होते. शेरमनच्या तुकडीला मागे घेण्यात आले कारण त्यांच्या तोफांचे गोळे पॅटन रणगाड्यांना नुकसान पोहोचवण्यासाठी कुचकामी होते. सेंचुरियन रणगाडे मागे घेतले व रणगाड्यांच्या लढाईसाठी योग्य असलेल्या ठिकाणी हलवले. घाईघाईने पेरलेले सुरुंग व आपल्याजवळ असणाऱ्या RCL बंदुका यांच्या साहाय्याने ४ ग्रेनेडिअर्सना, शस्त्रास्त्रांनी सज्ज अशा शत्रूच्या रणगाड्यांच्या डिव्हिजनबरोबर लढायची पाळी आली. पण या माणसांच्या ठिकाणी लढण्याची जिद्द होती व पराकोटीचे धैर्य होते. त्यांच्या RCL गन्सनी शत्रुसैन्याचे जेवढे रणगाडे नष्ट केले, तेवढे रणगाड्यांच्या समोरासमोरील युद्धामध्येही शक्य झाले नसते.

१० सप्टेंबरला बटालियनवर शत्रूकडून तुफानी गोळाफेक झाली. पहाटेच रणगाड्यांसह, पायदळाचा हल्ला होईल अशी अपेक्षा होती. परंतु हल्ला करण्याची पद्धत पूर्वीच्या दोन दिवसांसारखीच होती. साडेआठ वाजता रणगाड्यांच्या पहिल्या तांड्याचे आगमन झाले. रस्त्याच्या मधोमध एक रणगाडा व त्याच्या मागोमाग दोनशे यार्डांवर, रस्त्याच्या आजूबाजूला कड धरून चालणारे दोन, या क्रमाने रणगाडे जवळ आल्यावर अब्दुल हमीद यांनी एक रणगाडा उद्ध्वस्त केला व आपल्या RCL गनचा रोख दुसरीकडे वळवला. नऊ वाजता शत्रुसैन्याने तोफांच्या भडिमारासह आगेकूच केली. अब्दुल हमीद यांनी आणखी एका रणगाड्याचा नाश केला.

त्यांनी नष्ट केलेला हा सहावा रणगाडा होता. यानंतर शत्रुसैन्याकडून मोठ्या

प्रमाणात गोळाफेक झाली. आपल्या उघड्या RCL जीपला असलेला धोका ओळखून अब्दुल हमीद यांनी आपला मोहरा दुसऱ्या ठिकाणी हलवायचे ठरवले व आपल्या साथीदारांना ती आघाडी सांभाळण्यास सांगितले.

शत्रुसैन्याचा पुढचा रणगाडा व अब्दुल हमीद आता समोरासमोर उभे ठाकले. अब्दुल हमीद एकटेच असल्यामुळे दुसरीकडे हलणेही शक्य नव्हते, त्यामुळे त्यांनी बंदुकीत परत बार भरला व ते पुढे सरसावले.

दोघेही आता समोरासमोर भिडले होते. दोघांनीही एकाच वेळी एकमेकांना लक्ष्य बनवले होते. अब्दुल हमीद ठार झाले पण बटालियनच्या वृत्तांतानुसार, दोघांनी एकमेकांवर एकाच वेळी गोळीबार केला व दोघांच्याही चिंधड्या उडाल्या. अब्दुल हमीदना मरणोत्तर 'परमवीर चक्र' पदक देऊन गौरवण्यात आले. तसेच असल-उत्तरच्या लढाईमध्ये त्यांच्या बटालियनचा गौरव करण्यात आला आणि 'पंजाब' या बिरुदावलीने सन्मानित करण्यात आले.

ज्या नाट्यपूर्णरीत्या पाकिस्तानी आर्मर्ड डिव्हिजनच्या जनरलला व त्याच्या आर्टिलरी कमांडरला, ४ ग्रेनेडिअर्सने ठार केले, ती खालील घटना अविस्मरणीय आहे.

सकाळी अकरा वाजता, आपल्या फौजफाट्यातील रणगाडे पुढे वाटचाल का करत नाहीत, उसाच्या शेतात गायब का होत आहेत व त्यांचा पत्ता का लागत नाही, या गोष्टीची प्रत्यक्ष पाहणी करण्यासाठी शत्रुपक्षाचे जनरल निघाले. काही वेळापूर्वी तीन RCL जीपनी या भागात प्रवेश केला होता. पुढील खंदकातून बचावात्मक पवित्रा घेतलेल्या भारतीय बटालियनच्या सैनिकांनी, शत्रूच्या दोन जीपच्या कर्मचाऱ्यांना कंठस्नान घातले होते पण तिसरी जीप निसटून गेली. लक्ष्य बरोबर न साधल्याबद्दल या जवानांची कानउघाडणी केली गेली व कंपनी ऑफिसरच्या स्पष्ट आदेशावाचून हल्ला करायचा नाही असे सांगण्यात आले. म्हणून जेव्हा शत्रूच्या जनरलची गाडी आली तेव्हा खंदकामध्ये लपलेल्या आपल्या तीन जवानांनी कोणतीही हालचाल केली नाही. जनरलची जीप जेव्हा त्यांच्याजवळ आली तेव्हा त्यांच्यापैकी एकजण उभा राहिला. जनरलना वाटले तो वाटसरू आहे, त्यांनी त्याला आपल्याजवळ बोलावले. त्या माणसाने येण्यास नकार दिला. जनरल खाली उतरले त्याचवेळी दुसरे दोघेजण उभे राहिले व त्यांनी त्यांच्यावर बंदुका रोखल्या. जनरलनी आपल्या पिस्तुलाला हात घातला पण त्याचवेळी जनरल व त्यांच्या साथीदारांवर, आपल्या लोकांनी गोळीबार केला. जनरल ऑफिसर कमांडिंग, द कमांडर आर्टिलरी व त्या जीपमध्ये बसलेले सर्वजण मारले गेले. जीपच्या चालकाने मात्र जीप वळवून परत नेली. काही वेळानंतर, जनरल यांच्या रोव्हरवरून दिलेला एक संदेश पकडला गेला, 'बडा इमाम मारा गया.'

जनरल ऑफिसर कमांडिंगचा 'R' चिलखती ग्रुपही त्यांच्या संरक्षणासाठी बरोबर होता. जनरल ऑफिसर कमांडिंगच्या प्रेताभोवती ह्या रणगाड्यांनी एक संरक्षक कडेच बनविले व ते त्यांना घेऊन गेले. बटालियनला ह्यावेळी शत्रूच्या जोरदार हल्ल्याला तोंड द्यावे लागले व त्यांच्याकडे RCL दारूगोळ्याचीही कमतरता होती.

या घटनेचे पूर्ण श्रेय लेफ्टनंट कर्नल फरादभट्टी, त्यांचे ज्युनिअर ऑफिसर्स व ४ ग्रेनेडिअर्स यांना द्यायला हवे. त्यांनी केलेल्या धीरोदात्त कामगिरीमुळे पाकिस्तानी आर्मर्ड डिव्हिजनचा हल्ला फिसकटला. ४ ग्रेनेडिअर्सने त्या प्रदेशाचे रक्षण केले.

याच घटनेच्या अधिकृत ऐतिहासिक नोंदी 'टाइम्स ऑफ इंडिया'ने प्रसृत केलेल्या आणि इंटरनेटवरून मिळवलेल्या वृत्ताचे मुळाबरहुकूम भाषांतर.

९ सप्टेंबर, १९६५ला पहाटे पाकिस्तानचा ४ ग्रेनेडिअर्सवर हल्ला करण्याचा प्रयत्न फसला होता. पाकिस्तानी सेनेने ९-१० सप्टेंबर, १९६५ ह्या दिवशी रणगाड्यांचा वापर करून टेहळणी केली.

१० सप्टेंबर, १९६५ला सकाळी सहा वाजता शत्रूने एकदाचा हल्ला केला. भारताच्या संरक्षणाखाली असणारा भाग टाळून, मानवन भागामध्ये पाकिस्तानी रणगाडे आले. साडेआठ वाजता शत्रुसैन्याच्या पाक-४ आर्मर्ड ब्रिगेडने, ४ ग्रेनेडिअर्सवर हल्ला चढवला. त्या भागात दबा धरून बसलेल्या तोफाचालकांमुळे, तो डाव भारताने सुरुंग पेरलेल्या भागात, शत्रूचे पायदळ येण्याआधीच उधळला गेला. त्यानंतर भारतीय बंदूकधारी रणगाडे दुसऱ्या बाजूने आले व रणगाड्यांची रणधुमाळी माजली. गन चालविणारा कंपनी क्वार्टरमास्टर हवालदार अब्दुल हमीद यांनी तीन पॅटन रणगाडे उद्ध्वस्त केले व त्यांना ह्या डिव्हिजनमधील, युद्धकाळातील पहिले 'परमवीर चक्र' मरणोत्तर प्रदान करण्यात आले.

दुसऱ्या बाजूने मेहमूदपुरा-डिब्बीपुरा या भागाकडे, पाकिस्तानचे ४ कॅव्हॅलरी पॅटन रणगाडे सरकत असल्याचे लक्षात आले. त्यांनी शत्रूचे रणगाडे मेहमूदपुरा भागात अडवले.

१० सप्टेंबर, १९६५ला दुपारी दोन वाजता, पाक-१ आर्मर्ड डिव्हिजनचे, जनरल ऑफिसर कमांडिंग जनरल नासिर अहमद, ज्यांनी हेलिकॉप्टरमधून युद्ध पाहिले होते, आपल्या फौजांना पुढे ढकलण्यासाठी आपल्या टेहळणी पथकासह (R-Group) खेमकरण भिक्कीविंड रस्त्यावरील मैल-३७ च्या परिसरामध्ये ते स्वत: उतरले. ४ ग्रेनेडिअर्स व त्यांनी केलेली पाकिस्तानी रणगाड्यांची धूळधाण

पाहून त्यांना धक्का बसला. आपल्या सैन्याने हल्ला करून त्यांचा सगळा आर-ग्रुप (टेहळणी), संध्याकाळी सहा वाजेपर्यंत नष्ट करून टाकला. पाक जनरल कमांडिंगच्या मृत्यूनंतर, युद्धातील दोन सैनिकी गटांचा झालेला नायनाट, R ग्रुपच्या १ आर्मर्ड डिव्हिजनची झालेली धूळधाण ह्यामुळे पाकची हल्ला करण्याची योजना पूर्णपणे फसली. तथापि ११ सप्टेंबर, १९६५च्या सकाळी घोषणा झाली, '४ कॅव्हॅलरी (पाक) च्या अधिकाऱ्यांनी व सैनिकांनी शरणागती पत्करली आहे व त्यांची आगेकूच बंद झाली आहे.'

बियास नदीच्या पश्चिमेकडील टापू काबीज करून खेमकरणशी संबंध तोडण्याची योजना सफल करण्यासाठी, पाकिस्तानने उत्तम प्रकारच्या शस्त्रांनी सज्ज अशी पाच पॅटन रणगाड्यांची रेजिमेंट्स, म्हणजेच चार कॅव्हॅलरी, पाच घोडेस्वार, सहा लान्सर्स, एकोणीस लान्सर्स आणि २४ कॅव्हॅलरी आणि एक चॉफी रेजिमेंट (१२ कॅव्हॅलरी) इतका मोठा लवाजमा वापरला. अदमासे संध्याकाळी पाच वाजता सेंच्युरियनची एक स्क्वाड्रन, ४ ग्रेनेडिअर असलेल्या ठिकाणी आली व तिने शत्रूवर हल्ला चढवला. शत्रूचे रणगाडे या दरम्यान भुरा कुनाहकडे माघारी वळले होते.

या भागाचा शोध घेतला असता असे आढळले की, पाक १ आर्मर्ड डिव्हिजनच्या सर्व R ग्रुपला आश्चर्याच्या हबक्याने चकित करून खलास केले होते. पाक १ आर्मर्ड डिव्हिजनच्या पाक आर्टिलरी ब्रिगेडचा कमांडर, ब्रिगेडिअर ए. आर. शम्मी व इतर काही जणांची प्रेते मिळाली. त्यांचे दफन केले गेले. पाक रणगाड्याच्या बाजूला पडलेले प्रेत जनरल कमांडिंग ऑफिसर १ आर्मर्ड डिव्हिजनचे होते हे कागदपत्रावरून लक्षात आले. त्याठिकाणी त्यांचा हुद्दा दाखवणारे कॉलरवरचे जॉर्जिटचे तुकडे पडलेले होते. हस्तगत केलेल्या कागदपत्रावरून, पाक १ आर्मर्ड डिव्हिजनची सर्व योजना समजून चुकली. त्यांना जलदगतीने पुढे जाऊन भारताच्या सरहद्दीमध्ये आत्तापर्यंत हरिके पूल, बियास व अमृतसरपर्यंत घुसायचे होते. एका उद्ध्वस्त झालेल्या रणगाड्यावर, मेजर जॉन हॅमिल्टन गार्डनर, २४ कॅव्हॅलरी, पाक आर्मर ह्याची डायरी मिळाली. त्या डायरीमध्ये रेजिमेंटला दिलेल्या आज्ञा होत्या. त्यावरून शत्रूच्या धाडसी योजनेबद्दल खात्री पटली. ही योजना ४ ग्रेनेडिअर्सनी धुळीला मिळवली.

पाकिस्तानी कमांडर आर्टिलरी ब्रिगेड यांचे बिल्ले व पाकिस्तानी जनरल ऑफिसर कमांडिंग १ आर्मर्ड डिव्हिजन यांचे कॉलर जॉर्जिटचे तुकडे, 'युद्ध संग्रहालय' ४ इन्फन्ट्री डिव्हिजनच्या विभागामध्ये पाहावयास मिळतात.

अब्दुल हमीद यांनी शत्रू समोर ठाकला असता, दाखवलेल्या शौर्याबद्दल

देशाचा सर्वोच्च बहुमान देऊन गौरवले असले, तरी असे दिसून येते की त्यांना मिळालेल्या मानपत्रात त्यांनी उद्ध्वस्त केलेल्या सर्व रणगाड्यांचा उल्लेख नाही. मात्र रेजिमेंटच्या व बटालियनच्या साद्यंत वृत्तांतात आहे. त्यांनी एकूण सात रणगाडे नष्ट केले, सातव्या रणगाड्याच्या चालकाने त्यांना ठार केले का, त्यांनी सातवा रणगाडा उद्ध्वस्त केला, हे स्पष्ट नाही, परंतु प्रमाणपत्रामध्ये त्यांना तीनच रणगाडे उद्ध्वस्त केल्याचेच श्रेय का दिले गेले?

त्यावेळी या युनिटमध्ये काम करणाऱ्या ऑफिसरांबरोबर, तसेच कमांडिंग ऑफिसर बरोबरही बोलल्यानंतर हे समजले की, ९ सप्टेंबर, १९६५ला संध्याकाळी अब्दुल हमीद यांनी शत्रूचे तीन रणगाडे नष्ट केल्याचे समजल्यावर लगेचच 'परमवीर चक्रा'साठी त्यांच्या नावाचे मानपत्र तयार केले होते. १० सप्टेंबरला त्यांनी आणखी तीन रणगाडे नष्ट केले व सातवा रणगाडा नष्ट करत असताना अब्दुल हमीद ठार झाले. अब्दुल हमीदच्या मृत्यूची बातमी मुख्य ठाण्याला कळवली. तेव्हा मानपत्रात फक्त 'मरणोत्तर' अशी दुरुस्ती करण्यात आली. पण त्यांनी उद्ध्वस्त केलेल्या रणगाड्यांची संख्या सहा की सात जी असेल, ती न बदलण्याची चूक त्या दुरुस्तीकर्त्याने केली. नोंदीमध्ये ही सुधारणा करणे अत्यंत आवश्यक आहे.

◆

मानपत्र

लेफ्टनंट कर्नल ए. बी. तारापोर

पूना हॉर्स (१७ हॉर्स) (IC ५५६५)

११ सप्टेंबर, १९६५ला लेफ्टनंट कर्नल अर्देशीर बुरझारजी तारापोर यांच्या नेतृत्वाखालील पूना हॉर्स रेजिमेंटला पाकिस्तानातील सियालकोट भागातील फिलोरावर ताबा मिळवण्याची प्रमुख कामगिरी सोपवली होती. पिछाडीच्या बाजूने फिलोरावर अचानक हल्ला करण्याआधी, ही रेजिमेंट फिलोरा व चाविंदामध्ये घुसली असता, शत्रूच्या शक्तिशाली तोफांनी वझिरालीहून त्यांच्यावर जोराचा हल्ला केला, त्यावेळी ए. बी. तारापोर आपल्या रेजिमेंटच्या अग्रस्थानी होते. त्यांनी शत्रूचा हल्ला परतवला. आपल्या जागेवर निश्चल राहिले व इन्फन्ट्री बटालियनच्या साहाय्याने आपल्या एका स्क्वाड्रनसह त्यांनी फिलोरावर शौर्याने हल्ला केला. शत्रूकडून सतत तोफांचा भडिमार व गोळाफेक होत असतानाही, लेफ्टनंट कर्नल तारापोर या युद्धामध्ये अविचल होते. जेव्हा जखमी झाले तेव्हाही युद्धक्षेत्र सोडण्यास त्यांनी नकार दिला.

१४ सप्टेंबर, १९६५ला जखमी अवस्थेतही वझिरालीवर ताबा मिळवण्यासाठी त्यांनी आपल्या रेजिमेंटचे नेतृत्व केले. स्वत:च्या दुखापतीची पर्वा न करता कणखरपणे व निश्चयाने, त्यांनी आपल्या रेजिमेंटचे नेतृत्व करून, १६ सप्टेंबरला जस्सोरन व बुतुर-डोगरांडी काबीज केले. त्यांच्या स्वत:च्या रणगाड्यावर पुष्कळ वेळा हल्ला झाला होता पण त्या सर्व प्रतिकूल परिस्थितीतही त्यांनी या दोन्ही ठिकाणी आपले महत्त्वपूर्ण वर्चस्व अबाधित ठेवले. त्यामुळे त्यांच्या साहाय्यक पायदळाला पिछाडीकडून

चाविंदावर हल्ला करणे शक्य झाले.

त्यांच्या नेतृत्वाने प्रभावित होऊन त्यांच्या रेजिमेंटने शत्रूच्या सशस्त्र रणगाड्यावर जोरदार हल्ले केले. शत्रूचे अंदाजे साठ रणगाडे नष्ट केले. आपले फक्त नऊच रणगाडे नष्ट झाले होते. लेफ्टनंट कर्नल ए. बी. तारापोर धारातीर्थी पडले असतानाही रेजिमेंटने शत्रूशी जोरदार लढत दिली. लेफ्टनंट कर्नल ए. बी. तारापोर यांनी सहा दिवसपर्यंत जी धीरोदात्त, शौर्यपूर्ण कामगिरी बजावली ती भारतीय सेनादलाच्या उच्च परंपरेस साजेशीच होती.

(गॅझेट ऑफ इंडिया नोटीफिकेशन नं. ११२-प्रेस/६५)

* * *

शौर्य हेच महत्त्वाचे

'उचित गोष्टीची ताकद मोठी असते, यावर आपला विश्वास हवा. या विश्वासामुळेच आपणाला उमजलेले आपले कर्तव्य, आपण शेवटपर्यंत करू धजतो.' – अब्राहम लिंकन.

लेफ्टनंट कर्नल ए. बी. तारापोरांचा पूर्वेइतिहास भारतीय सैन्यदलाशी अगदी निगडित आहे. त्यांचे पूर्वज रतनजिबा, आठ पिढ्यांपूर्वी शिवाजीच्या सेवेमध्ये अधिकारी होते. त्यांच्या सेवेवर, शौर्यावर व स्वामीनिष्ठेवर संतुष्ट होऊन शिवाजीने त्यांना शंभर गावांची 'मनसब' इनाम दिली. त्यांच्या मनसबीतील मुख्य गावाचे नाव होते 'तारापूर', त्यावरून त्यांचे आडनाव 'तारापोर' पडले.

अर्देशीरच्या आजोबांनी दक्षिणेला स्थलांतर केले व त्याकाळच्या हैद्राबाद संस्थानामध्ये कस्टम खात्यामध्ये नोकरी केली. अर्देशीरच्या वडिलांनीही त्याच खात्यात नोकरी केली. ते पर्शियन व उर्दू भाषेचे नावाजलेले अभ्यासक होते.

अर्देशीर यांचा जन्म १८ ऑगस्ट, १९२३ला मुंबईत झाला. ते सहा वर्षांचे असताना त्यांनी समोरून येणाऱ्या गायीपासून बहिणीचे रक्षण केले होते. मोठे झाल्यावर त्यांनी जे धैर्य दाखवले होते त्याची ते लहान असतानाच अशा प्रकारे चुणूक दिसली होती. वयाच्या सातव्या वर्षी ते पुण्याच्या सरदार दस्तुर (मुलांच्या) शाळेत जाऊ लागले. जरी अभ्यासामध्ये ते खूप हुशार विद्यार्थी नसले तरी व्यायामप्रकार, कसरती, पोहणे, टेनिस, क्रिकेट, मुष्टियुद्ध या खेळांमध्ये त्यांनी प्रावीण्य मिळवले होते. ते शाळेचे कॅप्टन होते. १९४० मध्ये ते मॅट्रिक परीक्षा उत्तीर्ण झाले.

अर्दीनी हैद्राबाद संस्थानाच्या सेनादलात कमिशनसाठी अर्ज केला व त्यांची निवड झाली. त्यानंतर ते गोळकोंडा येथे ऑफिसर्स ट्रेनिंग स्कूलमध्ये रुजू झाले.

शिक्षण पूर्ण झाल्यावर त्यांना बंगलोरच्या ऑफिसर्स ट्रेनिंग स्कूलमध्ये पाठवण्यात आले. १ जानेवारी, १९४२ला ७, हैद्राबाद इन्फन्ट्रीमध्ये त्यांची नेमणूक झाली. आपण शस्त्रास्त्र दलामध्ये (Armoured Regiment) जायचे हे त्यांनी आधीच ठरवले होते. कारण त्या काळी हैद्राबाद संस्थानाच्या फौजेतील आर्मर्ड रेजिमेंटमध्ये स्काऊट गाड्या (कार) दिल्या जात. असाच एक प्रसंग घडला व त्यामुळे अदींचे स्वप्न साकार झाले. त्यांच्या बटालियनची मेजर जनरल अल. एड्रोस, कमांडर इन चीफ यांजकडून तपासणी चालली होती.

अदी जेव्हा ग्रेनेड थ्रोइंग रेंजवर शिक्षण घेत होते तेव्हा नवीन भरती झालेल्या एका विद्यार्थ्याचा नेम चुकला. ग्रेनेड जिथून टाकायचे त्या खड्ड्यात ते पडले. अदींनी ताबडतोब त्या खड्ड्यात उडी मारली. ते ग्रेनेड उचलले व सुरक्षितस्थळी फेकले. ते ग्रेनेड मध्येच फुटले व त्याचे बारीक तुकडे त्यांच्या छातीत घुसले. त्या जखमांमधून अदी बरे झाल्यावर मेजर जनरल अल. एड्रोसनी त्यांना ऑफिसमध्ये बोलावले. अदींनी दाखवलेल्या शौर्याबद्दल व प्रसंगावधानाबद्दल त्यांचे अभिनंदन केले. अदींनी त्यांना आर्मर्ड डिव्हिजनला त्यांची बदली करण्याची विनंती केली. ती मान्य झाली. 'हैद्राबाद इम्पिरिअल सर्व्हिस लान्सर्स-१'ला त्यांची बदली करण्यात आली.

दुसऱ्या महायुद्धामध्ये १, हैद्राबाद लान्सरने मध्यपूर्वेमध्ये काम केले. तिथे रेजिमेंटचा कमांडिंग ऑफिसर ब्रिटिश होता. त्याला भारतीय सैनिकांना तुच्छतेने हिणवायची सवय होती. एक दिवस अदींनी या गोष्टीस तीव्र आक्षेप घेतला. ह्या प्रसंगाने ऊग्र रूप धारण केले व मेजर जनलर अल. एड्रोस व जनरल माँटेगोमरी यांच्या मध्यस्थीनेच त्याच्यावर पडदा पडला. यावरून अदींच्या ठिकाणी असणारे नैतिक धैर्य व त्यांची सैनिकांबरोबरची व त्यांच्या रेजिमेंटबरोबर असणारी त्यांची बांधीलकी स्पष्ट होते.

हैद्राबाद संस्थान भारतीय संघराज्यात विलीन झाल्यावर अदी भारतीय सैन्यदलात रुजू झाले. पूना हॉर्स येथे दोन वर्षांसाठी ते प्रोबेशनवर होते. त्यांनी प्रथम 'बी' स्क्वाड्रनमध्ये व त्यानंतर 'ए' स्क्वाड्रनमध्ये सेकंड इन कमांडर या नात्याने काम केले. मासा जसा पाण्यातच असतो तसेच अदी 'ए' स्क्वाड्रनमध्ये स्थिरावले. लवकरच त्याची परंपरानिष्ठ राजपुतांशी, कारण ते स्वत: परंपरानिष्ठ होते, मैत्री जमली. त्यांचे संबंध मैत्रीपूर्ण, जिव्हाळ्याचे व सहजीवनाचे होते. लवकरच त्यांनी त्यांचे प्रेम व निष्ठा मिळवली. चांगल्या शिस्तीसाठी नियमांची व बंधनाची आवश्यकता असते असे त्यांचे मत होते. पण जेव्हा जरूर पडते, तेव्हा नियम मोडावे लागतात हेही ते जाणून होते. त्यांच्या आस्था व कष्टाळूपणा या गुणांमुळे नवीनच मिळालेल्या सेंच्युरिअन टँकसाठीच्या प्रशिक्षणाच्या ब्रिटन येथील अभ्यासक्रमासाठी त्यांची निवड झाली. सेवातत्पर, शांत, निष्ठावान, पद्धतशीर काम करणारे, एक धडाडीचे नेतृत्व

करणारे म्हणून त्यांची रेजिमेंटमध्ये ख्याती झाली.

१९६५च्या भारत-पाक युद्धामध्ये, त्यांनी आपल्या पूना हॉर्स या रेजिमेंटच्या अग्रणी राहून, सियालकोट सेक्टरमध्ये युद्ध केले. पाकिस्तानची युद्धसज्जता उच्च प्रतीची असतानाही, धैर्याने व धडाडीने शत्रूशी सामना केला.

चाविंदाची लढाई

सियालकोट सेक्टरमधील १ कोअर मोहिमेच्या सर्वसाधारण आराखड्यामध्ये, चाविंदा काबीज करणे हा एक भाग अनुस्यूत होता. लेफ्टनंट कर्नल ए. बी. तारापोर यांच्या अधिपत्याखाली, पूना हॉर्स (१७ हॉर्स) ने या योजनेमध्ये महत्त्वाची कामगिरी बजावली.

चाविंदा भागामध्ये, पाकिस्तानच्या शस्त्रास्त्रांनी सज्ज अशा रणगाडे व पायदळाच्या दोन रेजिमेंट्स तैनात होत्या. १ आर्मर्ड ब्रिगेडचा एक भाग असलेल्या १७ हॉर्सने, १४ सप्टेंबर, १९६५ला हल्ला केला, पण त्यांचा उद्देश अंशतःच सफल झाला. चाविंदा येथील लढाईत शत्रूचा प्रतिकार कडवा होता. त्यामुळे १ कोअरच्या जनरल ऑफिसर कमांडिंगने ठरवले की चाविंदाच्या मागे मोठी ताकदीची फौज ठेवल्याशिवाय व त्या जागेचा इतर ठिकाणांशी संपर्क तोडल्याशिवाय चाविंदा काबीज करणे अशक्य आहे. त्यामुळे १६ सप्टेंबरला १७ हॉर्स व ८ गढवाल रायफल्स या फौजांना, जस्सोरन-बुतुर-डोगरांडी या भागात पाय रोवायला सांगण्यात आले. १६ सप्टेंबरच्या सकाळी ९ डोगरा कंपनीच्या मदतीने १७ हॉर्सने जस्सोरनवर ताबा मिळवला. पण त्यांच्या सेनेचे खूप नुकसान झाले. ८ गढवालला बुतुर-डोगरांडीवर ताबा मिळवण्यात यश आले पण त्यांचेही खूप लोक या युद्धात मरण पावले वा ज़खमी झाले. त्यात लेफ्टनंट कर्नल जे. इ. झिराड या कमांडिंग ऑफिसरचाही मृत्यू झाला. बुतुर-डोगरांडी भागात घनघोर लढाई झाली. या लढाईत कधी भारताचे तर कधी पाकचे वर्चस्व होते.

शेवटी यातील काही भागावर कब्जा मिळवणे शत्रूला शक्य झाले.

१७ सप्टेंबरला ४३ लॉरीड ब्रिगेडला चाविंदावर हल्ला करण्यास सांगण्यात आले, पण या तुकड्या फार मागे पडल्या आणि वेळेवर येऊ न शकल्यामुळे हल्ला करण्याची योजना रद्द केली. त्याआधी १४ सप्टेंबर, १९६५ला फिलोरा काबीज करण्यासाठी पूना हॉर्सच्या रेजिमेंटने, लेफ्टनंट कर्नल ए. बी. तारापोर, यांच्या नेतृत्वाखाली शर्थीची लढाई केली.

या लढाईत पाकिस्तानचे पुष्कळ रणगाडे उद्ध्वस्त झाले. स्वतः तारापोर जखमी झाले. तरीही रणांगण सोडावयास त्यांनी नकार दिला व आपल्या रेजिमेंटला लढण्यासाठी ते प्रोत्साहित करत राहिले.

१६ सप्टेंबर, १९६५ला ते पुन्हा जखमी झाले व त्यातच त्यांचा अंत झाला. त्यांनी केलेल्या अद्वितीय कामगिरीबद्दल, शौर्याबद्दल, साहसाबद्दल, त्यांनी रेजिमेंटला दिलेल्या नेतृत्वाबद्दल, ज्यामुळे शत्रूचे बरेच रणगाडे नष्ट झाले– भारत सरकारने त्यांना मरणोत्तर 'परमवीर चक्र' प्रदान करून गौरवले आहे.

◆

भारत-पाकिस्तान युद्धाची निष्पत्ती

भारत-पाक युद्धाची अखेर पाहता, हे युद्ध अनिर्णित खेळी असल्याचे बऱ्याच जणांचे मत असले तरी, वास्तविक पाहता तो पाकिस्तानचा पराजय होता, हे म्हणणे जास्त सयुक्तिक ठरेल. राजकीय, आर्थिक व सैन्यदलाच्या दृष्टीने सर्व गोष्टी पाकिस्तानच्या बाजूने अनुकूल होत्या. पण जम्मू-काश्मीरचा प्रदेश जिंकणे पाकिस्तानला शक्य झाले नाही. उलट त्यांच्या शस्त्रसज्ज रणगाड्यांच्या तुकडीचे खूप नुकसान झाले. ती तुकडी जवळजवळ संपूर्ण नष्ट झाली.

पाकिस्तानी आक्रमणाच्या पार्श्वभूमीवर भारतापुढचा उत्तम पर्याय होता, पाकिस्तानच्या आक्रमक फौजांचा निकाल लावायचा आणि बऱ्याच प्रमाणात हे उद्दिष्ट सफलही झाले.

असल-उत्तर योग्यवेळी काबीज करण्यामुळे, ४ ग्रेनेडिअर्सच्या कंपनी क्वार्टरमास्टर अब्दुल हमीद यांची शौर्यपूर्ण कामगिरी व १७ हॉर्सच्या लेफ्टनंट कर्नल ए. बी. तारापोर यांच्या शौर्यपूर्ण कामगिरी व नेतृत्वामुळे युद्धाचे पारडे फिरले.

शूरवीरांच्या शौर्यपूर्ण कामगिरीमुळे व नेतृत्वाने कधी कधी इतिहासाला वेगळे वळण लागते, देशाचे नशीब बदलते.

◆

प्रकरण चौथे

भारत-पाक युद्ध
१९७१

बांगलादेशाची निर्मिती

पूर्वेकडचे युद्ध

‘शत्रूला तुमच्या तालावर नाचवायला हवे आणि तुमच्या दणक्यास, तुमच्या अपेक्षेप्रमाणेच त्याचा प्रतिकार यायला हवा.’

– फिल्डमार्शल बी. मोन्टगोमेरी.

जेव्हापासून पाकिस्तानची निर्मिती झाली तेव्हापासून त्याच्या पश्चिमेकडील प्रांतांनी पूर्वेकडील भागाची साधनसंपत्ती, सत्ता निष्ठुरपणे बळकावली होती. ७ डिसेंबर, १९७०ला झालेल्या निवडणुकांमध्ये, अवामी लिगच्या शेख मुजिबर रेहमानना फार मोठ्या प्रमाणात बहुमत मिळून, ते विजयी झाले. या अनपेक्षित निकालामुळे निराश झालेल्या पाकिस्तानचे पंतप्रधान झुल्फिकार अली भुत्तो व राष्ट्राध्यक्ष याह्याखान यांनी संगनमताने, काहीही करून, बंगाली बहुमताच्या वर्चस्वाला दाबून टाकण्याचे ठरवले.

राज्यांच्या निवडणुका लांबवणे हे त्यांचे पहिले उद्दिष्ट होते. त्यामुळे बंगाली लोक चिडले व खदखदणारा असंतोष उफाळून आला. मध्यवर्ती सरकारची व राज्यांची सर्व सरकारी व निमसरकारी कार्यालये त्यांनी बंद केली. विद्यार्थी व निदर्शने करणारा जमाव रस्त्यावर आला. ३ मार्च, १९७१ला ढाक्यात कर्फ्यू सुरू झाला.पूर्व पाकिस्तानमध्ये मुजिबचा शब्द सर्वत्र शिरसावंद्य होता. लेफ्टनंट जनरल साहिबजादा याकुबखान, लेफ्टनंट गव्हर्नर आणि पूर्व पाकचा मार्शल लॉ ॲडमिनिस्ट्रेटर, यांना परत बोलावले व त्यांच्याजागी लेफ्टनंट जनरल टीक्काखान, जो पुढे बांगलादेशाचा खाटीक म्हणून कुप्रसिद्ध व्हायचा होता, त्याची नेमणूक झाली. त्याने दहशतीचे साम्राज्य पसरवले होते. ‘ऑपरेशन ब्लिट्झ्’ या नावाने त्याची जुलमी राजवट कुविख्यात होती.

पाकिस्तानी सेनादलाने, मशिनगन, रणगाडे, लष्करी तोफांचा वापर नि:शस्त्र, सामान्य नागरिकांवर व बंगाली पॅरा मेडिकल सेवकांवरही केला. ‘ऑपरेशन ब्लिट्झ्’

मुळे घाबरलेल्या नागरिकांनी देश सोडून भारतात प्रवेश केला.

अदमासे एक कोटी लोकांनी भारतात आश्रय घेतला होता. त्यांची राहण्याची सोय, अन्न, औषधे पुरवणे, सार्वजनिक स्वच्छता राखणे या गोष्टींची जबाबदारी भारत सरकारवर येऊन पडली. या निर्वासितांच्या लोंढ्यामुळे अंदाजे सत्तर कोटी डॉलर्सचा बोजा, भारत सरकारला सहन करावा लागत होता. भारताने नोंदवलेल्या निषेधाची पाकिस्तानने तसेच पाश्चिमात्य राष्ट्रांनीही दखल घेतली नाही. असह्य असा आर्थिक बोजा सहन करावा लागत होताच, शिवाय देशाच्या संरक्षणाला यामुळे धोका निर्माण झाला होता. या गोष्टीमुळे ओढवलेले आर्थिक, राजकीय परिणाम सहन करणे भारताला अशक्य होते.

वारंवार प्रयत्न करूनही ह्या प्रश्नावर, पाकिस्तानबरोबर एक सर्वमान्य तोडगा काढण्यास अपयश आले. भारताने आंतरराष्ट्रीय संघटनेची मदत मागितली व उचित विचार करण्यासाठी पाकिस्तानवर दबाव आणावयाचा प्रयत्न केला. अमेरिकाधार्जिणे पाश्चिमात्य देश, पूर्व पाकिस्तानातील लोकांची हलाखीची परिस्थिती व भारतापुढचा पेचप्रसंग याबद्दल उदासीन होते. पाकिस्तान त्यांच्या संरक्षणाखाली होते व पाकिस्तानने, पूर्व पाकमधील आपल्याच नागरिकांचा जातिसंहार करण्यास सुरुवात केली असूनही, त्याकडे त्यांनी कानाडोळा केला. पाकिस्तानचा हा आंतरिक प्रश्न आहे व यात मध्यस्थी करावयाची जरुरी नाही, असे त्यांनी सांगितले. तसेच निर्वासितांचा प्रश्न हा भारताचा प्रश्न असल्यामुळे, भारत-पाकिस्तान दोघांनी विचारविनिमय करून या प्रश्नाची उकल करावी, असे त्यांचे मत होते.

आपल्या हेकेखोर, उद्धट शेजाऱ्याची आगलावी कारस्थाने व जगाने घेतलेला सावध अलिप्तपणा यामुळे भारताची मोठी चमत्कारिक अवस्था झाली होती. निर्वासितांचे लोंढे येतच होते. चिडलेली भारतीय जनता, पाकिस्तानवर सैनिकी कारवाई करावी असा तगादा लावत होती. पण त्यासाठी योग्य वेळ आली नव्हती. लगेच कारवाई न करण्यासाठी राजकीय, सैनिकी व आर्थिक कारणे होती. हवामानाच्या दृष्टीनेही अनुकूलता नव्हती. त्यामुळे उशीर अटळ होता.

भारताच्या संरक्षणविषयक तयारीचा– शस्त्रे, दारूगोळा साधने, शिक्षण, व्यापार व उद्योगधंदे, रस्ते व रेल्वे वाहतूक, हवामान, मनोधैर्य, जगाचे मत व शत्रूपुढे असलेले पर्याय आदींचा आढावा घेतला गेला. त्यानंतर ह्या सर्व बाबींचा भारताला सोयिस्कर असे युद्धाचे वेळापत्रक बनवण्यासाठी उपयोग केला गेला. ह्या सर्व गोष्टींचे अवधान ठेवून भारतीय नेत्यांनी या वेळापत्रकाला चिकटून राहावयाचे ठरवले.

सेनादलाने या मधल्या काळाचा उपयोग, पाकिस्तानच्या संभाव्य आक्रमणाला तोंड देण्यासाठी सर्व गोष्टींची जुळवाजुळव करण्यासाठी केला. अपेक्षिल्याप्रमाणे

पाकिस्तानने भारतावर हल्ला केला. ह्यावेळी देश हल्ल्याच्या प्रतिकारासाठी पूर्णपणे सिद्ध होता.

या युद्धातील भारताचे नियोजन व कृती ही एक फार रंजक गोष्ट आहे पण ते सांगण्याची ही जागा नव्हे. भारतीय नियोजकांनी उत्कृष्ट आराखडा तयार केला. प्रशिक्षित, जिंकण्याच्या इच्छेने प्रेरित झालेल्या भारतीय फौजांनी त्याची यशस्वी अंमलबजावणी केली. वेळापत्रक खूपच व्यस्त होते. प्रेसिडेंट निक्सनच्या वतीने अमेरिकेचा हस्तक्षेप अपेक्षित होताच पण अमेरिकेचा युद्धनौकांचा ताफा (Seventh Fleet) बंगालच्या उपसागरामध्ये पोहोचण्याआधीच युद्ध संपले होते.

भारताने त्र्याण्णवहजारपेक्षा अधिक पाकिस्तानी सैनिक बंदिवान केले. एका प्रदेशाची मुक्तता झाली. एक नवे राष्ट्र उदयास आले.

या युद्धामध्ये लष्करात ३ परमवीर चक्र पदके, एक पूर्वेकडील व दोन पश्चिमेकडील युद्धासाठी प्रदान केली गेली. लान्सनाईक अल्बर्ट एक्का (१४ गार्ड्स) पूर्वेकडील व पश्चिमेकडील मेजर होशियारसिंग ३ ग्रेनेडिअर्स व १७ हॉर्सचे अरुण खेत्रपाल हे ते शूरवीर होत. चौथे परमवीर चक्र पदक निर्मलजित सेखोन, या एअरफोर्स अधिकाऱ्याला देण्यात आले. त्यांनी श्रीनगरच्या युद्धात, प्रतिकूल परिस्थितीमध्ये, असामान्य असे शौर्य दाखवले.

ह्या शूरवीरांच्या शौर्यपूर्ण कहाण्या पुढे दिल्या आहेत.

◆

मानपत्र

लान्सनाईक अल्बर्ट एक्का
१४ गार्डस (नं. ४२३९७४६)

पूर्वेकडील आघाडीमध्ये, गंगासागर येथील शत्रूच्या संरक्षक फळीवर हल्ला करण्याची कामगिरी गार्डस्च्या ब्रिगेडवर सोपवली होती. ह्या बटालियनच्या डाव्या– अग्रणी कंपनीमध्ये लान्सनाईक एक्का यांचा समावेश होता. ह्या जागेवर शत्रूने कडेकोट बंदोबस्त केला होता. चढाई करणाऱ्या फौजांवर तुफानी गोळाफेक होत होती व बंदुका आग ओकत होत्या.

पण आपल्या सेनेने आपले उद्दिष्ट समोर ठेवून हल्ला चढवला व समोरासमोर तुंबळ लढाई झाली. लान्सनाईक अल्बर्ट एक्का यांच्या लक्षात आले की, शत्रूच्या एका लाईट मशिनगनच्या माऱ्यामुळे आपल्या कंपनीचे खूप सैनिक मारले जात आहेत. आपल्या वैयक्तिक सुरक्षिततेची तमा न बाळगता, त्यांनी शत्रूच्या खंदकावर हल्ला केला. त्यातील दोघा सैनिकांना संगिनीने भोसकले व लाईट मशिनगनचा आवाज बंद केला. या साहसी कामगिरीमुळे त्यांना गंभीर दुखापत झाली होती. तरीही एकेक मैल पसरलेल्या खंदकांना ते उद्ध्वस्त करत राहिले. उत्तरेकडच्या बाजूच्या मजबूत कोटाच्या इमारतीमधून, दुसऱ्या मजल्यावरून शत्रूसैनिक मध्यम-मशिनगनने गोळाफेक करत होते. त्यामुळे आपल्या सैन्याचे खूपच नुकसान होत होते. पुन्हा एकदा या शूर सैनिकाने स्वत:च्या सुरक्षिततेचा विचार केला नाही. स्वत: जखमी झाले असतानाही, शत्रूकडून होत असलेल्या गोळाफेकीला न जुमानता, रांगत, घसपटत पुढे गेले व त्या इमारतीजवळ

पोहोचल्यावर त्यांनी खंदकाकडे बॉम्बगोळा (ग्रेनेड) भिरकावला. त्यामुळे तिथे असलेला शत्रूचा एक सैनिक ठार झाला व दुसरा जखमी झाला. तरीही मध्यम मशिनगनचा मारा चालूच होता. अत्यंत धैर्याने व निश्चयाने लान्सनाईक एक्का, बाजूच्या भिंतीवर चढले व त्या खंदकामध्ये उतरून त्यांनी मध्यम मशिनगनच्या चालकाला, जो अजूनही गोळाफेक करत होता, त्याला संगिनीने भोसकले. अशा प्रकारे त्या तोफेचा आवाज त्यांनी बंद केला. ह्यामुळे कंपनीचे होऊ घातलेले नुकसान टळले व यशाची निश्चिती झाली. ह्या सर्व घडामोडींमध्ये त्यांना फार दुखापती झाल्या. आपले उद्दिष्ट साध्य करूनच, त्यांनी तिथे प्राण सोडले.

ह्या लढाईमध्ये, लान्सनाईक अल्बर्ट एक्का यांनी नजरेत भरण्याजोगे शौर्य व स्वयंनिश्चय या गुणांचे प्रदर्शन केले. भारतीय सैन्यदलाच्या परंपरेस साजेसा सर्वोच्च स्वार्थत्याग केला.

(गॅझेट ऑफ इंडिया नोटीफिकेशन नं. ७-प्रेस/७२)

* * *

आयुष्याचा उत्कट क्षण

'असामान्य दृढनिश्चय असणारी सामान्य माणसेच खरे नेते असतात.'

– चार्ल्स द गॉल.

नं. ४२३७७४६ लान्सनाईक अल्बर्ट एक्का हे ज्युलिअस व मरियम एक्का यांचे सुपुत्र बिहारमधील एका खेड्यात लहानाचे मोठे झाले. ते राचीमधील आदिवासी जमातीपैकी होते व निष्ठावान ख्रिश्चन होते.

अगदी लहानपणापासून अल्बर्टना शिकारीची आवड होती व बहुतेक आदिवासींप्रमाणे आपल्या धनुष्यबाणाने भक्ष्याचा मागोवा घेणे, शिकार करणे यात ते कुशल होते. खेळातही प्रवीण होते. जंगलात लागणारी कुशलता, धाडसावर असणारे त्यांचे प्रेम ह्या गुणांमुळेच ते एक उत्तम सैनिक बनू शकले. ते जमिनीवरच्या डावपेचामध्ये व हालचालीत अधिक कुशल होते.

अल्बर्टनी तारुण्यात पदार्पण केले. साहसाने व कृतीने भरलेल्या आयुष्याची त्यांना ओढ असल्यामुळे ते सैन्यदलामध्ये भरती झाले. १९६२ मध्ये बिहार रेजिमेंटमध्ये रुजू झाले.

अल्बर्टना फार आनंद झाला. कारण त्यांच्या स्वप्नांना सत्यरूप मिळाले होते.

जेव्हा १४ गार्डची स्थापना झाली तेव्हा अल्बर्ट एक्का व त्यांच्या अनेक मित्रांची, या युनिटला बदली झाली. ईशान्येकडे घुसखोरांना प्रत्यवाय करणाऱ्या मोहिमेवर त्यांची नेमणूक झाली.

अल्बर्ट एक्कांच्या नेमबाजी, युद्धकला व हॉकी या खेळातील विशेष प्रावीण्यामुळे त्यांच्याकडे वरिष्ठांचे लक्ष वेधले. पाकिस्तानबरोबरच्या संभाव्य लढाईसाठी दिलेल्या प्रशिक्षणानंतर, त्यांना लान्सनाईक पदावर बढती मिळाली.

गंगासागरच्या लढाईमध्ये त्यांनी केलेल्या असामान्य कर्तृत्वाची कहाणी रोमांचक आहे. पण त्याआधी या लढाईच्या पार्श्वभूमीवर नजर टाकणे उचित ठरेल.

गंगासागरची लढाई

पाकिस्तानने पश्चिमेकडील भागावर हल्ले चढवल्यानंतर, भारतीय सैन्यदलाने पूर्वेकडील भागात, पूर्व पाकिस्तानविरुद्ध आक्रमक मोहीम राबवली. भारतीय सेनेने चारी बाजूने मुसंडी मारली. ४ कोअर बटालियनचा एक भाग असलेल्या १४ गार्डस्‌वर, गंगासागरवर नियंत्रण प्रस्थापित करून त्याचा ताबा घेण्याची जबाबदारी सोपवली होती. गंगासागरचा ताबा मिळवणे महत्त्वाची व आवश्यक कामगिरी होती. कारण त्यामुळे तिन्ही महत्त्वाच्या फळ्यांवर नियंत्रण राखणे शक्य झाले असते व ४ कोअरच्या पुढील कामगिरीसाठी मार्ग सुकर झाला असता.

१४ गार्डस्‌चे सैनिक मुख्य रस्ता सोडून निघाले व गंगासागरच्या दक्षिणेला असलेल्या अखौरा रेल्वे स्टेशनपासून चार मैलांवर त्यांनी डेरा टाकला व संरक्षणसिद्धता केली. रेल्वे स्टेशनच्या आजूबाजूच्या उंचीवर, बांधबंदिस्ती केलेल्या ठिकाणी, त्यांनी संरक्षणासाठी मुख्य मोर्चेबांधणी केली. आजूबाजूच्या दलदलीच्या प्रदेशात व इतर भागातही मानवविरोधी, रणगाड्याविरोधी पुष्कळसे सुरुंग पेरले होते. संरक्षणाच्या प्रमुख ठिकाणीही तारांची खूप कुंपणे घातली होती. शत्रूने या ठिकाणच्या संरक्षणासाठी खूप मेहनत घेतली होती व गंगासागरचे एका मजबूत तटबंदीत रूपांतर केले होते. शत्रूबद्दलची माहिती तुटपुंजी होती. सेनादलाच्या हेरखात्यातील माहितीनुसार गंगासागरच्या संरक्षणासाठी शत्रूची एक कंपनी तैनात असावी, तर मुक्ती फौजेच्या सांगण्यानुसार त्या ठिकाणी एक बटालियन संरक्षण करत असावी. पण त्या ठिकाणी अदमासे १२ फ्रंटियर फोर्सच्या तीन कंपन्या, १२ आझाद-काश्मीरची एक कंपनी व रझाकारांची एक कंपनी इतका फौजफाटा संरक्षण करण्यासाठी सज्ज होता.

१४ गार्डस्‌च्या गस्त घालणाऱ्या सैनिकांना, रेल्वे रुळावरून शत्रू मुक्तपणे संचार करत असल्याचे आढळले. याचा अर्थ या ठिकाणी सुरुंग पेरले नव्हते. म्हणूनच बटालियनच्या दोन कंपन्यांनी रेल्वे रुळालगतच्या शत्रूच्या ठाण्यावर हल्ले चढवले व ते शत्रूच्या जवळ जाऊ शकले. पण जेव्हा ते त्यांच्यापासून शंभर

यार्डांवर पोहोचले तेव्हा, स्वयंचलित बंदुकीमुळे शत्रुसैनिकांनी त्यांच्यावर गोळीबार केला. रेल्वेलाईनमुळे हल्ल्यासाठी बंधने होती. जर हल्ला विस्कळीत झाला असता, तर अपरिमित नुकसान झाले असते. आपले काम फत्ते करण्याच्या इर्षेने पेटलेल्या जवानांनी, शत्रूच्या ठाण्यांवर जोरदार हल्ला चढवला. तिथे पेरलेल्या सुरुंगांमुळे व तारांमुळे बरेचजण मृत्युमुखी पडले, पण वाचलेल्या लोकांनी निकराचा प्रयत्न करून त्या ठिकाणावर जोराचा हल्ला चढवला. लवकरच त्यांच्यामध्ये समोरासमोरचे हातघाईचे युद्ध जुंपले. या लढाईमध्ये लान्सनाईक अल्बर्ट एक्का ह्या म्होरक्या कंपनीमधल्या सैनिकाने जी शौर्यपूर्ण कामगिरी केली, त्यासाठी त्यांचे नाव त्यांच्या रेजिमेंटच्या इतिहासात आणि भारतीयांच्या गौरवयादीत अढळ राहील.

शत्रूचा बचाव भक्कम होता. सर्व ठिकाणी सुरुंग पेरलेले होते, ते काँक्रीटने बांधलेले कडेकोट ठिकाण होते. तिथून त्यांना बाहेर काढण्यासाठी एकच मार्ग मोकळा होता व तो म्हणजे मिळणाऱ्या फटीतून ग्रेनेड फेकणे व त्यानंतर संगिनीने भोसकून त्यांना खलास करणे.

लढाईत ठराविक लाईट मशिनगनच्या माऱ्यामुळे, त्यांच्या कंपनीचा पुढे जायचा मार्ग रोखला होता हे जाणवल्यावर, लान्सनाईक अल्बर्ट एक्काने त्या खंदकावर झेप घेऊन दोघा शत्रुसैनिकांना संगिनीने भोसकून ठार केले व त्या मशिनगनचा ताबा घेतला. हे करत असताना, त्यांच्या पोटाला जबर दुखापत झाली होती. पण रणांगण सोडण्यास त्यांनी नकार दिला व ते लढत राहिले.

पुन्हा एकदा मार्गात अडथळा आला. यावेळी एका इमारतीमधील मध्यम पल्ल्याच्या मशिनगनमधून त्यांच्या कंपनीवर तुफानी गोळाफेक होत होती. त्यामुळे कंपनीचे पुष्कळच नुकसान होत होते. लोक जखमी होत होते. लान्सनाईक अल्बर्ट एक्का बाजूच्या भिंतीवर चढले व तिथल्या खिंडारातून त्यांनी ग्रेनेड फेकले व मशिनगनधारी चालकाला संगिनीने भोसकले. त्या मशिनगनचा आवाज बंद केला. त्यामुळे कंपनीला आपले उद्दिष्ट साध्य करता आले, पण या धुमश्चक्रीत ते पुन्हा जबर जखमी झाले. आपले कार्य पूर्ण करूनच ते त्या जखमांची शिकार झाले आणि मृत्यूच्या स्वाधीन झाले.

लान्सनाईक अल्बर्ट एक्का यांनी १९७१च्या, पूर्वेकडच्या युद्धात जे शौर्याचे, कर्तव्यनिष्ठेचे व धैर्याचे प्रदर्शन केले, त्याबद्दल त्यांना मरणोत्तर 'परमवीर चक्र' हे सर्वोच्च पदक देऊन गौरवले आहे.

◆

पश्चिमेकडील युद्ध

पूर्व पाकिस्तानातील लढ्यापासून वेगळेपण दाखवण्यासाठी 'पश्चिम' ही संज्ञा दिली आहे. पश्चिमेकडचे युद्ध उत्तर, पश्चिम व दक्षिण ह्या संरक्षण आघाड्यांवर लढले गेले.

१९७१च्या भारत-पाक युद्धामध्ये 'पश्चिम' भागासाठी दोन परमवीर चक्र पदके प्रदान करण्यात आली– मेजर होशियार सिंग ३ ग्रेनेडिअर्स व सेकंड लेफ्टनंट खेत्रपाल, १७ हॉर्स या दोघा अधिकाऱ्यांना बसनतर येथील घनघोर लढाईमध्ये, जेव्हा आपल्या फौजांनी शाकरगड-बल्ज येथील जम्मू-काश्मीरच्या समोरील पठारी भागांमध्ये हल्ले केले, तेव्हा त्यांनी दाखवलेल्या शौर्याबद्दल दिलेली ही पदके आहेत.

'शाकरगड-बल्ज' हे भारत-पाक या दोन्ही देशांच्या दृष्टीने महत्त्वाचे ठिकाण होते. भारताच्या दृष्टीने ते महत्त्वपूर्ण होते कारण ते काबीज करण्यामुळे जम्मू-काश्मीर व पंजाबच्या उत्तरेच्या भागाला असलेला पाकिस्तानच्या आक्रमणाचा धोका टळणार होता व पाकिस्तानच्या महत्त्वाच्या प्रदेशावर दबाव ठेवणे शक्य होणार होते.

पाकिस्तानच्या दृष्टीने ते ठिकाण महत्त्वाचे होते, कारण त्यामुळे पठाणकोटवर हल्ला करणे व जम्मू-काश्मीरला एकाकी पाडणे शक्य होणार होते.

या लष्करीदृष्ट्या महत्त्वपूर्ण असणाऱ्या ठिकाणाचे महत्त्व ओळखून, पाकिस्तानने अतिशय बारीकसारीक तपशिलाकडे लक्ष देऊन अडथळ्यांचे एक पद्धतशीर जाळे तयार केले होते व कडेकोट बंदोबस्त केला होता. चिनाब नदी ते देघ नदी यामधील टापूतील लांबलचक चर, रणगाडेविरोधी केला होता. त्यापुढील पूर्वेकडच्या भागात सुपवाल चर, बसनतर नदीला जोडला होता.

झपरवाल, धामतल, किला सोबा सिंग व नरोवाल या महत्त्वाच्या शहरांसमोर रणगाडेविरोधी खड्डे खणले होते व हे सर्व एकमेकांना जोडून, देघ नदी ते रावी नदीपर्यंत एकसंध पट्टा तयार केला होता. या अडथळ्यांना आणखी बळकटी देण्यासाठी पाकिस्तानने खोलवर सुरुंग पेरले होते. ५४ इन्फन्ट्री डिव्हिजनवर जी कामगिरी सोपवली होती त्यातील एक भाग म्हणजे बसनतर नदीपलीकडे मोर्चेबांधणी करणे, सुपवाल-चरावर ताबा मिळवणे. त्यानंतर झफरवाल व इतर ठाणी काबीज करण्यासाठी पुन्हा एकत्रित होणे.

१५ ते १६ डिसेंबरला, ५४ इन्फन्ट्रीच्या ब्रिगेडने हल्ला चढवला. १६ डिसेंबरला दहा वाजून पन्नास मिनिटांनी पाकिस्तानने शक्तिशाली तोफा, रणगाडे,

पायदळाच्या तुकड्यांसह प्रतिहल्ला चढवला व रणगाड्यांचे तुंबळ युद्ध सुरू झाले. १६ व १७ डिसेंबरला पाकिस्तानने सहा वेळा प्रतिहल्ला चढवला व त्यामध्ये त्यांचे फार नुकसान झाले. त्यांना सेहेचाळीस रणगाडे गमवावे लागले. १७ डिसेंबरला संध्याकाळी सहा वाजून दहा मिनिटांनी, शत्रूने ३ ग्रेनेडिअर विरुद्धचा सहावा प्रतिहल्ला चढवला. ह्या लढाईमध्ये, ३ ग्रेनेडिअरच्या मेजर होशियार सिंगना व १७ हॉर्सच्या सेकंड लेफ्टनंट खेत्रपालना, त्यांनी दाखवलेल्या उच्च प्रतीच्या शौर्याबद्दल 'परमवीर चक्र' देऊन गौरवण्यात आले.

याचे वेगळेपण म्हणजे एकाच युद्धात दोन वेगवेगळ्या युनिटच्या अधिकाऱ्यांना, परमवीर चक्र देऊन गौरवले गेले. सेकंड लेफ्टनंट अरुण खेत्रपाल हे सैन्यदलामध्ये असा सन्मान मिळवणारे सर्वांत कमी वयाचे अधिकारी होते. या युद्धातील चकमकीत ते जेव्हा मारले गेले तेव्हा सैन्यदलात रुजू होऊन त्यांना फक्त सहाच महिने झाले होते.

१८१८च्या कोरेगावच्या लढाईत एकत्र आलेले पूना हॉर्स व ३ ग्रेनेडिअर्स बसनतरच्या युद्धात एकत्र आले, हाही एक अजब योगायोगच होता. या दोन्ही तुकड्या पूर्वी 'बॉम्बे प्रेसिडन्सी'चे विभाग होत्या आणि आश्चर्याची गोष्ट म्हणजे पूना हॉर्सच्या विरोधात उभी ठाकलेली, पाकिस्तान आर्मर्ड रेजिमेंटची १३ लान्सर्स ही तुकडी पूर्वीच्या बॉम्बे प्रेसिडेन्सी आर्मीचाच भाग होती. १८१८ नंतर दोन्ही बाजू पुन्हा एकदा एकमेकांना उद्ध्वस्त करण्यासाठी समोरासमोर ठाकल्या होत्या.

बसनतरची लढाई

पश्चिम सेक्टरमधील शाकरगड-बल्जपासून आठशे चौरस किलोमीटर परिसरामध्ये, एक महाभयंकर युद्ध झाले. १९७१च्या युद्धात दिल्या गेलेल्या एकूण चार परमवीर चक्र पदकांपैकी, दोन परमवीर चक्र पदके या युद्धातील शौर्यासाठी प्रदान केली. पठाणकोट-जम्मू रस्ता, पाकिस्तानच्या सरहद्दीच्या धोका निर्माण होईल इतक्या जवळून जात असल्यामुळे, त्याच्या संरक्षणासाठी एक सर्वसाधारण योजना बनवली गेली. या प्रदेशामध्ये पुष्कळ नैसर्गिक अडथळे होतेच व त्याच्या जोडीला त्यात रणगाडा-रोधक सुरुंग पेरले होते.

१४ डिसेंबर, १९७१ला तीन ग्रेनेडिअर्सच्या कमांडिंग ऑफिसरला सुपवाल-चरावर हल्ला करण्याचा हुकूम देण्यात आला. ३ ग्रेनेडिअर्सना लोहल व जरपाल ही खेडी ताब्यात घ्यावयाची होती.

जरपालच्या लढाईला पुढे ऐतिहासिक महत्त्व प्राप्त झाले कारण भारतीय सैन्यदलातील दोन वेगवेगळ्या युनिटच्या दोन सबयुनिट कमांडरना, एकाच लढाईमध्ये केलेल्या कामगिरीबद्दल परमवीर चक्र पदके प्रदान करण्यात आली. तसेच शत्रुसैन्याकडून

लढणाऱ्या कमांडरला 'हिलाल-ए-जुर्अत' हा पाकिस्तानचा शौर्यासाठीचा, द्वितीय श्रेणीचा किताब देऊन गौरवण्यात आले आहे.

जरपाल हे सुपवाल डिचच्या मागील बाजूस आहे. जरपालवर ताबा मिळवून ते सुपवाल डिचपासून वेगळे करावयाचे अशी योजना आखली होती. या ठिकाणाचे रक्षण करण्यासाठी शत्रूने बाराशे यार्डपर्यंत सुरुंग पेरले होते. १५ डिसेंबर, १९७१च्या संध्याकाळी, दोन्ही तुकड्यांपैकी मेजर होशियार सिंग नेतृत्व करीत असलेल्या तुकडीने प्रथम हल्ला केला. शत्रुपक्षाच्या मशिनगन व तोफांच्या माऱ्यास न जुमानता दोन्ही तुकड्यांनी आपल्या नियोजित लक्ष्यांवर ताबा मिळवला. त्या दोन्ही तुकड्यांनी शत्रुसैन्याच्या वीस सैनिकांना बंदिवान केले व त्यांच्याकडून RCL व MMG बंदुका, मोठ्या प्रमाणात शस्त्रास्त्रे व दारूगोळा जप्त केला.

१६ डिसेंबरच्या सकाळी १७ हॉर्सचे स्क्वाड्रन, त्यांचे दोन जण सोडून इतर सर्व ३ ग्रेनेडिअर्सला जाऊन मिळाले. त्यांनी जणूकाही १८१८च्या कोरेगावच्या लढाईत दोन्ही रेजिमेंटच्या एकत्रित युद्ध लढण्याच्या जुन्या घटनेची आठवण ताजी केली.

१६ डिसेंबरला ३ ग्रेनेडिअर्स व आर्मर्ड ह्यांनी घनघोर लढाई अनुभवली. शत्रूसैन्याकडून पायदळ व तोफांच्या साहाय्याने, सुसंघटित व जोरदार प्रतिहल्ले चढवले गेले. १७ हॉर्सचे सेकंड लेफ्टनंट अरुण खेत्रपाल अत्यंत धैर्याने लढले पण शेवटी लढतालढता त्यांना वीरमरण प्राप्त झाले. त्यांना मरणोत्तर 'परमवीर चक्र' पदक देऊन गौरवण्यात आले.

या दरम्यान ३ ग्रेनेडिअरने प्रसंगोचित शौर्याने, शत्रूच्या सर्व प्रतिहल्ल्यास परतवून लावले. सबयुनिट कमांडर व सैनिक जोशपूर्ण घोषणा देत, एकमेकांचे मनोधैर्य उंचावत होते. शत्रूच्या लक्ष्यांचा अचूक वेध घेत होते. त्यांच्या शौर्यपूर्ण कामगिरीने शत्रूला फार नुकसान सहन करावे लागले.

३ ग्रेनेडिअर्सचे नेतृत्व करणाऱ्या मेजर होशियार सिंगना त्यांच्या अतुलनीय शौर्याबद्दल, धीरोदात्त कामगिरीबद्दल 'परमवीर चक्र' पदक देऊन गौरवण्यात आले.

◆

मानपत्र

मेजर होशियार सिंग

३ ग्रेनेडिअर्स (IC १४६०८)

१५ डिसेंबर, १९७१ला ३ ग्रेनेडिअर्सच्या बटालियनला शाकरगड सेक्टरमधील बसनतर नदीपलीकडे मोर्चेबांधणी करण्याचे काम दिले गेले.

कंपनीच्या डाव्या आघाडीचे नेतृत्व मेजर होशियार सिंग करत होते व त्यांना शत्रुप्रदेशातील जरपाल भागावर ताबा मिळवायचा आदेश दिला होता. शत्रुसैन्याच्या पूर्ण नियंत्रणाखाली असलेली अशी ही जागा होती व इथे बरेच शत्रुसैन्य रक्षणासाठी तैनात होते. त्यांनी जेव्हा या जागेवर हल्ला केला तेव्हा त्यांच्या सैन्यावर शत्रूकडून तोफा डागल्या गेल्या, तसेच मध्यम पल्ल्याच्या मशिनगनमधून मारा करून प्रतिहल्ला चढवला गेला. जराही विचलित न होता मेजर होशियार सिंगांनी, समोरासमोर झालेल्या जोरदार लढतीमध्ये, शर्थीने लढून आपले नियोजित लक्ष्य पूर्ण केले व त्या जागेवर आपला ताबा प्रस्थापित केला.

१६ डिसेंबर, १९७१ला शत्रूने प्रत्युत्तर दिले व तीन प्रतिहल्ले चढवले. त्यांपैकी दोन हल्ल्यांमध्ये तोफांचाही उपयोग केला होता. तोफांच्या भडिमाराला व तुफानी गोळाफेकीला न जुमानता मेजर होशियार सिंग एका खंदकातून दुसऱ्या खंदकाकडे जात आपल्या सैनिकांना खंबीरपणे टिकाव धरून लढायला प्रवृत्त करत होते. त्यांच्या धैर्याने व बेदरकार नेतृत्वाने प्रेरित होऊन, त्यांनी शत्रूचे सर्व हल्ले परतवून लावले व शत्रुसैन्याचे खूप नुकसान केले.

नंतर १७ डिसेंबर, १९७१ला शत्रूने दुसऱ्यांदा हल्ला केला. यावेळी

मोठ्या तोफांचा वापरही करण्यात आला होता. त्या तोफांच्या भडिमारामुळे मेजर होशियार सिंग जबर जखमी झाले होते, तरीही स्वत:च्या जिवाची पर्वा न करता, ते निधड्या छातीने एका खंदकामधून दुसऱ्या खंदकाकडे जात होते. आपल्या एका मशिनगनधारी सैनिकाच्या अंगावर शत्रुसैन्याच्या तोफेचा गोळा पडल्यामुळे, तो जखमी झाला. चालकाअभावी ती मशिनगन बंद पडली असल्याचे त्यांच्या लक्षात आले. मशिनगन चालू ठेवण्याचे महत्त्व ओळखून मेजर होशियार सिंग मशिनगनच्या खंदकात उतरले. वास्तविक पाहता तेही खूप जखमी झाले होते, पण तरीही त्यांनी मशिनगन सुरू केली. शत्रुसैन्यामधील अनेकांना कंठस्नान घातले. शत्रूच्या हल्ल्याला जोरदार प्रत्युत्तर दिले. शत्रूने माघार घेतली पण त्यांच्यापैकी पंच्याऐंशी जण– ज्यात शत्रूचा कमांडिंग ऑफिसर व इतर अधिकाऱ्यांचा समावेश होता– धारातीर्थी पडले. मेजर होशियार सिंग खूप जखमी झाले होते, तरी युद्धबंदी होईपर्यंत रणांगण सोडायला त्यांनी नकार दिला.

या सर्व लढतीमध्ये मेजर होशियार सिंगांनी त्यांच्या अतुलनीय धैर्याचे, बेदरकार लढाऊ बाण्याचे व सैन्यदलाच्या उज्ज्वल परंपरेस साजेशा नेतृत्वाचे प्रदर्शन केले.

(गॅझेट ऑफ इंडिया नोटीफिकेशन नं. ७-प्रेस/७२)

* * *

पराक्रमगाथा व त्याचा मानकरी

'सैनिकांची संख्या नव्हे, तर त्यांचा जिंकायचा निर्धारच युद्धाचे फलित ठरवतो.' – अनामिक

५ मे, १९३६ला हरियाणामधील सोनेपत जिल्ह्यातील सिसाना खेड्यामध्ये, होशियार सिंग यांचा जन्म झाला. त्यांच्या खेड्यातील शाळेत त्यांचे प्राथमिक शिक्षण झाले. त्यानंतर 'जाट हायर सेकंडरी' हायस्कूलमध्ये त्यांचे माध्यमिक शिक्षण झाले. ते एक हुशार विद्यार्थी होते. मॅट्रिकच्या परीक्षेत त्यांना प्रथम श्रेणी प्राप्त झाली होती. ते एक उत्कृष्ट खेळाडू होते. अगदी लहान वयातच त्यांची नॅशनल चॅम्पियनशिपसाठी, संयुक्त पंजाबच्या व्हॉलीबॉल टीममध्ये निवड झाली होती. पुढे ते पंजाब संघाचे कॅप्टन झाले व नॅशनल टीममध्येही त्यांची निवड झाली.

अशाच एका व्हॉलीबॉल स्पर्धेच्या वेळीच, जाट रेजिमेंट सेंटरच्या एका

सीनियर ऑफिसरने त्यांना टिपले व जाट रेजिमेंटमध्ये भरती होण्यासाठी प्रोत्साहित केले. १९५० मध्ये ते २ जाटमध्ये भरती झाले. नंतर पुढे ३ ग्रेनेडिअर्समध्ये त्यांची नेमणूक झाली. १९६५च्या युद्धातच त्यांच्या जबर इच्छाशक्तीची, धैर्याची व निश्चयाची प्रचीती आली होती. बिकानेर सेक्टरमध्ये त्यांनी आपल्या बटालियनसाठी कसून टेहळणी केली व महत्त्वाची माहिती मिळवली. या माहितीचा पुढील कारवाईसाठी बटालियनला फार उपयोग झाला व बटालियन आपल्या कामगिरीमध्ये यशस्वी झाली. त्यांच्या धाडसाची, पुढाकार घेऊन जबाबदारी निभावण्याबद्दल बटालियनच्या अहवालात नोंद आहे.

१९७१च्या पश्चिमेकडच्या युद्धात त्यांनी अविस्मरणीय, धीरोदात्त कामगिरी पार पाडली, त्याचा हा वृत्तांत.

१७ डिसेंबरला पहाटे शत्रुसैन्याच्या बटालियनच्या कमांडरने, आपल्या सैन्याचे, तोफांच्या तुकडीचे स्वत: नेतृत्व करीत, मेजर होशियार सिंग यांच्या कंपनीवर जोरदार हल्ला केला. करारी व निश्चल मेजर होशियार सिंगांनी, निकराने लढण्यासाठी आपल्या सैनिकांना प्रोत्साहित करीत, त्यांचा आत्मविश्वास वाढवत शर्थीची झुंज दिली. ते स्वत: जखमी झाले होते तरी एका खंदकातून दुसऱ्या खंदकाकडे, शत्रूकडून तुफानी गोळाफेक होत असतानाही निधड्या छातीने जात होते व आपल्या सैनिकांचे मनोधैर्य उंचावण्याचा प्रयत्न करीत होते. मध्यम पल्ल्याची मशिनगन चालवणाऱ्या एका सैनिकाचा मृत्यू झाल्याबरोबर त्यांनी तोफेचा ताबा घेतला व ती तोफ चालवली. त्यांच्या कुशल नेतृत्वामुळे, त्यांची माणसे शत्रूच्या नेमक्या लक्ष्यावर गोळीबार करू शकली. त्यामुळे पाकिस्तानी सैन्याची मोठी हानी झाली. त्या दिवशी रणांगणावर एकोणनव्वद शत्रुसैनिकांचे मृतदेह पडले होते. यात शत्रुसैन्यातील लेफ्टनंट कर्नल मोहम्मद अक्रम राजा या ३५ फ्रंटियर फोर्स रायफल्सच्या शूर कमांडिंग ऑफिसरचा व त्याच्या इतर तीन अधिकाऱ्यांचा समावेश होता.

त्या दिवशी पाकिस्तानचे ३५ फ्रंटियर फोर्सचे सैनिक व भारताचे ३ ग्रेनेडिअर्सचे सैनिक यांच्यामध्ये तुंबळ युद्ध सुरू होते. संध्याकाळी सहा वाजता बातमी समजली की, रात्री आठ वाजता दोन्ही सैन्यात युद्धबंदीची घोषणा होणार आहे.

दोन्ही पक्षाच्या सैनिकांनी, त्यानंतर जास्तच त्वेषाने, चेव येऊन एकमेकांवर आग ओकत हल्ले चढवले. जेव्हा युद्धबंदीची घोषणा झाली तेव्हा ३ ग्रेनेडिअर्समधील एक ऑफिसर व बत्तीस सैनिक लढाईत मारले गेले होते. तीन अधिकारी, चार कमिशन्ड ऑफिसर्स व शहाऐंशी सैनिक जखमी झाले होते.

त्यानंतर ३ ग्रेनेडिअर्स बटालियनला त्यांच्या अभूतपूर्व कामगिरीबद्दल 'द बॅटल ऑनर ऑफ जरपाल' हा किताब देऊन गौरवण्यात आले.

युद्धबंदीनंतर महम्मद अक्रम राजा या ३५ फ्रंटियर फोर्स रायफल्सच्या कमांडिंग

ऑफिसरचा मृतदेह व ज्या इतर अठ्ठ्याऐंशी सैनिकांना त्यांच्याबरोबर वीरमरण प्राप्त झाले त्यांचे मृतदेह, पाकिस्तानी ब्रिगेड कमांडरचा ब्रिगेडिअर शाहबाझ खान यांच्याकडे सुपूर्त करण्यात आले. कर्नल वेद एरी या ३ ग्रेनेडिअर्सच्या कमांडिंग ऑफिसरने, शत्रुसैन्यातील सैनिकांनी दाखवलेल्या शौर्याबद्दल त्यांची वाखाणणी करणारे एक मानपत्र दिले होते. नंतर असे समजले की, या मानपत्राच्या आधारे लेफ्टनंट कर्नल मोहम्मद अक्रम राजाला, पाकिस्तानमधला शौर्यासाठी देण्यात येणाऱ्या किताबातील द्वितीय श्रेणीचा किताब 'हिलाल-ए-जुर्अत' देऊन गौरवण्यात आले.

रणांगणातील आपल्या शत्रूच्या गुणांची कदर करण्याचे असे सत्कृत्य व त्याची झालेली प्रतिक्रिया दोन्हीही स्पृहणीय होत. युद्धाच्या इतिहासात अशी उदाहरणे क्वचितच आढळतात.

मेजर होशियार सिंगांनी या लढाईत जी धीरोदात्त, शौर्यपूर्ण कामगिरी पार पाडली, त्याबद्दल भारताचे सर्वोच्च पदक 'परमवीर चक्र' देऊन गौरवण्यात आले.

होशियार सिंग हे जन्मजात नेता होते. सर्व अडथळ्यांवर मात करून, विजय मिळवण्याची विजिगिषू वृत्ती, हातात घेतलेले काम फत्ते करण्याची त्यांची पात्रता, ह्या सर्वांमुळे त्यांच्या हाताखाली काम करणारे प्रभावित होत. होशियार सिंगांनी दिलेल्या आज्ञांचे पालन ते कोणत्याही परिस्थितीत करत असत. कोणताही स्वार्थत्याग त्यांना कर्तव्यापेक्षा मोठा नव्हता. लढाईच्या काळातच नव्हे, तर शांततेच्या काळातही त्यांच्या या गुणांची साक्ष पटते.

म्हणनूच त्यांच्या कंपनी कमांडरच्या दहा वर्षांच्या कालावधीत त्यांची कंपनी ओळीने सहा वेळा 'सर्वश्रेष्ठ कंपनी' म्हणून घोषित झाली होती. हे रेकॉर्ड आत्तापर्यंत कोणी मोडले नाही व यापुढे कोणी मोडण्याची शक्यता नाही.

◆

मानपत्र

लेफ्टनंट कर्नल मोहम्मद अक्रम राजा

३५ फ्रंटियर फोर्स रायफल्स (पाकिस्तान आर्मी)

लेफ्टनंट कर्नल वेद एरी, कमांडिंग ऑफिसर, ३ ग्रेनेडिअर्स यांनी लिहिलेले–

लेफ्टनंट कर्नल मोहम्मद अक्रम राजा, ३५ फ्रंटियर फोर्स रायफल्सचे कमांडिंग ऑफिसर, यांनी १७ डिसेंबर, १९७१ला सकाळी चार वाजता, जरपाल खेड्याजवळ भारतीय ठाण्यावर प्रतिहल्ला केला व त्यांना खऱ्या सैनिकाचे मरण प्राप्त झाले. त्यांच्या शौर्यापुढे आम्ही नतमस्तक आहोत.

ह्या प्रतिहल्ल्याचे नेतृत्व, ते अग्रणी राहून करत होते. जेव्हा तोफेचा गोळा त्यांच्या तोंडावरच फुटला तेव्हा ते जागीच मरण पावले.

आम्ही बंदिवान केलेल्यांपैकी एका युद्धकैद्याने दिलेल्या माहितीवरून आम्ही त्यांचा मृतदेह १८ डिसेंबर, १९७१ला शोधून काढला होता. त्या युद्धकैद्याने मृतदेहाची ओळख पटवण्यासाठीही मदत केली. आम्हाला त्यांचे दोन्ही हात, मृत्यूनंतर गोठलेले आढळले आणि ज्या स्थितीत त्यांनी स्टेनगन पकडली होती त्यावरून त्यांचा पुढे जाण्याचा (चाल करण्याचा) निश्चय लक्षात येत होता.

या युद्धात लेफ्टनंट कर्नल मोहम्मद अक्रम राजा यांनी धैर्य, निश्चय व सैनिकांच्या परंपरेला साजेशा उच्चप्रतीच्या व्यक्तिगत शौर्याचे प्रदर्शन केले.

लेफ्टनंट कर्नल राजा या शूर सैनिकाच्या, या शौर्यकर्माची दखल घेतल्याशिवाय राहू नये. मृतात्म्यासाठी प्रार्थना करतो.

युद्धभूमी
डिसेंबर १९७१

लेफ्टनंट कर्नल
व्ही. पी. एरी

* * *

मानपत्र

सेकंड लेफ्टनंट अरुण खेत्रपाल

पूना हॉर्स (IC-२५०६७)

१६ डिसेंबर, १९७१ला 'बी' स्क्वाड्रन, पूना हॉर्सच्या स्क्वाड्रन कमांडरांनी अधिक फौजेची मागणी केली. कारण शाकरगड सेक्टरमधील जरपाल ह्या ठिकाणावर पाकिस्तानने, ज्यांच्याकडे अधिक सैनिक व शक्तिशाली तोफखाना होता, प्रतिहल्ला केला होता. हा संदेश ऐकल्यावर तिथे उपस्थित असलेल्या 'ए' स्क्वाड्रनच्या, सेकंड लेफ्टनंट अरुण खेत्रपाल यांनी त्या स्क्वाड्रनच्या मदतीसाठी आपले पथक घेऊन जाण्यासाठी, आपणहून पुढाकार घेऊन प्रयाण केले.

वाटेतच बसनतर नदी पार करत असताना, सेकंड लेफ्टनंट अरुण खेत्रपाल व त्यांच्या सैनिकांवर पाकिस्तानी सैनिकांनी, त्यांच्या ताब्यातील मजबूत ठिकाणांवरून गोळीबार केला. RCL गनमधूनही मारा चालू होता. वेळ न दवडणे आवश्यक होते. 'बी' स्क्वाड्रन सेक्टरमध्ये अतिशय गंभीर परिस्थिती निर्माण होत होती. सेकंड लेफ्टनंट अरुण खेत्रपाल, सगळा सावधपणा गुंडाळून समोरच्या शत्रूच्या मुख्य ठिकाणावर तुटून पडले. त्यांच्या रणगाड्यांनी शत्रूच्या बचावफळीवर सरळ धडक दिली व पिस्तुलाचा धाक दाखवत त्यांनी शत्रूच्या पायदळ व सशस्त्र सैनिकांना ताब्यात घेतले. अशाच एका धाडसी करामतीमध्ये त्यांच्या सैन्यातील एका रणगाड्यावरील कमांडर मारला गेला. शत्रुसैन्याच्या सर्व ठाण्यांचा प्रतिकार गळून पडेपर्यंत, अरुण खेत्रपाल न थांबता लढत होते. 'बी' स्क्वाड्रनवर चाचपणी हल्ला करणारे शत्रूचे रणगाडे माघार घेत असल्याचे

त्यांना दिसले. लढाईच्या खुमखुमीने व सरळ मुसंडी मारायच्या ऊर्मीने ते इतके भारावले होते की, रणांगणातून माघारी परतणाऱ्या रणगाड्यांचाही त्यांनी पाठलाग करायला सुरुवात केली व त्यातील एकाचा विध्वंस केला. त्यानंतर लगेचच शत्रुसैन्याच्या रणगाड्यांनी, पुन्हा नीट बांधणी करून दुसरा हल्ला केला आणि यावेळी त्यांनी सेकंड लेफ्टनंट अरुण खेत्रपाल यांच्या नेतृत्वाखालील तुकडी व आणखी दुसरे दोन रणगाडे हे त्यांचे लक्ष्य बनवले. तिथे रणगाड्यांचे घनघोर युद्ध सुरू झाले. शत्रुपक्षाकडचे दहा रणगाडे उद्‌ध्वस्त झाले, ज्यांपैकी चार रणगाडे स्वत: अरुण खेत्रपाल यांनी नष्ट केले होते. त्याचवेळी सेकंड लेफ्टनंट अरुण खेत्रपाल जबर जखमी झाले. त्यांना रणगाडा सोडायला सांगण्यात आले. जरी शत्रुसैन्याची पुष्कळ हानी झाली असली तरी शत्रूने त्यांच्या सेक्टरवर हल्ला चालूच ठेवला होता. 'जर मी रणगाडा सोडून गेलो तर शत्रूला आपणाला भेदून पुढे घुसण्याची संधी मिळेल,' हे त्यांना जाणवले, म्हणून ते शूरपणे लढले व त्यांनी शत्रूचा आणखी एक रणगाडा नष्ट केला.

याचवेळी त्यांच्या रणगाड्यावर दुसऱ्यांदा हल्ला झाला व त्यातच या शूर अधिकाऱ्याला वीरमरण आले.

सेकंड लेफ्टनंट अरुण खेत्रपाल मरण पावले. पण त्यांच्या धीरोदात्त शौर्याने तो दिवस गाजवला. शत्रुसैन्याची आपल्या सैन्याच्या फळीला भेदून जाण्याची खूप धडपड चालू होती पण शत्रूच्या एकाही रणगाड्याला प्रवेश करता आला नाही. हेच अरुण यांचेही उद्दिष्ट होते.

सेकंड लेफ्टनंट अरुण खेत्रपाल यांनी त्यांच्या उत्कृष्ट नेतृत्व, नियोजित उद्दिष्टाला चिकटून राहण्याची ऊर्मी व शत्रूला थेट जाऊन भिडण्याची मनीषा या गुणांचा प्रत्यय दिला. स्वकर्तव्याच्या पलीकडील धैर्याचे व आत्मसमर्पणाचे हे कृत्य होते.

(गॅझेट ऑफ इंडिया नोटीफिकेशन नं. ७-प्रेस/७२)

* * *

१९७१ चा युवा नेता

'उजवीकडे तोफा
डावीकडे तोफा
समोर तोफा
गोळाफेक व गडगडाट

प्रत्येक धडाक्याबरोबर गोळ्यांची बरसात
धीटपणे त्यांनी दमदार पावले टाकली,
अग्निकुंडाच्या मुखात
मृत्यूच्या जबड्यात.'

– अल्फ्रेड लॉर्ड टेनिसन

अरुण खेत्रपालचा जन्म अशा घराण्यात झाला की, ज्याला सैन्यदलाची मोठी परंपरा होती. त्याचे खापर पणजोबा सिख सेनेत होते व १८४८च्या, चिलिअनवाला येथे ब्रिटिशांविरुद्ध झालेल्या लढाईत त्यांनी भाग घेतला होता. त्यांचे आजोबा पहिल्या महायुद्धात १९१७-१९१९ मध्ये सैन्यदलात होते. अरुणचे वडील ब्रिगेडिअर एम. एल. खेत्रपाल AVSM कोअर ऑफ इंजिनीअरिंगमध्ये सेवानिवृत्तीपर्यंत कार्यरत होते. खेत्रपाल कुटुंब, मूळचे पाकिस्तानमधील सरगोधा गावचे व फाळणीनंतर ते भारतात आले.

अरुणचा जन्म १४ ऑक्टोबर, १९५१ला पुण्यात झाला. त्यांच्या वडिलांची बदली होईल तिथे तिथे त्यांचे प्राथमिक शिक्षण झाले व शेवटची पाच वर्षे, सनवार येथील लॉरेन्स स्कूलमध्ये ते शिकत होते. शाळेच्या क्रिकेट टीममधून ते खेळत असत.

नॅशनल डीफेन्स ॲकॅडमीमध्ये ते स्क्वाड्रन कॅडेट कॅप्टन होते व डेहराडूनच्या इंडियन मिलिटरी ॲकॅडमीत सीनियर अंडर ऑफिसर होते. १३ जून, १९७१ मध्ये ते IMA मधून कमिशन्ड ऑफिसर झाले.

जून १९७१ मध्ये अरुण, पूना हॉर्समध्ये भरती झाले. रेजिमेंटच्या पद्धतीनुसार तरुण अधिकाऱ्याला ड्राइव्हर, गनर (मशिनगनधारक), रेडिओ ऑपरेटर, क्रू कमांडर ते फौजेचा नेता ह्या सर्व थरांतून जावे लागते. त्यांना दिलेले कुठलेही काम ते आनंदाने करत असत. जेव्हा त्यांना रणगाड्याच्या चालकाचे काम करावे लागले तेव्हा त्यांनी रणगाड्याची देखभाल करावयाचे कामही मन लावून केले होते. त्यांचे आपल्या हाताखालच्या लोकांशी जिव्हाळ्याचे संबंध होते. त्यामुळे त्यांच्याबरोबर काम करताना, खेळ खेळताना अरुण त्यांच्यातलेच होत. कामाव्यतिरिक्त फुरसतीच्या क्षणांचा, ते आनंदाने उपभोग घेत. त्यांना विनोदाचेही चांगले अंग होते.

आर्मर्ड कोअर ऑफिसरला, त्याच्या वडिलांनी एक पत्र लिहिले आहे, त्यामध्ये अरुणच्या स्वभाव वैशिष्ट्याचे यथार्थ दर्शन आहे.

"मला आठवत अस*लेल्या काही गोष्टी मी खाली देत आहे...*

१५ फेब्रुवारी, १९७२ला जनरल एस. डी. वर्मा ह्यांनी मला एक पत्र लिहिलंय. त्यावेळी पाकिस्तानात असलेल्या रेजिमेंटला भेट देऊन आल्यानंतर, हे पत्र लिहिले आहे. 'त्याचा रणगाडा जिथे उभा होता व जिथे आपल्या पायदळातल्या व तोफखान्याच्या तुकडीच्या साथीदारांना सोडून जायला तो तयार नव्हता, त्या ठिकाणी मी जाऊन आलो आहे. त्याला, सैनिकाला साजेसे मरण आले. त्याच्या नि:स्वार्थी वर्तणुकीबद्दल त्याला मिळालेले बक्षीस ज्याच्या दसपटीचा जो खरा मानकरी होता, त्याने स्वत:च स्वीकारताना पाहण्यासाठी मी माझ्या आयुष्याची दहा वर्षे आनंदाने दिली असती.

लेफ्टनंट जनरल हर प्रसाद यांनी मला फेब्रुवारी १९७२ मध्ये लिहिले, 'पूना हॉर्समध्ये अरुणची नेमणूक व्हावी, अशी तुम्ही मला विनंती केली होती. त्याप्रमाणे मी केले होते. त्या मुलालाही त्याच्या इच्छेप्रमाणे रेजिमेंट मिळाली– पण केवढी मोठी किंमत चुकवून!'

IMA मध्ये अरुणला (सीनिअर अंडर ऑफिसर) एकदा दोन परस्परभिन्न हुकूम दिले गेले. एका हुकुमान्वये त्याला अकरा वाजता फायरिंग रेंजला हजर व्हावयाचे होते, तर दुसऱ्या हुकमानुसार 'तुला अकरा वाजता लायब्ररी मिटींगसाठी जायचे आहे.' असे सांगितले. त्याने फायरिंग रेंजला जाणे पसंत केले. लायब्ररीमध्ये जाण्याच्या आज्ञेचे पालन न करण्याबद्दल, त्याची कानउघाडणी केली गेली. त्याची *SUO* ह्या हुद्द्यावरून अवनती करण्यात आली. यथावकाश अरुणला ते पद परत मिळाले, पण शिस्तीचे काटेकोर पालन करायलाच पाहिजे.

पाकिस्तानी सरहद्दीपलीकडे दहा मैल आत असताना अरुणने १० डिसेंबर, १९७१ला लिहिलेले एक पत्र माझ्याकडे आहे.

'प्रिय डॅडी,

आमचा वेळ फार छान जातोय. आमची रेजिमेंट उंच आकाशात भराऱ्या घेत आहे. लवकरच आम्ही युद्ध संपवू.'

हो. १७ डिसेंबरला युद्ध संपले, अरुणसाठीही!

१६ डिसेंबरलाच तो हे जग सोडून गेला.

वर उद्धृत केलेल्या पत्रावरून अरुणच्या अंतरंगाचा तुम्हाला परिचय होईल. त्याला पूना हॉर्समध्ये काम करावयाचे होते. तो पूना हॉर्सच्या ऑफिसरांसारखा जगला आणि गेलाही त्यांच्यातल्याच एकासारखा.

पण या गोष्टीला तीस वर्षे झाली. अगदी कालच घडल्यासारखे वाटतेय!

प्रेमळ शुभेच्छांसह,

मन:पूर्वक तुमचा,
मदन खेत्रपाल.''

सहा फूट दोन इंच उंच अरुण, ताकदवान, धडाडीचे व रुबाबदार तरुण होते. आपल्या कामाबद्दल असलेली त्यांची निष्ठा व निश्चय, जीवनाकडे पाहण्याचा त्यांचा सुस्पष्ट दृष्टिकोन व परिणामांची तमा न बाळगता अनुसरलेला सच्चेपणा हे त्यांचे गुण विशेष भावतात. त्यांनी ज्या ज्या गोष्टी केल्या त्यामध्ये त्यांच्या शौर्यामुळे, धिटाईमुळे त्यांनी एक आदर्श घालून दिला. युद्धामुळे त्यांच्या व्यक्तिमत्त्वातील निर्णयक्षमता व नेतृत्व ह्या गुणांना उत्तम प्रकारे प्रकटरूप मिळाले. ते एक आदर्श तरुण अधिकारी होते. आयुष्यात त्यांच्याकडून पुष्कळ भव्यदिव्य गोष्टी घडल्या असत्या. पण १९७१चे युद्ध आडवे आले व त्यांना घेऊन गेले. हेच विधिलिखित होते. तेव्हा अरुण फक्त एकवीस वर्षांचे होते व नोकरीत रुजू होऊन त्यांना फक्त सहा महिने झाले होते.

जेव्हा अरुण खेत्रपाल यांच्या रणगाड्यावर हल्ला झाला व तो पेटला तेव्हा कमांडरने त्यांना पेटत्या रणगाड्यातून बाहेर पडण्याची आज्ञा केली. परंतु ह्या भागातून शत्रूला मुसंडी मारण्याची संधी न देणे, किती महत्त्वाचे आहे ह्याची त्यांना पूर्ण जाणीव होती त्यामुळे त्यांनी तसे करण्यास नकार दिला.

त्यांचा शेवटचा संदेश होता, "नाही सर, मी माझ्या रणगाड्यावरून उतरणार नाही. माझी बंदूक अजून काम करत आहे. मी ह्यांचा पाडाव करेन..."

त्यांनी नष्ट केलेला शेवटचा रणगाडा त्यांच्यापासून फक्त शंभर मीटरवर होता. ह्याचवेळी त्यांच्या रणगाड्यावर दुसऱ्यांदा हल्ला झाला व तो उद्‌ध्वस्त झाला. आपले नियोजित काम पार पाडत असताना अरुणना वीरमरण प्राप्त झाले पण त्यांच्या कर्तृत्वाची कहाणी वाचून कुणाही वाचकाचे मन हेलावते. त्यांचे जीवन व ज्या प्रकारे त्यांनी मृत्यूला कवटाळले त्यामुळे, पुढील पिढीतील अधिकाऱ्यांना प्रेरणा मिळेल.

आणि ही अशी विलक्षण पुढची कथा

भारत-पाक यांचे १९७१चे युद्ध आता इतिहासजमा झाले आहे. सेकंड लेफ्टनंट अरुण खेत्रपाल PVC यांनी बसनतरच्या युद्धात शर्थीने लढून आपल्या देशासाठी, रेजिमेंटसाठी आपल्या प्राणांचे बलिदान केले, ह्या घटनेस तीस वर्षे झाली. पण खेत्रपाल कुटुंबासाठी ही कहाणी इथेच संपली नाही. या पाठोपाठ विस्मयकारी कहाणी घडावयाची होती.

१९७१च्या युद्धानंतर, बऱ्याच वर्षांनंतर दोन्ही देशांतल्या राजकारणी व निवृत्त सेनाधिकारी यांच्या अनेक बैठका झाल्या. या प्रयत्नास 'द्विमार्गी परराष्ट्रनीती' असे संबोधत असत. या प्रयत्नांमधून दोन्ही देशांचे अधिकारी सरहद्द ओलांडून शेजारच्या

देशात येत व दोन्ही देशांतील जनतेमध्ये घनिष्ठ संबंध कसे प्रस्थापित करता येतील, याबद्दल चर्चा होत असत.

काही काळानंतर, अरुण खेत्रपाल यांचे वडील ब्रिगेडिअर एम. एल. खेत्रपाल यांना ह्या योजनेतील अधिकाऱ्यांकडून निरोप येऊ लागले की सरहद्दीपलीकडल्या कुणा अधिकाऱ्याला त्यांना भेटण्याची इच्छा आहे. ब्रिगेडिअर खेत्रपालांना त्या अधिकाऱ्याचे नाव परिचित नसल्यामुळे त्यांनीही भेटायचा विशेष प्रयत्न केला नाही.

२००१ साली ब्रिगेडिअर खेत्रपाल आता एक्क्याऐंशी वर्षांचे झाले होते व त्यांना वाटले आपण जिथे जन्मलो ती जागा एकदा बघावी. त्यांचे जन्मस्थळ होते, आता पाकिस्तानात असलेले सरगोधा. त्यांना वाटले आपली ही इच्छा कधीच फलद्रूप होणार नाही. पण द्विस्तरीय परराष्ट्रनीती योजनेमध्ये ज्यांचा सहभाग होता, अशा अधिकाऱ्यांजवळ ते ही गोष्ट बोलले व त्या अधिकाऱ्यांनी ब्रिगेडिअर खेत्रपालांना या कामी मदत करावयाचे आश्वासन दिले. यासाठी ठराविक अर्ज करायचा होता व दोन्ही देशांतील सरकारांच्या परवानगीची आवश्यकता होती. पाकिस्तानला भेट देण्यासाठी व्हिसा मिळण्यात यश आले. ब्रिगेडिअर खेत्रपालना सांगण्यात आले की, सरगोध्याला भेट देण्यासंबंधी सर्व व्यवस्था झाली होती व त्यांना घेऊन जाण्यासाठी लाहोरला कोणी व्यक्ती भेटणार होती.

लाहोर विमानतळावर उतरल्यावर ब्रिगेडिअर खेत्रपाल यांची, ब्रिगेडिअर ख्वाजा मोहम्मद नासेर यांनी भेट घेतली व यजमान व मदतनीस म्हणून सर्व साहाय्य करण्याचे काम त्यांनी स्वत:कडे घेतले. ब्रिगेडिअर खेत्रपाल यांच्या जन्मगावाच्या भेटीसंबंधी प्रत्येक गोष्टीची त्यांनी जातीने व्यवस्था केली. आपल्या जुन्या घराच्या ओढीने जन्मगावाला भेट देण्यामुळे ब्रिगेडिअर खेत्रपालना फारच समाधान वाटले. ब्रिगेडिअर खेत्रपाल लाहोरला परतले व आपल्या यजमानाकडे तीन दिवस राहिले. ब्रिगेडिअर नासेरने, त्यांच्या कुटुंबीयांनी व नोकरांनीही त्यांच्याप्रती दाखवलेल्या आत्यंतिक सहानुभूती, शिष्टाचार व आदराने ते भारावून गेले.

काही मुस्लिम कुटुंबे परक्याबरोबर व्यवहार करताना जरा हातचे राखूनच व्यवहार करतात, पण ब्रिगेडिअर खेत्रपालांचे त्या सर्वांनी अत्यंत दिलखुलासपणे स्वागत केले व कुटुंबातील अत्यंत जवळची, आदरणीय व्यक्ती या नात्याने वागवले. जसजशी ब्रिगेडिअर खेत्रपालांची परत जाण्याची वेळ जवळ यायला लागली तसतशी दर दिवशी पाहुणा व यजमान यांतील मैत्री दृढ होत गेली. पण ब्रिगेडिअर खेत्रपालांना कधी कधी वाटायचे, 'काहीतरी अपूर्ण आहे.' कदाचित संभाषणातून हल्ली मध्येच जाणवणाऱ्या दीर्घ स्तब्धतेतून असेल! घरातील बायकांच्या डोळ्यातील करुणेची झाक सूचक वाटत होती! ब्रिगेडिअर खेत्रपालांना काही समजेना. त्यांनी हा विचार मनातून काढून टाकायचे ठरवले. या पाकिस्तानी कुटुंबाने

आपणाला विशेष अतिथी मानून जे प्रेम दिले, आश्वासक, उबदार आदरातिथ्य केले, ते कधीच न विसरता येण्याजोगे आहे हे मात्र खरे, असे त्यांना वाटले.

त्यांच्या परतण्याच्या दिवसाआधी सर्व कुटुंबाने एकत्र जेवण घेतले व नेहमीसारखे गप्पा मारत बसले. ब्रिगेडिअर खेत्रपालांच्या कुटुंबातील सर्व गोष्टींचे तपशील आता ह्या पाकिस्तानी कुटुंबाच्या परिचयाचे झाले होते. भारतातील त्यांच्या प्रत्येक कुटुंबीयांसाठी भेटवस्तू दिल्या गेल्या.

शेवटी रात्री झोपायला जाण्यासाठी उठायची वेळ आली, तेव्हा ब्रिगेडिअर नासेर म्हणाले, "सर, फार वर्षांपासून तुम्हाला एक गोष्ट सांगायची आहे, पण तुमच्यापर्यंत कसं पोहोचायचं व तुम्हाला कसं सांगायचं हेच ठाऊक नव्हतं. शेवटी मी आशा सोडली होती पण नशिबाने मध्यस्थी केली आणि आमचे सन्माननीय पाहुणे म्हणून तुम्हाला आमच्याकडे पाठविलं. गेल्या काही दिवसांत आपण एकमेकांच्या खूप जवळ आलो आहोत आणि त्यामुळे माझे काम आणखीनच कठीण झालंय. मला तुम्हाला काही सांगायचं आहे व ते तुमच्या मुलाबद्दल आहे.

परमवीर चक्राचा सर्वांत लहान वयाचा मानकरी, अरुण खेत्रपाल हा देशाचा हिरो आहे आणि तुम्ही व मी अगदी जवळचे मित्र झालो आहोत. पण त्या दिवशी 'बडे पिंड'च्या लढाईत (भारतात ही 'बसनतरची लढाई' म्हणून प्रसिद्ध आहे.) आम्ही एकमेकांना न ओळखणारे, आपापल्या देशाच्या प्रतिष्ठेसाठी लढणारे दोन सैनिक होतो. तुमच्या मुलाला माझ्या हातून मरण आले, हे सांगताना मला फार वाईट वाटतंय. अरुणने रणांगणावर दाखवलेले शौर्य सर्वश्रेष्ठ होते. त्याने न घाबरता, मोठ्या हिमतीने, आपल्या सुरक्षिततेची जराही पर्वा न करता, आपला रणगाडा हाताळला. दोन्ही बाजूंकडील पुष्कळ रणगाडे उद्‌ध्वस्त झाले होते. शेवटी आम्ही दोघेच एकमेकांसमोर उभे होतो. आम्ही दोघांनी एकाच वेळी आपल्या तोफा डागल्या. केवळ देवाचा कौल होता, मी जगण्याचा व तो मरण्याचा. त्यानंतर मला समजले, तो कोण होता व किती तरुण होता! आम्हाला दयामाया अथवा खेद न करता लढायचे व ठार मारायचे शिक्षण दिलेले असते. युद्धामध्ये मनाची गुंतवणूक नसते. आम्हाला जे करायला हवे, ते फारसा विचार न करता आम्हाला युद्धाच्या वेळी कृतीत आणावे लागते. पण आम्ही सैनिक असलो तरी माणूस असतो. त्यामुळे युद्धामुळे आमच्या आयुष्याला वेगळे वळण लागते व आमच्या मनावर खोल आघात होतो. हाही असाच प्रसंग होता. मला नेहमी वाटायचे मी तुमची क्षमा मागावी. पण मी तसे करणार नाही, कारण ही गोष्ट तुम्हाला सांगताना मला जाणवतेय, यात क्षमा करण्यासारखे काही नाही. त्याऐवजी तुमचा मुलगा जसा होता व इतक्या लहान वयात त्याने जी धीरोदात्त कामगिरी केली त्याबद्दल मी त्याला सलाम करतो आणि तुम्हालाही करतो कारण तो इतका चांगला तरुण कसा

निपजला, हे मला समजले. या सर्वांबद्दल निष्कर्ष काढायचाच झाला तर मला वाटते स्वभाव व गुण हे महत्त्वाचे ठरतात.''

ब्रिगेडिअर खेत्रपालांनी हे गौप्यस्फोट करणारे वक्तव्य शांतपणे ऐकून घेतले. त्यांच्या मनात भरून आलेल्या दु:खाला, शांतता हेच एक प्रत्युत्तर होते. ज्या माणसाने आपल्या मुलाला ठार केले, त्याला सामोरे जाणे फार कठीण होते. त्याचा पाहुणा असणे, त्याच्या आदरातिथ्याचा स्वीकार करणे, हे अगदीच असह्य होते आणि तरीही आपले कर्तव्य बजावत असता जे घडले, त्याची भरपाई करायची हा माणूस खरीखुरी इच्छा प्रदर्शित करत होता. ह्या गोष्टी जशा घडल्या त्याचे चर्वितचर्वण करणे, युद्धामध्ये आपले कर्तव्य पार पाडत असता त्याक्षणी आवेगाने जी गोष्ट घडली त्याचे आयुष्यावर जे परिणाम होतात, त्यापेक्षा सोपी असते. जगणे वा मृत्यू ह्या दोन्ही गोष्टी एकाच नाण्याच्या दोन बाजू असतात, हे सैनिक समजतो. दैव व परिस्थिती यांमुळे सैनिकाच्या नशिबावर मर्यादा पडतात. पण पुन्हा दैव हा सर्वतोपरी योगायोग नव्हे, ते प्रत्येकाने निवडलेल्या त्याच्या आवडीवर अवलंबून असते. जे करण्याचे त्याला शिक्षण दिले आहे ती गोष्ट सैनिकाने पूर्ण ताकदीने व निश्चयाने पार पाडावी. सैन्यातील सैनिकापेक्षा, अधिकाऱ्यांनी सर्व गोष्टींवर नियंत्रण ठेवून जे उचित, ते कार्य करावयास हवे. युद्धाचे फलित काय होणार हे अधांतरी असते आणि जे परिणामाचा विचार न करता परिणामकारक नेतृत्व करतात, ते पारडे आपल्याकडे झुकवतात. पराभवाच्या जबड्यातून यशश्री खेचून आणतात. बसनतरची लढाई अवघड होती आणि पाकिस्तानी तोफांना भारतीय हद्दीत घुसण्यापासून अटकाव करण्यात, अरुणने महत्त्वाची भूमिका बजावली आहे. आपल्या कृत्याने, त्याने आपल्या कुटुंबाला, रेजिमेंटला देशासाठी सन्मान मिळवून दिला आहे. जरी तो खूप लहान होता तरी त्याच्या उत्कृष्ट नेतृत्वामुळे, तो दिवस वाचला आणि त्याच्या वीरोचित शौर्याला जो साक्षीदार होता, तो त्यांच्यासमोर आत्ता हजर होता. त्यानेही आपले कर्तव्य बजावले होते. एखाद्या माणसाच्या युद्धातील धैर्याला त्याच्यासमोर ठाकलेल्या शत्रूने, 'त्याच्या मुलाचे वर्तन हे एका सैनिकाच्या वर्तनाचा उत्कृष्ट नमुना होता,' असे प्रशस्तीपत्रक द्यावे, ह्यापेक्षा दुसरा मोठा किताब कोणता असेल?

दोन्ही ब्रिगेडिअर्स रात्री झोपावयास गेले. प्रत्येकजण आपल्याच विचारात गुंग होता. युद्धाची निरर्थकता अधोरेखित करत होता. युद्धामध्ये कोणी जेते नसतात, दोन्ही बाजू हरतात. कुटुंबांना त्याची फार मोठी किंमत चुकवावी लागते व फार नुकसान सहन करावे लागते.

कुणीसं म्हटलंय, 'राजकारण्यांमुळे युद्धे निर्माण होतात, सनदी नोकरांकडून त्याची तीव्रता वाढते व सैनिकांकडून ती प्रत्यक्ष लढली जातात.'

सैनिक युद्धामध्ये कसे वर्तन करतो हे त्याच्या आत्मसन्मानासाठी व इतर सहकाऱ्यांमधील त्याच्या प्रतिमेसाठी फार महत्त्वाचे आहे.

आत्मसन्मान महत्त्वाचा! अरुणचे युद्धातील वर्तन उत्कृष्ट होते, हे त्यांना शौर्यासाठी देशातील सर्वोच्च पुरस्कार मिळाला यावरून तर सिद्ध झालेच पण त्या युद्धात ज्याने महत्त्वाची भूमिका बजावली, अशा शत्रूनेही त्याची कदर केली. सैनिकाबद्दल आणखी काही सांगण्याची जरुरी नाही आणि ही गोष्ट इथेच सोडून देणे उचित होईल.

दुसऱ्या दिवशी त्यांच्या बागेत फोटो घेतले गेले आणि ब्रिगेडिअर खेत्रपाल दिल्लीला घरी परतले. त्यानंतर पुढे दिल्लीला फोटो पाठवले गेले. त्या फोटोंपैकी एका फोटोच्या मागे ब्रिगेडिअर नासेरने एक नोट लिहिली होती.

---

१६ डिसेंबर, १९७१च्या 'बडा पिंड'च्या युद्धात
(ज्याला १७ पूना हॉर्स 'बसनतरचे युद्ध' म्हणून ओळखतात),
१३ लान्सर्स 'स्पिअरहेड्स'ने चढवलेल्या प्रतिहल्ल्यात,
जय आणि पराजयामध्ये जो अभेद्य खडकासारखा उभा ठाकला होता–
त्या शहीद (परमवीर चक्र विजेता) सेकंड लेफ्टनंट अरुण खेत्रपाल
याच्या पित्यास,
ब्रिगेडिअर खेत्रपाल यांना
अत्यंत नम्रतापूर्वक आणि सौहार्दपूर्ण नमस्कार.

ख्वाजा मोहम्मद नासेर, १३ लान्सर्स
२ मार्च, २००१
लाहोर.

दिल्लीला परतल्यावर खेत्रपालांच्या पत्नीने विचारले, "बरं मग, कशी झाली पाकिस्तानची भेट?"

"छान." खेत्रपाल उत्तरले. आणखी दुसरं तरी काय सांगणार?

(वरील सर्व कहाणी ही लेखकाला स्वत: श्री. खेत्रपालांनी सांगितल्याच्या आधारावर आहे.)

◆

मानपत्र

फ्लाईंग ऑफिसर निर्मलजित सिंग सेखोन
IAF (नं. १०८७७/F[P])

फ्लाईंग ऑफिसर निर्मलजित सिंग सेखोन हे वैमानिक श्रीनगर हवाईतळाच्या ग्नॅट विमान विभागात नियुक्त होते. पाकिस्तानच्या हवाई हल्ल्यापासून काश्मीर खोऱ्याचे रक्षण करण्याची जबाबदारी त्यांच्यावर सोपवली होती. दोन्ही राष्ट्रांतील वैमनस्यानंतर, पाकिस्तानकडून सतत होणारे घुसखोर हवाई हल्ले त्यांनी व त्यांच्या सहकाऱ्यांनी मोठ्या निश्चयाने व शौर्याने परतवले होते व ग्नॅट विमानाची उच्च प्रतिष्ठा टिकवून धरली होती.

१४ डिसेंबर, १९७१ला श्रीनगर हवाईतळावर, शत्रूच्या सहा साबर विमानांनी एखाद्या लाटेसारखी धडक दिली. फ्लाईंग ऑफिसर सेखोन त्यावेळी सतर्क व तात्काळ स्थितीत तयार होते. त्यानंतर काही क्षणातच शत्रूची सहा साबर विमाने आकाशात दिसू लागली व त्यांनी विमानतळावर बॉम्बचा वर्षाव करायला सुरुवात केली. अशा वेळी विमानाचे उड्डाण भरण्याचा प्रयत्न करणे जिवावर बेतणारे असूनही, वैमानिक सेखोन यांनी आपले विमान आकाशात झेपावले व ताबडतोब दोन साबर विमानांशी झुंज दिली. त्यावेळी झालेल्या झटापटीत त्यांना एका साबर विमानावर गोळ्या डागण्यात यश आले व दुसऱ्याला आग लावली. यावेळी अडचणीत सापडलेल्या आपल्या सहकाऱ्याच्या मदतीला, शत्रूचे दुसरे एक साबर विमान धावून आले. बघताबघता शत्रूच्या चार साबर विमानांपुढे ग्नॅटचालक सेखोन एकाकी पडले. फ्लाईंग ऑफिसर सेखोन यांनी तरीही संख्येने

अधिक असणाऱ्या शत्रूशी टक्कर दिली. झाडांच्या शेंड्याउतक्या उंचीवर झालेल्या लढतीमध्ये त्या चौघांपुढे ते एकटे पडले पण शर्थीने लढले. त्यांच्या विमानावर हल्ला झाला, विमान कोसळले व त्यात ते ठार झाले.

समोर मृत्यू ठाकला असतानाही, फ्लाईंग ऑफिसर निर्मलजित सिंग सेखोन यांनी आपल्या नेमून दिलेल्या कामगिरीच्या कितीतरी पुढे जाऊन दाखवलेले उच्चतम धैर्य, उत्तुंग शौर्य, वैमानिकाचे कौशल्य आणि यापेक्षाही त्यांनी दाखवलेली जिद्द, यामुळे त्यांनी विमानदलाच्या परंपरेला एका नव्या उच्च पातळीवर नेऊन ठेवले.

(गॅझेट ऑफ इंडिया नोटिफिकेशन नं. ७ प्रेस/७२)

* * *

गगनाला गवसणी

'खेळामधील यश हे भीती पळवून लावण्याची मोठी प्रेरक गोष्ट आहे. एकदा का तुम्ही दोघा-तिघांना लोळवलेत की त्याचा परिणाम इतका जबरदस्त असतो की, तुम्ही लोळवतच राहता, स्वत: यमसदनाला जाईपर्यंत.' – अनामिक

निर्मलजित सिंग सेखोन पंजाबातील लुधियानाजवळच्या 'सरका इसेवाल' खेड्यात राहणारे होते. त्यांचा जन्म १७ जुलै, १९४५ला झाला. ४ जून, १९६७ला त्यांची नियुक्ती झाली. ते वायुसेनेतील दुसऱ्या पिढीतील अधिकारी होते.

निर्मल हे सगळ्यांना मदत करायच्या स्वभावामुळे व आनंदी वृत्तीमुळे 'ब्रदर' या टोपणनावाने प्रसिद्ध होते. नं. १८ (Gnat) स्क्वाड्रनच्या सहकाऱ्यांमध्ये ते प्रिय होते. ऑक्टोबर १९६८ मध्ये ते या स्क्वाड्रनमध्ये रुजू झाले व त्यांना ग्नॅट हाताळण्याचा खूप अनुभव मिळाला.

पश्चिम भागात श्रीनगर हवाई ठाण्यावर पाकिस्तानी हवाईदलाने बऱ्याच वेळा हल्ले केले होते. फ्लाईंग ऑफिसर निर्मलजित सिंग सेखोन ग्नॅट विभागामध्ये वैमानिक होते. श्रीनगरच्या हवाई क्षेत्राचे संरक्षण करण्याची जबाबदारी त्यांच्याकडे सोपवली होती.

१४ डिसेंबर, १९७१ला सहा पाकिस्तानी एफ-८६ साबर-जेट विमानांनी श्रीनगरच्या हवाई ठाण्यावर हल्ला केला. फ्लाईट लेफ्टनंट बी. एस. धुम्मन व पायलट एन. जे. एस. सेखोन त्यावेळी तयारीतच होते. पहाट होण्याआधी अंधारात काहीच दिसत नव्हते. त्यामुळे हवाईतळावर बसवलेल्या यंत्रणेचा उपयोग झाला. आठ वाजून दोन मिनिटांनी निरीक्षण ठिकाणावरून आलेल्या धोक्याच्या सूचनेवरून,

फ्लाईट लेफ्टनंट धुम्मन व पायलट सेखोन, शत्रूचा हल्ला हाणून पाडण्याच्या गडबडीत होते. त्या दोघांना उड्डाणासाठी परवानगी मिळण्यात विलंब लागत होता. शेवटी आठ वाजून चार मिनिटांनी, त्यांनी अशा इशाऱ्याशिवायच उड्डाण केले. याचवेळी पहिले साबर जेट हवाई अड्ड्यावर सूरकांडी घेण्याच्या बेतात होते.

फ्लाईट लेफ्टनंट धुम्मन यांनी प्रथम उड्डाण भरले होते. फ्लाईंग ऑफिसर सेखोन यांनी जेव्हा उड्डाण केले तेव्हा त्यांच्या मागे धावपट्टीवर पहिला बॉम्ब पडला होता. धुम्मन उड्डाणानंतर लगेच डावीकडे वळले व त्यांनी साबरच्या मागोमाग पवित्रा घेतला.

सेखोन यांनी उड्डाणानंतर सरळ मुसंडी मारून, ज्या दोन साबरनी विमानतळावर बॉम्बफेक केली होती त्यांच्याशी झुंज दिली. यावेळी CAP (Combat Air Patrol) नियंत्रण कक्षाबरोबर सेखोन यांचा संपर्क तुटला होता कारण ते ज्या भागात घुसले होते तो सारा भाग धुळीने व बॉम्ब फुटल्यामुळे निघालेल्या धुराने भरून गेला होता. केवळ एक किलोमीटर पर्यंतचे दिसत होते.

फ्लाईट कमांडर स्क्वाड्रन लिडर व्ही. एस. पठाणिया Vr.C.V.M. यांना दोन्ही विमानांच्या चुरशीच्या लढाईची झलक दिसली. धुम्मन यांनी सेखोन यांना मदत करण्याचा प्रयत्न केला पण तो व्यर्थ गेला कारण अस्पष्ट हवामान व लढाईत सारखी बदलत असणारी विमानाची स्थिती, ह्यामुळे मदत करता येत नव्हती.

CAP कंट्रोलच्या माध्यमातून सेखोन यांच्याकडून खालील रेडिओ संदेश मिळाला, 'मी दोन साबरच्या मागे आहे, मी त्यांना सोडणार नाही.'

काही वेळानंतर ग्नॅटच्या बंदुकीचा आवाज ऐकू आला. एका साबरच्या उजव्या पंखाकडील भागाला आग लागली होती आणि त्या धूर ओकणाऱ्या विमान चालकाचा ताबा गेला होता. त्यानंतर सेखोन यांनी संदेश पाठवला, 'मी आनंदाच्या रिंगणात आहे, पण दोन साबरबरोबर! मी एकाच्या मागे आहे व दुसरे माझ्यावर कुरघोडी करू पाहतेय.'

स्क्वाड्रन लिडर पठानिया यांनी त्यांना साबरच्या टाकीला भेदण्यास सांगितले, जे त्यांनी आधीच केले होते. याच वेळी ग्नॅटच्या दुसऱ्या तडाख्याचा आवाज ऐकू आला, त्याच्या जोडीला साबरच्या फुटण्याचा हलकासा आवाज व त्या पाठोपाठ खूप वेळ घुमणारा, साबरच्या फुटण्याचा मोठ्ठा आवाज आला. त्यानंतर सेखोन यांचा संदेश आला. 'मला वाटते माझ्यावर हल्ला झालाय. धुम्मन, तू ये व त्यांचा नायनाट कर' हा सेखोन यांचा शेवटचा रेडिओ संदेश होता.

सेखोन यांनी अत्यंत प्रतिकूल परिस्थितीत शौर्याने लढत दिली व आपल्या प्राणांचे बलिदान केले.

शत्रूबरोबर लढताना त्यांनी दाखवलेल्या उत्कृष्ट शौर्याबद्दल, फ्लाईंग ऑफिसर

सेखोनना देशाचे, शौर्यासाठी असलेले परमोच्च पदक 'परमवीर चक्र' मरणोत्तर देऊन गौरविले आहे.

जेव्हा मरण आले तेव्हा ते फक्त सव्वीस वर्षांचे होते. त्यांच्यामागे त्यांची पत्नी मनजित सिंग सेखोन होती. त्यांचे लग्न होऊन काहीच महिने झाले होते. त्यामधील बहुतेक काळ निर्मल आपल्या बायकोपासून दूर, श्रीनगरमध्ये होते.

मिसेस सेखोनचे दुसरे लग्न झाले व ती चंदीगडला राहते. निर्मलचे वडील खूप वयस्क आहेत. ते सरका इसेवाल या लुधियाना जवळच्या खेड्यात राहतात.

भारतीय विमानदलाच्या अधिकाऱ्यांमधील महत्त्वाचे गुण– आणीबाणीच्या वेळी शांत, स्थिर राहणे, प्रत्येक दिवसाची जी आव्हाने असतील त्याला नेटाने सामोरे जाणे, संकटाचा पद्धतशीररीत्या सामना करणे हे निर्मल यांच्या व्यक्तिमत्त्वामध्ये प्रतिबिंबित झालेले आहेत.

◆

भारत-पाक युद्ध १९७१
आकाशावरील प्रभुत्वासाठीचे युद्ध

१९६५च्या भारत-पाक युद्धानंतर सहा वर्षांनी पाकिस्तानने पुन्हा एकदा युद्धाला तोंड फोडले. ३ डिसेंबर, १९७१ला पाकिस्तानने, पश्चिम विभागातील अनेक हवाईतळांवर अचानक हवाई हल्ले केले. पण ह्या हवाई हल्ल्याच्या आव्हानास भारतीय हवाईदल पुरून उरले व भारतीय हवाईदलाच्या एकाही हवाईतळाचे नुकसान झाले नाही. १९७१च्या युद्धातील महत्त्वाचे वैशिष्ट्य म्हणजे सैन्यदलातील तिन्ही शाखांमधील उत्तम परस्परसंघटन व सहकार्य होय. यामुळेच बांगलादेशाला मुक्त करायची गुंतागुंतीची आघाडी, विनासायास पार पडली.

भूदल व हवाईदल यांमधील पूर्ण सामंजस्यामुळेच, पाकिस्तानचा छांबमधील निर्धारित हल्ला थोपविता आला. राजस्थानमध्ये लोंगेवाला येथे पाकिस्तानच्या शक्तिशाली तोफांचा मारा यशस्वीरीत्या रोखता आला, परतवता आला व अगदी मोजक्या हंटर्स विमानांनी त्यांना धूळ चारली. तसेच टी-५४ रणगाड्यांची पुरी पलटण हवाई हल्ल्याच्या मदतीने नष्ट करता आली.

बांगला देशाच्या युद्धात पहिल्या चोवीस तासांतच, भारतीय हवाईदलाने पूर्ण प्रभुत्व संपादन केले. त्यामुळे विमानांना पायदळाच्या मदतीच्या मोहिमेवर पूर्णपणे लक्ष केंद्रित करता आले. मायमेनसिंग भागातून, पाकिस्तानच्या फौजा ढाक्याकडे परतू न देण्यासाठी, टानगैल भागामध्ये ५० पॅरा ब्रिगेड, त्यांच्या सर्व शस्त्रास्त्रांसहित उतरवण्याची व्यवस्था केली गेली. ही सर्व कामगिरी घड्याळाच्या काट्याबरहुकूम

तीस मिनिटांत आटोपली. भारतीय हवाईदलाने युद्धामध्ये एवढ्या मोठ्या प्रमाणात बजावलेली ही पहिलीच कामगिरी होती.

१९७१ मध्ये वायुसेनेने युद्धात, ४/५ गुरखा रायफल्स (आघाडीची फळी) ह्यांनाही हेलिकॉप्टरने उचलून शत्रुसैन्याच्या मागे शंभर कि.मी.वर, सिल्हेटला उतरविले होते. भारतीय सैन्याने हवाईदलाच्या हेलिकॉप्टरचा खूपसा वापर अनेक नद्या ओलांडण्यासाठीही केला. यामुळे या मोहिमेला लागणारा वेळ वाचला, मनुष्यहानी कमी झाली. भारतीय हवाईदलाने त्या प्रदेशाच्या आकाशावर पूर्ण प्रभुत्व संपादन केले असल्यामुळे ही कामगिरी त्यांना यशस्वीपणे पार पाडता आली.

ढाक्याच्या कॉन्फरन्स रूमवर, अचूकपणे केलेल्या हवाई हल्ल्याने, हवाईदलाची क्षमता व परिणामकारकता सिद्ध झाली व त्यामुळेच पाकिस्तानच्या उच्चाधिकाऱ्यांनी माघार घेण्याचा निर्णय लवकर घेतला.

पश्चिम भागात श्रीनगरच्या हवाई ठाण्यावर पाकिस्तानी हवाईदलाने अनेकदा हल्ले केले. १८ नंबरच्या ग्नॅट स्क्वाड्रनकडे त्या हवाई ठाण्याच्या सुरक्षेची जबाबदारी सोपवली होती. १४ डिसेंबर, १९७१ला सहा पाकिस्तानी साबर जेटनी, या हवाई ठाण्यावर हल्ला केला.

अशा परिस्थितीत धावपट्टीवरून विमान उडविण्यात असलेल्या धोक्याची पर्वा न करता, निर्मलजित सिंग सेखोन यांनी आपल्या विमानाने आकाशात झेप घेतली व साबर जेटची साखळी भेदून जायचा प्रयत्न केला.

त्यानंतर श्रीनगरच्या हवाईतळावरील आकाशात सहा साबर जेट व ग्नॅट यांच्यामध्ये एक असमतोल स्पर्धा सुरू झाली. सेखोन यांनी एक साबर जेट खाली पाडले व दुसऱ्याला आग लावली. पण शेवटी शत्रुपक्षाने केवळ संख्याबळ अधिक्यामुळे त्यांच्यावर कुरघोडी केली. सेखोन यांचे विमान खाली पाडले.

वैमानिक निर्मलजित सिंग सेखोन यांना मरणोत्तर 'परमवीर चक्र' देऊन गौरवण्यात आले. भारतीय हवाईदलामधील व्यक्तीला शौर्यासाठी सर्वोच्चपदक मिळण्याची ही पहिलीच वेळ होती.

◆

१९७१च्या भारत-पाक युद्धाची निष्पत्ती

'युद्धातल्या विजयासाठी केवळ बळाचा वाटेल तसा वापर उपयुक्त ठरत नाही, तर सेनादलाचे मनोधैर्य, अधिकाऱ्यांची जिंकण्याची इच्छा व देशातल्या मुलकी ठाण्यांकडून मिळणारा पाठिंबा या गोष्टी विजयाला कारणीभूत असतात. या तीन गोष्टींपैकी कोणत्याही एका गोष्टीची उणीव असल्यास, पराजय ठरलेलाच आहे.'

– लेफ्टनंट कर्नल फ्रेड्रिक डब्ल्यू. टिम्मेरमन (ज्यु.)

ज्या प्रकारे या युद्धाची आखणी झाली, अंमलबजावणी झाली व जलदपणे त्याचा शेवट केला, ते ह्या युद्धाचे वाखाणण्याजोगे वैशिष्ट्य होय.

ज्या पूर्वेकडच्या भागामध्ये हे युद्ध लादले गेले, त्या प्रदेशात पुष्कळ नद्या पसरलेल्या होत्या व नद्या ओलांडण्याची साधनसामग्रीही अतिशय तोकडी होती.

पश्चिमेकडील रणनीती जरी 'टिकाव' (hold) ह्या धोरणानुसार होती तरी, भारतीय संरक्षण सैन्याची 'धडक'वृत्ती इतकी परिणामकारक होती की, केवळ बेचाळीस चौरस मैलांच्या मोबदल्यात, आपल्या सैन्याने शत्रूचा चारशे एकोणीस चौरस मैलांचा भूभाग काबीज केला होता.

एकट्या कारगील सेक्टरमध्ये आपल्या ब्रिगेडने अडतीस पाकिस्तानी ठाणी ताब्यात घेतली. तसेच फक्त बारा दिवसांच्या अल्पावधीत भारतीय सशस्त्र सेनेने अशक्य कोटीतले काम फत्ते करत बलाढ्य शत्रूच्या चिंधड्या उडवत, त्यांचे त्र्याण्णवहजार सैनिक कैद केले.

सर्व युद्धभूमीवरील युद्धाचा तपशील देणाऱ्या, 'टाईम्स ऑफ लंडन'ने ज्यांचे वार्ताहर सर्व युद्धभूमीवर असतात, आपल्या रविवारच्या आवृत्तीमध्ये म्हटले होते, 'भारतीय वायुदलास, ढाक्यापर्यंत धडक देण्यास फक्त बाराच दिवस लागले. जर्मन सैन्याने १९४०मध्ये फ्रान्स ज्या वेगाने पादाक्रांत केले, त्याची आठवण ताजी झाली.'

या युद्धाची जबर किंमत मोजावी लागली. माझ्या (मेजर जनरल कारडोझो)

स्वत:च्या बटालियनने व पाचव्या गुरखा रायफल्सच्या (फ्रंटियर फोर्स) चौथ्या बटालियनने मिळून अठरा अधिकाऱ्यांच्या मदतीने, युद्धास सुरुवात केली.

युद्ध संपले बारा दिवसांत व उरले फक्त सात अधिकारी. अठरा अधिकाऱ्यांपैकी चार अधिकाऱ्यांना आपल्या प्राणांची आहुती द्यावी लागली व सात जण जबर जखमी झाले.

आपले इप्सित साध्य करण्याची जिद्द मोठी होती व परदेशी शक्तींनी यात मध्यस्थी करण्याआधी ही मोहीम संपवायची प्रबळ इच्छा होती. सर्व्हिस हेडक्वार्टरने एकवीस दिवसांत मोहीम संपविण्याचे उद्दिष्ट समोर ठेवले होते. पण भारतीय सेनेचा व 'मुक्ती वाहिनी'च्या लोकांचा निश्चय इतका ठाम होता की, त्यांनी हा अवधी कमी करून, बारा दिवसांतच युद्ध संपवले.

जेव्हा प्रेसिडेंट निक्सन यांनी अमेरिकन टास्क फोर्सला हुकूम दिला व अमेरिकेचे अण्वस्त्रधारी USS Enterprise (सातवे आरमार) बंगालच्या समुद्रात हजर झाले तेव्हा त्यांना थोडा उशीरच झाला होता.

युद्ध संपले होते.

बांगलादेशाची निर्मिती झाली होती.

◆

प्रकरण पाचवे

कारगील युद्ध – मे ते जुलै १९९९

पुष्कळ वर्षांपासून जाणकार सेनाधिकारी व्यक्तींनी कारगील युद्धाची योजना सुचवलेली होती. अनुकूल वेळ आली की 'करून पाहण्याजोगा विकल्प' या नात्याने कारगील योजना मांडली गेली होती. पहिली गोष्ट म्हणजे सियाचीन गमवावे लागल्याचा सैनिकी सूड व दुसरे, काश्मिरी मुजाहिद्दीनांच्या त्यागाला व शौर्याला अधिक प्रोत्साहित करण्यासाठी केलेला एक राजकारणी डावपेच, या नात्याने ही योजना राबवली. – संपादकीय, फ्रायडे टाईम्स (पाकिस्तान) १९९९.

बळजबरीने काश्मीर हस्तगत करण्यासाठीचा 'कारगील युद्ध' हा पाकिस्तानचा तिसरा अयशस्वी प्रयत्न होता. तत्त्वत: या योजनेमागील अचाट राक्षसी कल्पना, राजकीयदृष्ट्या साधलेली अनुकूल वेळ आणि लबाडी व फसवेगिरी– याबाबतीत पाकिस्तान नेहमी प्रसिद्धच आहे– उत्तमच होती.

पाकिस्तानचे उद्दिष्ट होते, श्रीनगर-लेह या राष्ट्रीय महामार्गाला अडथळे निर्माण करून, काश्मीर प्रांत लडाखपासून तोडायचा व कारगील वेगळे पाडण्यासाठी, सियाचीनला असलेली भारताची मदत खलास करावयाची. हा हल्ला करण्यासाठीची वेळ राजकीयदृष्ट्या धूर्तपणाची व दुष्टपणाची होती. पंतप्रधान वाजपेयींच्या लाहोर बसप्रवासाच्या समारंभपूर्वक सुरुवातीनंतर, जेव्हा पाकिस्तान भारताबरोबर शांततेची बोलणी करत होते, त्याचवेळी, नियंत्रण रेषेच्या पलीकडे आपली धाडसी मिलिटरी योजना पार पाडावयासाठी आपल्या फौजा पाठवत होते. पाकिस्तानच्या विश्वासार्हतेवर नकाराची मोहर उठवणारी ही सत्यघटना आहे व हे सत्य भारतीय नेते लक्षात ठेवतील, अशी आम्हाला आशा आहे.

ही काही नवी योजना नव्हती. पाकिस्तानी वृत्तपत्रांकरवी आता समजले आहे की, १९८७ मध्ये झिया-उल्-हक यांच्या हाती सैन्यदलाची सूत्रे होती. तेव्हाच

म्हणजे एक दशकापूर्वीच ही योजना मांडली होती. त्यावेळी ही योजना बासनात गुंडाळून ठेवली गेली, कारण त्यावेळच्या परराष्ट्रमंत्र्याने– लेफ्टनंट जनरल याकुब खान– यांनी या योजनेतील लष्करी, राजकीय व परराष्ट्र नीतीसंबंधी दोष दाखवून ही योजना कार्यान्वित न करण्याचा सल्ला दिला. १९९४ व त्यानंतर पुन्हा १९९७ लाही ही योजना मांडली. १९९७ मध्ये परवेझ मुशर्रफ, जनरल ऑफिसर कमांडिंग ऑफ द कोअर होते. त्यांना ही योजना पार पाडावयाची होती. १९९८ मध्ये ती कार्यान्वित करावयाचे ठरले; पण पाकिस्तानी वृत्तपत्र नवा-ए-वक्त, यांच्या स्त्रोतानुसार, जहांगीर करामत– पाकिस्तानी आर्मी स्टाफ प्रमुख, ही योजना राबवायला राजी नव्हते व त्या अनुषंगाने त्यांना नोकरीवर पाणी सोडावे लागले. पंतप्रधान नवाझ शरीफ यांनी, ऑक्टोबर १९९८ मध्ये परवेझ मुशर्रफ यांची आर्मीचा प्रमुख म्हणून नियुक्ती केली आणि त्यानंतर ही योजना अमलात आणावयाची सूचना देण्यात आली.

नवाझ शरीफ यांच्यासाठी ह्या धाडसी योजनेचे यश म्हणजे एक पर्वणी होती. या यशामुळे, पाकिस्तानी जनतेच्या डोळ्यांसमोर एक वीरपुरुष म्हणून त्यांची प्रतिमा ठसली असती व इस्लामिक मूलतत्त्ववाद्यांमध्ये त्यांचे वजन वाढले असते.

१९७१च्या भारत-पाक युद्धानंतर व सियाचीनच्या नामुष्कीनंतर, आपल्या खालावलेल्या प्रतिष्ठेला टेकू देण्यासाठी, पाकिस्तानला सैनिकी यशाची फार जरुरी होती. पाकिस्तानी सैन्यदलातील वरिष्ठ अधिकाऱ्यांच्या मते या योजनेमध्ये त्यांना यशाची जवळजवळ खात्रीच होती.

त्यांचे अनुमान होते, 'त्या जागेवर कुणाचे नियंत्रण नाही. अचानक केलेला हल्ला निर्णायक असेल व पाकिस्तानने अलीकडेच अण्वस्त्र सिद्धता मिळवल्याच्या धास्तीने, भारत मोठ्या प्रमाणात प्रतिकार करणार नाही.' या योजनेमध्ये आकर्षक सैनिकी संधी होत्या व राजकीय-भौगोलिक जोडफायदेही दुर्लक्षण्याजोगे नव्हते. त्यामुळेच कदाचित ह्याचे आकर्षण टाळणे, नवाझ शरीफना कठीण गेले असेल.

जरी नवाझ शरीफ यांनी आपणाला काहीच ठाऊक नसल्याचा बहाणा केला असला, तरी पाकिस्तानच्या लष्करी उच्चाधिकाऱ्यांनी नवाझ शरीफ यांना याविषयी माहिती दिली होती व ह्या योजनेसाठी त्यांनी मदत केली होती, या गोष्टीलाही पुष्टी दिली आहे.

मुशर्रफ यांनी सेनादलाचा मुख्य म्हणून कार्यभार सांभाळल्यावर ऑक्टोबर १९९८ मध्ये शस्त्रास्त्रांच्या, साधनसामग्रीच्या व भांडाराच्या जुळवाजुळवीस; तसेच जास्त उंचीवरच्या या युद्धासाठीच्या सैनिकी प्रशिक्षणास सुरुवात केली.

आंतरराष्ट्रीय नियंत्रण रेषेवर, जम्मूमधील मनवरपासून गुरेझपर्यंत दोन्ही राष्ट्रांकडून पूर्ण नियंत्रण होते. युद्ध लढले गेले, तिथे म्हणजेच मुश्कोह खोरे, द्रास, काक्सर

व बटालिक इथे कुणाचेच नियंत्रण नसलेल्या दहा ते पंचेचाळीस किलोमीटर लांब अंतराच्या खूप जागा होत्या.

तिथे जाणे इतके दुरापास्त होते की फक्त उन्हाळ्यातच दोन्ही देशांच्या सेनांची ठाणी येथे असतात व तिथून ते गस्त घालतात. हिवाळ्यात ही ठाणी बंद करतात, कारण हिमवर्षाव, बर्फाचे कडे कोसळणे, हिमवादळे यांमुळे या भागात टिकून राहणे, अशक्य व अव्यवहार्य होते. नियंत्रणरेषेवरील जमिनीच्या तुकड्यावरील प्रत्येक इंचावर ताबा ठेवणे शक्यही नव्हते व त्याची आवश्यकताही नव्हती. महत्त्वाच्या भागांवर ताबा होता व गस्त घालून वा दुसऱ्या काही प्रकारांनी मधल्या भागात शत्रूला येऊ देण्यास मज्जाव केला होता.

कारगील युद्ध ही पाकिस्तानची घुसखोरी नव्हती की अतिक्रमणही नव्हते. महत्त्वाची ठाणी काबीज करून ताब्यात ठेवण्यासाठीची, ती सुरचित चढाईच होती; तो एका मोठ्या योजनेचा भाग होता. त्यांच्या कारगील येथील हालचालींमुळे भारतीय लष्करी नियोजकांना बुचकळ्यात पाडले. कारगीलमध्ये चढाई करून, पाकिस्तानने सिमला कराराचा भंग केला. निरीक्षण रेषेचे पावित्र्य, जे दोन्ही बाजूंनी १९७२ पासून राखले होते, ते भंग केले.

या सर्व गतानुभवावरूनही, पाकिस्तानची विश्वासार्हता व वर्तन अशा बाबतीत संशयातीत नसते, हे भारताला अजून शिकायचे आहे.

मे, १९९९ पर्यंत पाकिस्तानने त्यांच्या नियंत्रणरेषेपलीकडे, आपल्या हद्दीत मुश्कोह, द्रास, काक्सर व बटालिक भागांवर आपली संरक्षण ठिकाणे, त्यासाठीचे व्यवस्थापन व कार्यकारी व्यवस्था प्रस्थापित केली होती. नियंत्रण रेषेपासून ते ह्या सेक्टरमध्ये चार ते आठ किलोमीटरपर्यंत आत आले होते. नॉर्दर्न लाइट इन्फन्ट्रीच्या नेहमीच्या फौजा व SSG (Special Security Group) च्या कमांडोजनी सशस्त्र दारूगोळा व विमानभेदक क्षेपणास्त्रांसकट चांगली भक्कम संरक्षक ठाणी वसवली होती. सैनिकी कोठारे भरलेली होती व लोकांना येण्यास प्रतिबंध करण्यासाठी सुरुंग पेरलेले होते.

सुमारे दोनहजार सशस्त्र सैनिकांनी, सरहद्द ओलांडून भारतात प्रवेश केला होता. ते ज्या उंचीवरून नियंत्रण करत होते तिथून श्रीनगर-लेह महामार्ग परिणामकारकरीत्या रोखता येत होता. ६ मे, १९९९ला त्या भागातल्या मेंढपाळांकडून ह्या घुसखोरीची बातमी प्रथम समजली. पाकिस्तानने किती किलोमीटर आतपर्यंत व किती संख्येने भारतीय हद्दीत शिरकाव केला आहे, हे जाणून घ्यायला सेनादलाला थोडा वेळ लागला. गस्त घालण्यासाठी ज्यांना पाठवले होते ते कधी परत आलेच नाहीत.

१० जून, १९९९ला पाकिस्तानने गस्त घालणाऱ्या पथकाचा म्होरक्या व त्याचे पाच सैनिक साथीदार यांचे मृतदेह छिन्नविछिन्न करून परत पाठवले. पाकिस्तानी

सैनिकांचे युद्धकैद्यांबद्दलचे अघोरी, मध्ययुगकालीन वर्तन बघून, भारताला व साऱ्या जगाला धक्काच बसला. भारत सरकारने निषेध करणारी काही गुळमुळीत विधाने केली इतकेच! आजपर्यंत भारताने आपली बाजू जगापुढे हिरिरीने कधीच मांडली नाही.

जेव्हा या घुसखोरीबद्दल साद्यंत माहिती समजली तेव्हा ती धक्कादायक होती. सगळ्यांनाच हे जाणवले की इथे हेरगिरीला, अगदी सैन्यदलाच्या हेरगिरीलाही अपयश आले होते. शत्रूने अगदी शांतपणे आपल्या सरहद्दीत आतपर्यंत शिरकाव केला होता, आवश्यक त्या साधनसामग्रीसह आपल्या सुसज्ज चौक्या वसवल्या होत्या पण आपणाला याचा सुगावाही लागला नव्हता! जायला अवघड असणाऱ्या ठिकाणी वसवलेली ती ठाणी, शत्रूकडून परत मिळवणे ही एक फार अवघड कामगिरी होती, हे सर्वांनाच स्पष्ट उमगले. पर्वतावरच्या लढाईमध्ये, ज्याच्या ताब्यात अशी ठाणी असतात, त्याचे पारडे नेहमीच जड असते. विशेषत: या भागातल्या खड्या व मोठ्या चढाच्या टेकड्या, बर्फाने आच्छादलेल्या असतात. त्यामुळे इथली ठाणी ज्याच्या ताब्यात असतात त्याला लढाई फायद्याची ठरते. या परिस्थितीमध्ये ती ठाणी ज्याच्या ताब्यात आहेत, तो त्या ठाण्यामध्ये सुरक्षित पाय रोवून असतो. याउलट हल्ला करणे, ज्याच्यावर परिस्थितीमुळे लादले गेले आहे तो उघड्यावर असल्यामुळे संभाव्य धोक्यात असतो. विशेषत: त्याला उभे कडे चढायचे असतात, चढण्यासाठी दोरखंडाची मदत घ्यावयास लागते. त्यावेळी संभाव्य धोक्याला आमंत्रणच असते. त्या ठाण्याचे संरक्षण करणाऱ्या पाकिस्तानी सैनिकांना विश्वास होता की, भारतीय सैनिकांनी केलेला कोणताही हल्ला ते परतवून लावतील, कारण युद्धाच्या डावपेचामध्ये त्यांचे पारडे जड झाले होते. परंतु त्यांनी भारतीय सैन्यदलाकडे असणाऱ्या एका बाबीची कल्पना केली नव्हती. ती म्हणजे असामान्य धैर्य!

अपुरी साधनसामग्री असणाऱ्या भारतीय पायदळातील सैनिकांच्या या युद्धामधील शौर्याचा कधीच विसर पडू नये. मशिनगनधारक सैनिकांनी आपल्या पायदळातील सैनिक बांधवांना मदतीचा हात दिला. ज्या प्रतिकूल परिस्थितीमध्ये पायदळातील सैनिकांना लढावे लागत होते, ती परिस्थिती सुसह्य करण्यासाठी त्यांनी प्रयत्नांची पराकाष्ठा केली. विमानदलाच्या वैमानिकांनी अधिक उंचीचा पल्ला गाठून, आपण संरक्षित व सुरक्षित आहोत या कल्पनेत गाफील राहिलेल्या, शत्रुसैन्याची ठाणी उद्ध्वस्त करण्याच्या सर्व संधी टिपल्या.

कारगीलच्या उतारावर, अत्यंत विपरीत परिस्थितीत लढणाऱ्या आमच्या जवानांचे रक्त सांडले. धैर्याने युद्धभूमीला जणू शेंदरी रंग लावला! पंधराहजार फूट उंचीवरच्या, शून्याच्या खाली तापमान असणाऱ्या ठिकाणांवर हल्ले केले गेले. अशा हवेमध्ये

साधा श्वास घेणेही त्रासाचे असते. तिथे टाकले गेलेले प्रत्येक पाऊल महत्प्रयासाचे असते. पाठीवरील अवजड पिशवीमुळे (सॅक) चढण्याची गती अत्यंत धिमी होत होती. तशातच जोडीला शत्रूच्या बंदुकीच्या गोळ्या व तोफगोळे यांच्या सरबत्तीतून मार्ग काढावा लागत होता. नियंत्रण रेषा न ओलांडण्याच्या भारत सरकारच्या निर्णयामुळे डावपेचांवर अधिकच बंधने आली होती.

भारतीय सैन्यदलातील वरिष्ठ अधिकारीवर्गाने, जेव्हा एका रात्रीत काम पूर्ण करावयाचा एकतर्फी हुकूम दिला, तेव्हा बटालियन कमांडरना परिस्थिती भयावह वाटली. तरीही इप्सित हेतू साध्य करण्यात त्यांना यश आले. पण त्याची मोठी किंमत चुकवावी लागली. पंचवीस अधिकारी व चारशे छत्तीस जवान कारगीलमध्ये मारले गेले व चोपन्न अधिकारी व सहाशे एकोणतीस जवान जखमी झाले. यातील बरेचसे आयुष्यभरासाठी अपंगही झाले.

तरीसुद्धा ना कोणी जीवदान मागितले ना कोणी दिले.

भारतीय पायदळातील सैनिकांनी, ज्या त्वेषाने हल्ला चढवला त्यामुळे पाकिस्तानी ठाण्यामध्ये बचाव करणारे सैनिक चक्रावले. आपल्या बंदूकधारी सैनिकांनी शत्रूंवर गोळ्यांचा इतका वर्षाव केला की, बंदुकीच्या नळ्या तापून लाल झाल्या. शत्रूची महत्त्वाची ठाणी उडवून लावण्यात, वैमानिकांनी मोठीच जोखीम पत्करली होती. हल्ला करणाऱ्यांना मदत पुरवण्यासाठी कार्यरत असलेल्या सेवांनी, आपल्या कुवतीच्या पलीकडे जाऊन मदत केली. प्रसारमाध्यमांनी युद्धभूमीवरचे हे युद्ध, घराघरात पोहोचवून उत्तम प्रतिसाद दिला. त्यामुळे लोकांचा भरघोस पाठिंबा मिळाला. फौजेमध्ये लढणाऱ्या सैनिकांचे मनोबल उंचावले, याहून अधिक जोखीमपूर्ण आव्हाने पेलण्यास त्यांना उद्युक्त केले.

पाकिस्तानी सेनादलाच्या सेवेत रुजू असणाऱ्या सैनिकांना, भारतीय सैनिकांनी पकडल्यावर, पाकिस्तानचे पितळ उघडे पडले. ते काश्मिरी स्वातंत्र्यसैनिक असल्याचा त्यांचा दावा फोल ठरला. नॉर्दन लाइट इन्फन्ट्री व पाकिस्तानी अधिकारी यांचे मृतदेह, मोठ्या प्रमाणात हस्तगत झालेली कागदपत्रे मिळाली, त्यावरून ही मोहीम दुसऱ्या कुणी नाही तर पाकिस्तानी सेनादलानेच आखलेली होती, याचा संपूर्ण पुरावा उपलब्ध झाला.

पाकिस्तानी फौजा व उच्च सैनिक अधिकारी यांना पाकिस्तानी सेनेस प्रथम मिळालेल्या यशामुळे आनंद झाला. पण पुढे भारताच्या राजकीय व सैन्यदलाच्या नेतृत्वाच्या खंबीर, दृढ निश्चयामुळे व तरुण सैनिक अधिकारी, सैनिक यांनी धैर्याने व धिटाईने राबवलेल्या सैनिकी कारवाईमुळे ते अचंबित झाले. यथावकाश शत्रूने काबीज केलेल्या मोक्याच्या जागा आपण पद्धतशीरपणे उद्ध्वस्त केल्या. तिथे बंदोबस्त करणारे पाकिस्तानी सैनिक पळून गेले. पाकिस्तानचे अंदाजे पंचेचाळीस

अधिकारी व सातशे सैनिक मारले गेले. शेवटी दाखवण्यासारखे काहीच उरले नाही.

याचवेळी पाकिस्तानचे पुढील संभाव्य प्रयत्न हाणून पाडण्यासाठी, मोक्याच्या ठिकाणी प्रशिक्षित फौजांची नियुक्ती केली. अमेरिकन वृत्तसंस्थेने आपल्या हेरगिरीसाठी सोडलेल्या उपग्रहावरून, चुकीची माहिती घेऊन एक खोडसाळ वृत्त प्रसृत केले की, भारतीय वाळवंटावरील फौजा आपल्या युध्दाच्या ठाण्याकडे कूच करत आहेत. सावधगिरीचा उपाय म्हणून, भारतीय नौदलाने आपली पश्चिमेकडील सागरी सेना सज्ज ठेवली होती.

या घडामोडींमुळे पाकिस्तानी नेतृत्वाची खात्री पटली की, भारत सतर्क आहे. पाकिस्तानी पंतप्रधान नवाझ शरीफ इतके घाबरले की, ते घाईघाईने अमेरिकन राष्ट्राध्यक्षाची भेट घ्यायला धावले. युद्धबंदी करण्यासाठी मुजाहिदींना परत बोलवायलाही ते तयार होते. मागे घेण्याजोगे फार थोडेच पाकिस्तानी सैनिक शिल्लक उरले होते. भारताने आधीच युद्ध जिंकले होते व ठाणी काबीज केली होती.

वास्तविक ४ जुलै, १९९९ला जेव्हा ते अमेरिकन राष्ट्राध्यक्षांना भेटावयास गेले, तेव्हा 'टायगर हिल' आम्ही परत मिळवल्याचे वृत्त त्यांना मिळाले असणार. भारताने युद्ध जिंकले होते व उरलेले सैन्य परत बोलावणे, ही पाकिस्तानच्या दृष्टीने पुढील नामुष्की टाळण्यासाठीची एक पळवाट होती.

अशा या धैर्य खच्ची करणाऱ्या परिस्थितीत लढलेल्या, कारगीलच्या युद्धामधील चार योद्ध्यांना 'परमवीर चक्र' प्रदान केले. यांपैकी दोन अधिकारी व दोन सैनिक होते. यांपैकी दोघेचजण हे कसे घडले, ते सांगायला जिवंत राहिले.

◆

मानपत्र

कॅप्टन विक्रम बात्रा

१३ जम्मू व काश्मीर रायफल्स (IC ५७५५६)

२० जून, १९९९ला 'ऑपरेशन विजय'मध्ये कॅप्टन विक्रम बात्रा या डेल्टा कंपनीच्या कमांडरवर, ५१४० या पॉइंटवर हल्ला करण्याची कामगिरी सोपवली गेली. कॅप्टन बात्रा व त्यांच्या कंपनीने त्या टेकडीला पूर्वेकडून वेढले व शत्रूवर अचानकपणे संपूर्ण हल्ला जवळून करता येईल अशा ठिकाणी ते पोहोचले. कॅप्टन बात्रा यांनी आपल्या सैनिकी तुकडीची पुनर्रचना केली. शत्रूच्या ठाण्यावर प्रत्यक्ष हल्ला करण्यासाठी आपल्या लोकांना उद्युक्त केले. अशक्यप्राय असा धाडसी हल्ला करत, ते शत्रूवर तुटून पडले. समोरासमोर झालेल्या लढाईत, त्यांनी शत्रूच्या चौघा सैनिकांना ठार केले.

७ जुलै, १९९९ला एका दुसऱ्या लढाईत, एका अरुंद, दोन्ही बाजूंनी धारदार कडे असलेल्या पॉइंट ४८७५ वर हल्ला करण्याची कामगिरी त्यांच्यावर सोपवली गेली. त्या जागेवर शत्रूचा कडेकोट बंदोबस्त होता. तिथे जाण्यासाठी एकमेव रस्ता होता. झटपट मारा करण्यासाठी, कॅप्टन बात्रा यांनी त्या अरुंद खिंडीमध्ये शत्रूवर हल्ला करून समोरासमोर लढाई केली. शत्रूच्या पाच सैनिकांना कंठस्नान घातले. स्वत: जबर जखमी झाले असतानाही ते शत्रूच्या दिशेने रांगत, घसपटत गेले व त्यांनी शत्रूवर हातगोळे फेकले. स्वत:च्या जिवाची पर्वा न करता, त्या ठिकाणाहून त्यांनी शत्रूला हुसकावून लावले. आपल्या वैयक्तिक सुरक्षिततेची पर्वा न करता, शत्रूला सामोरे जाऊन आपल्या सैनिकांचे नेतृत्व केले व आपल्या

हाताखालच्या लोकांना हल्ला करायला उद्युक्त केले. शत्रूकडून तुफानी गोळीबार होत असतानाही, त्यांनी अशक्य कोटीतली सैनिकी कामगिरी पार पाडली. परंतु त्यांना झालेल्या गंभीर जखमांमुळे अखेर त्यांना वीरमरण आले. त्यांच्या ह्या अचाट कर्तृत्वाने प्रेरित होऊन त्यांच्या फौजेने सुडाने पेटून, शत्रूचा समाचार घेतला. शत्रूचा पराभव करून पॉइंट ४८७५ हस्तगत केले.

कॅप्टन विक्रम बात्रा यांनी अशा प्रकारे शत्रू समोर उभा ठाकला असताना, अत्युच्च प्रकारचे शौर्य व नेतृत्वगुण यांचे प्रदर्शन केले व भारतीय सैन्यादलाच्या उज्ज्वल परंपरेस साजेसा स्वार्थत्याग केला.

(गॅझेट ऑफ इंडिया नोटीफिकेशन नं. १६/प्रेस/२०००)

* * *

ये दिल मांगे मोअर

'आपल्या निर्धारित मोहिमेवर ज्यांचा अतूट विश्वास आहे, अशा निश्चयी लोकांचा छोटासा समूहही इतिहासाची दिशा बदलू शकतो.'

– महात्मा गांधी.

कारगील युद्ध हे असे युद्ध होते की, ज्या युद्धात तरुण सेनाधिकारी त्यांच्या जोशपूर्ण स्वत्वात आविष्कृत होत होते. आधीच्या कुठल्याही, युद्धात तरुण अधिकाऱ्यांचे इतके प्राबल्य नव्हते, जितके ते कारगीलच्या युद्धात होते. यांच्यापैकी काही जणांना त्याहून अधिक सन्मान प्राप्त व्हायला हवा होता आणि काहीजणांचे कर्तृत्व उजेडातच आले नाही. त्यांच्या कर्तबगारीची अजिबात नोंद झालेली नाही.

पण प्रसारमाध्यमांच्यामुळे ज्याच्या कर्तृत्वाला लोकमान्यता मिळाली, असा तरुण होता 'विक्रम बात्रा'. आपली निर्धारित कामे पूर्ण करताना त्यांनी दाखवलेले अचाट धैर्य, जोखीमपूर्ण कामगिरी यांमुळे लोक अचंबित झाले, ते त्यांना अजिंक्य भासले, ते 'आ' वासून बघत राहिले. तरीही प्रत्येक आव्हानामध्ये जिवावर बेतलेल्या संकटामधून त्यांच्या सुखरूप येण्यासाठी लोकांनी देवाची प्रार्थना केली.

त्यांचे Code name होते 'शेर शाह', हेच त्यांचे टोपणनाव बनले आणि शत्रुसैनिकांनाही ते समजले. युद्धभूमीवर एकमेकांना आव्हाने देताना, शत्रुसैनिक या नावाने ओरडून चिथावणी देत असत. वृत्तपत्रात प्रसिद्ध झालेला मजकूर याप्रमाणे–

कारगीलचे एक महत्त्वाचे शिखर पुन्हा परत मिळवल्यावर दूरदर्शनच्या प्रवक्त्याने

विक्रम बात्राला विचारले होते,

'आता तुला कसे वाटतेय?'

दाढी वाढलेला तो तरुण तत्परतेने म्हणाला होता, 'ये दिल मांगे मोअर.'

लाखो लोकांनी आपल्या दिवाणखान्यातील दूरदर्शन संचावर हे पाहिले होते. त्यानंतर लवकरच पॉइंट ५१४० हे ठिकाण हस्तगत करण्यासाठी जी लढाई झाली, त्यात शत्रूबरोबर समोरासमोरची लढाई करताना त्यांनी चार घुसखोरांना कंठस्नान घातले.

दिलेली कामगिरी फत्ते केल्यानंतर त्यांना वीरगती प्राप्त झाली.

डिसेंबर, १९९७ मधील इंडियन मिलिटरी ॲकॅडमीच्या पदवीधारकांपैकी दोघांना या युद्धासाठी परमवीर दिले गेले. 'ऑपरेशन विजय' ह्या कारगील युद्धातील शौर्यासाठी देण्यात आलेल्या परमवीर चक्रांपैकी एक मानकरी होते, कॅप्टन बात्रा व दुसरे होते लेफ्टनंट मनोज पांडे, ज्यांनी स्वत: बुलेटच्या भडिमाराने जखमी असतानाही, खंदका-खंदकामधून शत्रूचा बीमोड केला. शेवटी दुखापतीपुढे त्यांनी दम सोडला.

कॅ. बात्रा व लेफ्टनंट मनोज पांडे यांनी आपल्या प्राणांचे बलिदान केले आणि जो आदर्श त्यांनी मागे ठेवला, त्यामुळे तरुण युवकांना सेनादलात भरती होण्यासाठी प्रोत्साहित केले आहे.

९ डिसेंबर, २००० मध्ये इंडियन मिलिटरी ॲकॅडमीचा जो अभ्यासक्रम पूर्ण झाला, त्यामध्ये आठशे तीन कॅडेट उत्तीर्ण झाले. स्वातंत्र्यप्राप्तीनंतरची ही सर्वांत अधिक संख्या होय.

इंडियन मिलिटरी ॲकॅडमी या लष्करी विद्यालयाचे मुख्य, लेफ्टनंट जनरल युवराज मेहता यांनी मान्य केले आहे की, तरुण अधिकाऱ्यांच्या उत्साहामुळे प्रेरित होऊन पुष्कळ जवान सैन्याच्या पायदळाचा, जो सैन्याच्या युद्धाचा विभाग आहे, स्वीकार करतात. हे त्यांच्या संख्येत आठ-दहा टक्के वाढ झाल्याने, सहज लक्षात आले आहे.

IMA ने आपल्या अभ्यासक्रमात नव्या गोष्टींचा समावेश केला आहे, जसे की संगणकशास्त्र व प्रत्यक्ष परिस्थितीचा, प्रतिकृतींवरून केलेला अभ्यास.

पण कदाचित सर्वांत महत्त्वाचा बदल म्हणजे, शौर्यासाठी देण्यात येणाऱ्या बक्षिसांसाठी, प्रशिक्षितांचाही समावेश हा होय.

आर. पी. नायवाल

२१ जानेवारी, २००१. संडे टाइम्स.

ज्या लढाईमध्ये कॅप्टन बात्रांना हा सर्वोच्च बहुमान प्राप्त झाला, त्या लढाईचा हा वृत्तांत :

हम्प, पॉइंट ५१४० व पॉइंट ४८७५ हस्तगत करण्यासाठीची लढाई

१२ जून, १९९९ला १३ जम्मू व काश्मीर रायफल्सला द्रासला जाण्याचा हुकूम मिळाला. तोलोलिंग ह्या मुख्य भागाशी संलग्न अशा 'हम्प' म्हणून संबोधल्या जाणाऱ्या भागावर ताबा मिळवण्यासाठी १८ ग्रेनडिअर्सचे राखीव सैन्य म्हणून ते जात होते. दोन रात्रींच्या घनघोर लढाईनंतर १७ जूनला संध्याकाळी पाच वाजता 'हम्प' तसेच त्याच्या जवळचे 'रॉकीनॉब' ही दोन्ही ठिकाणे काबीज करता आली. शत्रुसैन्यापैकी आठ जण मरण पावले व नऊ जण जखमी झाले. शत्रुसैन्याने तीन UMG (युनिव्हर्सल मशिनगन्स) व बऱ्याच मोठ्या प्रमाणात दारूगोळाही तिथेच सोडून पळ काढला होता. आपल्या फौजांनी नंतर याच मशिनगनचा, शत्रूवर मारा करण्यासाठी उपयोग केला.

पॉइंट ५१४० काबीज

१३ जम्मू व काश्मीर रायफल्सवर त्यानंतर सोपवलेली कामगिरी म्हणजे पॉइंट ५१४० हस्तगत करणे. हे द्रास खोऱ्यातले अत्यंत मोक्याच्या ठिकाणी वसलेले, महत्त्वाचे ठिकाण होते. ह्याच ठिकाणाहून शत्रूने 'स्टिंजर मिसाइल'च्या साहाय्याने आपले एक हेलिकॉप्टर खाली पाडले होते. त्यानंतर या ठिकाणावरून आपले एकही हेलिकॉप्टर फिरकू शकत नव्हते. हे ठिकाण हस्तगत करणे म्हणूनच फार महत्त्वाचे झाले होते.

पॉइंट ५१४० हस्तगत करण्याची जबाबदारी 'बी' व 'डी' कंपनीवर सोपवली होती. कॅप्टन एस. एस. जामवालकडे 'बी' कंपनीचे नेतृत्व होते व 'डी' कंपनी कॅप्टन विक्रम बात्रा यांच्या अधिपत्याखाली होती.

१९ जून, १९९९ला पहाटे चार वाजता त्यांनी 'टोलोलिंग' टॉपहून प्रयाण केले. सकाळी साडेसहाला हम्पच्या पश्चिमेकडील उतारावर सर्व एकत्र जमले व दिवसभर तेथे निपचित पडून राहिले.

दिवसभरात दोन्ही कंपनींच्या कमांडरना त्यांच्या कमांडिंग ऑफिसर लेफ्टनंट कर्नल वाय. के. जोशी यांनी सविस्तर माहिती पुरवली होती. त्यानंतर त्या दोघांनी त्या प्रदेशाची बारकाईने पाहणी केली होती.

कमांडिंग ऑफिसरला माहिती देत असताना कॅप्टन विक्रम बात्रांनी सांगितले होते, 'काम फत्ते झाल्यावर मी यशप्राप्तीचा संदेश देईन, 'ये दिल मांगे मोअर' व कॅप्टन एस. एस. जामवाल यांचा यशाचा संदेश असणार होता, 'ओह या! या! या!'

अंधार पडल्यावर तोफांच्या भडिमाराचा फायदा घेत, दोन्ही कंपन्या पॉइंट ५१४० कडे निघाल्या.

सुमारे पंधराहजार फूट उंचीवर असलेल्या या डोंगरमाथ्यावरच्या ठिकाणाकडे, चढून जाणे फार त्रासाचे होते. डोंगराचा कडा उभा व चढायला कठीण होता. हवा विरळ असल्यामुळे श्वास घेण्यासाठी एकसारखे थांबावे लागत होते.

तोफांनी फेकलेले प्रकाशगोळे वापरून शत्रूने ती जागा चांगली प्रकाशित केली होती. त्यामुळे चढणाऱ्या सैनिकांचा वेग आणखी मंदावला होता. शत्रूने हल्ला करावयास आलेल्या आपल्या सैन्यावर, तोफांचा भडिमार केल्यामुळे आपल्या सैनिकांना इजा पोहोचली होती. हल्ला करणाऱ्या शत्रूवर, तोफांचा परिणामकारक भडिमार करून, आपल्या सैनिकांनी त्यांचे खूपच लोक मारले. अशा विपरीत परिस्थितीत ही कंपनी आगेकूच करत होती.

रात्री तीन वाजून पंधरा मिनिटांनी ते त्या ठिकाणाजवळ पोहोचले. त्या ठिकाणी शत्रूचे एकूण सात खंदक होते, दोन माथ्यावर व पाच पूर्वेच्या बाजूला होते. कॅप्टन एस. एस. जामवाल यांच्या नेतृत्वाखालील 'बी' कंपनी प्रथम माथ्यावर पोहोचली व त्यांनी डाव्या बाजूकडून हल्ला केला. हल्ला करण्याच्या थोड्या आधी पॉइंट ५१४० स्थित शत्रू, १३ जम्मू व काश्मीर रायफलच्या रेडिओ नेटवर्कवर आला व त्याने हल्ला करावयास आलेल्या 'शेरशहा'ला (कॅप्टन विक्रम बात्राला) आव्हान दिले व हल्ला करण्यापासून परावृत्त करण्यासाठी धमकावून सांगितले की, त्यांच्यापैकी कोणीही जिवंत परत जाणार नाही.

जे रेडिओ नेटवर्कवर होते, त्या सैनिकांनी व विक्रम बात्रांनी त्यांच्यावर यथेच्छ तोंडसुख घेतले. मानसिक दहशत घालणे हेच त्यांचे लक्ष्य असेल, तर त्यात शत्रूला घोर अपयश आले होते. कॅप्टन एस. एस. जामवाल यांच्या कंपनीला पहाटे तीन वाजून पस्तीस मिनिटांनी आपले निर्धारित लक्ष्य गाठण्यात यश मिळाले. त्यांचा 'ओह या! या! या!' हा यशाचा इशारा, कमांडिंग ऑफिसरच्या कानाला संगीतासारखा आनंदमयी वाटला.

या दरम्यान विक्रम बात्रांच्या कंपनीने, पूर्वेकडील खंदकावर तीन रॉकेट्स सोडली व नंतर विक्रम बात्रांच्या पुढाकाराने शत्रूवर हल्ला चढवला. यात सहा पाकिस्तानी सैनिक मारले गेले व उरलेले पळून गेले.

सकाळी चार वाजून पस्तीस मिनिटांनी विक्रम बात्रांचा आवाज रेडिओवर दुमदुमला, 'ये दिल मांगे मोअर!'

त्या ठिकाणाहून मोठ्या प्रमाणात हत्यारे व दारूगोळा हस्तगत झाला. यावरून पॉइंट ५१४० या ठिकाणी पाकिस्तानी फौजेची एक प्लॅटून कार्यरत होती, हे स्पष्ट दिसत होते.

पॉइंट ५१४० काबीज केल्यानंतर द्रास सेक्टरमधील युद्धाच्या लाटेने वेगळे वळण घेतले. या आघाडीनंतर शत्रूचे धाबे दणाणले. अचानक व गुप्तपणे केलेली कारवाई, फौजेची लवचिकता, पुढाकार घेण्याची वृत्ती, धैर्य या गुणांमुळे यश मिळाले. पॉइंट ५१४० काबीज केल्यानंतर तोलोलिंग टॉपवर हेलिकॉप्टर्स उतरू लागली. यानंतर जम्मू व काश्मीर रायफल्स सेनेस २६ जून, १९९९ला द्रास सेक्टरमधून फौजा काढून घेण्याचा व मुश्कोह खोऱ्यामध्ये कारवाई करण्याचा आदेश दिला गेला.

पॉइंट ४८७५ काबीज

पॉइंट ४८७५ हे लढाईच्या दृष्टीने महत्त्वाचे ठिकाण होते. मुश्कोह खोऱ्यातील या ठिकाणावरून 1/A राष्ट्रीय महामार्गावरील द्रास ते मातायन ह्या भागावर प्रभुत्व ठेवणे शक्य होते. ह्या ठिकाणाहून तीस ते चाळीस किलोमीटरच्या टापूवर नजर ठेवता येत असे व पाहिजे तेव्हा परिणामकारकरीत्या गोळीबार करता येत असे. त्याचमुळे शत्रूला इथून हुसकावून लावून हे ठिकाण काबीज करणे फार जरुरीचे होते.

द्रास हेलिपॅडवर हेलिकॉप्टर उतरू शकत नसे, कारण त्या ठिकाणास शत्रूने आपले लक्ष्य बनवले होते. हेलिकॉप्टरना पान्ड्रास रिजजवळून कमी उंचीवरून उड्डाण करावे लागत होते. पॉइंट ४८७५ काबीज करण्याची जबाबदारी १३ जम्मू व काश्मीर रायफल्सवर सोपवली होती. या बटालियनने घुमरीला विसावा घेऊन, पुनर्बांधणी करून, पुढच्या मोहिमेसाठी ताजेतवाने व्हायचे अशी योजना आखली होती. पण ती रद्द करून त्यांना ३० जून, १९९९ला मुश्कोह खोऱ्याकडे जावयास सांगितले. ७९ माऊंटन ब्रिगेडच्या अधिपत्याखाली त्यांना पॉइंट ४८७५ काबीज करण्याची कामगिरी पार पाडावयाची होती. पॉइंट ४८७५ वरून शत्रूला आपल्या सैन्याच्या हालचालींवर सहज नजर ठेवता येत असल्यामुळे रात्रीच्या अंधारात सैन्याची जुळवाजुळव करावी लागली.

१ जुलै, १९९९ला प्राथमिक टेहळणी करण्याची व हल्ला करण्याची योजना आखण्याच्या दृष्टीने, कमांडिंग ऑफिसर कर्नल वाय. के. जोशी व 'ए' कंपनीचे कमांडर मेजर विजय भास्कर हे दोघे, जिथून घडामोडी सुस्पष्टपणे दृष्टिपथात येतील, अशा ठिकाणावर चढून आले. २ जुलै, १९९९ला ७९ माऊंटन ब्रिगेडच्या प्रधान कार्यालयामध्ये या योजनेवर चर्चा झाली.

जनरल ऑफिसर कमांडिंग ८ माऊंटन डिव्हिजन मेजर जनरल मोहिंदर पुरी, ब्रिगेडिअर कक्कर, कमांडर ७९ माऊंटन ब्रिगेड्स व लेफ्टनंट कर्नल वाय. के. जोशी, कमांडिंग ऑफिसर १३ जम्मू व काश्मीर रायफल्स या सर्वांनी चर्चेत भाग घेतला होता.

सर्व बटालियनना हल्ला चढवायच्या ठिकाणी आणण्यात आले. हे ठिकाण पॉइंट ४८७५ पासून पंधराशे मीटरवर होते. ती जागा आगप्रतिबंधक करण्यात आली होती.

दिनांक २ व ३ जुलै, १९९९ या दोन दिवसांमध्ये २८ राष्ट्रीय रायफल्स व ह्या बटालियनच्या ओझे वाहणाऱ्या (पोर्टर्स) सैनिकांकरवी, जड शस्त्रास्त्रे व दारूगोळा आणून ठेवला.

४ जुलै, १९९९ला 'ए' व 'सी' कंपन्यांचे कमांडर्स मेजर एस. व्ही. भास्कर व मेजर गुरप्रीत सिंग यांनी दिवसा शेवटची टेहळणी केली व आपल्या सर्व 'ओ' ग्रुप्सना लक्ष्य प्रत्यक्ष दाखवले.

४ जुलै संध्याकाळी सहा वाजता बोफोर्स तोफांतून व मल्टी बॅरेल लाँचर्समधून गोळाफेक चालू झाली. हल्ला चढवणाऱ्या कंपन्यांनी वीस वाजून तीस मिनिटांनी (रात्री साडेआठ वाजता) मारा सुरू केला.

रात्र दाट काळोखी होती. जमीन खडकाळ असल्यामुळे पुढे जाणे कठीण जात होते. नियोजित लक्ष्यापासून दोनशे मीटर्स अलीकडे, शत्रुसैन्याने आपल्या कंपन्यांवर जोरदार गोळाफेक केली. हल्ला करणाऱ्या कंपनीने पहाटे साडेचार वाजता, आपल्या स्वयंचलित तोफा डागल्या व टेकडीच्या माथ्यावरील चांगला बंदोबस्त असलेल्या शत्रूच्या मोक्याच्या ठिकाणावर, गोळ्यांचा वर्षाव केला. प्रथम दोन्ही कंपन्यांना यश मिळाले होते.

पण पॉइंट ४८७५च्या सपाट माथ्यावरून जोरदार गोळाफेक झाली. त्यामुळे त्यांना थांबावे लागले. गोळाफेकीच्या प्रकाशात ते दिसण्याचा फार मोठा धोका होता.

शत्रूने अतिशय परिणामकारकरीत्या छोट्या बंदुकींतून व लपतछपत गोळीबार केला. हल्ला करण्यासाठी फार मर्यादित जागा असल्यामुळे आपला हल्ला थांबवावा लागला.

५ जुलै, १९९९ला सुमारे सव्वादहा वाजता 'सी' कंपनीचे कमांडर, कमांडिंग ऑफिसरांबरोबर बोलले व उद्भवलेल्या अडचणींची त्यांना कल्पना दिली. ज्या जागेवरून शत्रुसैन्याकडून परिणामकारकरीत्या गोळीबार होत होता, त्याबद्दलची माहिती दिली. कमाडिंग ऑफिसर लेफ्टनंट कर्नल जोशींनी स्वत: फायर-बेसवरून दोन FAGOT क्षेपणास्त्रे टाकली व व्यत्यय आणणाऱ्या शत्रूचा नायनाट केला. या बरोबर झालेल्या माऱ्यामुळे शत्रुसैनिक खंदकातून पलायन करताना दिसले. 'सी' कंपनीने ताबडतोब त्या ठिकाणावर हल्ला केला. ५ जुलै, १९९९ला रात्री दहा वाजता, पॉइंट ४८७५च्या उत्तरेकडील भागातून, या दोन्ही कंपन्यांवर शत्रूकडून अचूक व जोरदार गोळीबार करण्यात आला. सतत कराव्या लागत असलेल्या गोळीबारामुळे दारूगोळा संपत आला होता. ६ जुलै, १९९९ला पहाटे पावणेपाच

वाजता 'सी' कंपनीने तसे कळविले. 'बी' कंपनी राखीव म्हणून तैनात होती. तिने ताबडतोब दारूगोळा आणला व गोळीबारास पुन्हा सुरुवात झाली.

६-७ जुलै, १९९९च्या रात्री युद्ध करणाऱ्या दोन्ही बाजूचे सैन्य इतके जवळ आले की, त्यांच्यामध्ये घनघोर लढाईबरोबरच शाब्दिक चकमकीही उडाल्या. पाकिस्तानी ठाणे उद्ध्वस्त करण्यासाठी तातडीने काही करणे आवश्यक आहे, नाहीतर परिस्थिती हाताबाहेर जाईल, हे आता स्पष्ट झाले होते. ह्याच सुमारास पॉइंट ४८७५च्या उत्तरेकडील एका अरुंद अशा तुटलेल्या कड्यावरील मध्येच पुढे आलेल्या भागावर, शत्रुसैन्य असल्याचे आढळले. तो भाग शत्रूच्या ताब्यात होता व तिथे सैन्याची मोठी कुमक होती. त्या भागातून पाकिस्तानी घुसखोरांना हुसकावून लावण्याची कामगिरी 'डी' कंपनीवर सोपवली होती. अगदी जवळ असलेल्या संगरातून शत्रू प्रतिकार करत होता. त्यामुळे कंपनीला पुढे जाण्यामध्ये अडथळा निर्माण झाला होता. ७ जुलै, १९९९ला कॅप्टन विक्रम बात्रांनी आपल्या सैनिकांबरोबर पुढे जाऊन पॉइंट ४८७५च्या भागाची पाहणी करण्याची व त्या कड्यावर पाय रोवण्याचा प्रयास करण्याची जबाबदारी स्वत:हून स्वीकारली.

शत्रुसैन्याकडून स्वयंचलित बंदुकांमधून व तोफांमधून तुफानी गोळीबार होत होता; तरीही कॅप्टन विक्रम बात्रा पुढे जात राहिले. संगरजवळ जात त्यांनी आपल्या AK ४७चा सतत गोळीबार चालू केला. ते संगरच्या तोंडाशी एका अरुंद वाटेने पोहोचले. त्यांच्या अकस्मात येण्याने शत्रू भांबावला. त्यांनी तिथेच पाच पाकिस्तानी सैनिकांना ठार केले. पण संख्याबळात ते कमी पडले. शत्रूने अगदी जवळून त्यांच्या छातीत गोळी मारली. ते खाली कोसळले. याच वेळी तोफेतून उडणाऱ्या ठिकऱ्यांनी ते आणखी जखमी झाले.

कॅप्टन बात्रांनी त्यांच्यावर सोपवलेल्या कामगिरीच्याही पुढे जाऊन कामाविषयी असणाऱ्या आपल्या निष्ठेचे प्रदर्शन केले. आपल्या प्राणांचे बलिदान केले. आपल्या कंपनीचा पुढे जाण्याचा मार्ग सुकर केला. त्यांच्या कामगिरीमुळे पॉइंट ४८७५वर ताबा मिळवणे शक्य झाले. द्रास ते मातायन या राष्ट्रीय महामार्गावरचे शत्रूचे वर्चस्व संपुष्टात आले.

कॅप्टन बात्रा नेहमीच आपल्या फौजेच्या अग्रणी असत. आपल्या आघाडीमधील धोक्याची त्यांना पूर्ण कल्पना होती. 'लेज'वरून पाकिस्तानी फौजांना हुसकावून लावण्यासाठी ते कृतनिश्चयी होते. त्यांच्या जोखीमपूर्ण हल्ल्यामुळे पॉइंट ४८७५ सर झाले आणि शत्रूचा कणा मोडला. त्यांचे धाडस व कृती त्यांना नेमून दिलेल्या कामापलीकडची होती. ते धोका पत्करत राहिले. त्यांनी भारतीय सैन्यदलाच्या श्रेष्ठ परंपरेला साजेसा अत्युत्तम त्याग केला.

'ये दिल मांगे मोअर' या त्यांच्या घोषणेमुळे देशप्रेमाला एक नवा अर्थ प्राप्त

झाला. आपल्या सैनिकांकडून देशाची काय अपेक्षा आहे? लोकांकडून सैनिकांना कोणत्या पाठिंब्याची अपेक्षा असते? कॅप्टन विक्रम बात्रांसारख्या तरुण अधिकाऱ्यांच्या आयुष्याकडून काय मागण्या आहेत. मोठे धोके, मोठी आव्हाने? ह्या सर्व गोष्टींना नवा अर्थ प्राप्त झाला आहे.

'कितीही मोठे आव्हान असले तरी ते स्वीकारण्यासाठी जिवाचे रान करू, आणखी सांगा!' असे सांगणारेच हे विधान आहे. आपण पत्करत असलेल्या धोक्याची कॅप्टन बात्रांना कल्पना होती. पण बहुतेक तरुण अधिकाऱ्यांप्रमाणेच, मृत्यूची शक्यता त्यांच्या मनाला शिवलीच नाही. ते त्या दिवसासाठी जगले. प्रत्येक दिवसासाठी जगले पण भरभरून जगले.

युद्धबंदीपूर्वीच्या शेवटच्या लढाईत पोहोचण्यासाठी अशक्य असणाऱ्या ठिकाणी शत्रूने जोरदार गोळीबार चालू केल्यामुळे, त्यांच्या बटालियनला हल्ला थांबवावा लागला होता. एका अरुंद कड्यावरून जाणारा फक्त एक मार्ग होता व तो शत्रूच्या ताब्यात होता. त्यांच्या अचाट साहसी कृत्यामुळेच ती जागा हस्तगत झाली पण त्यात त्यांच्या प्राणाची आहुती पडली. त्यांनी वडिलांना पाठवलेल्या शेवटच्या पत्रावरून जाणवतेय की त्यांना स्वत:पेक्षा वडिलांची जास्त काळजी वाटत होती. 'आधीच्या' लढाईतील यशाबद्दल ते सांगतात व पुढच्या कार्यातील यशासाठी प्रार्थना करायला सांगतात.

'मी पुन्हा खाली केव्हा यायला निघेन सांगता येत नाही. पण जेव्हा शक्य होईल तेव्हा मी तुम्हांला फोन करेन. माझ्या पुढच्या कामातील यशासाठी प्रार्थना करा. काळजी घ्या.'

तुमचा मुलगा विकी.

◆

मानपत्र

रायफलमन संजय कुमार

१३ जम्मू-काश्मीर रायफल्स (१३६०५३३)

४ जुलै, १९९९ला मुश्कोह खोऱ्यातील पॉइंट ४८७५चा पठारी भाग हस्तगत करण्याची जबाबदारी, ज्या सैनिकी तुकडीवर सोपवली होती, त्याचा म्होरक्या म्हणून कामगिरी करण्यासाठी रायफलमन संजय कुमार यांनी आपणहून पुढाकार घेतला होता. हल्ला करीत असताना शत्रुपक्षाकडच्या एका संगरातील स्वयंचलित तोफांच्या माऱ्यास, आपल्या सैन्यास तोंड द्यावे लागत होते. त्यामुळे त्यांना युद्ध थांबवणे भाग पडले. प्रसंगाचे गांभीर्य ओळखून, रायफलमन संजय कुमार यांनी वैयक्तिक सुरक्षिततेकडे संपूर्ण डोळेझाक करून, शत्रूवर गोळ्यांचा भडिमार केला. त्यानंतर झालेल्या समोरासमोरच्या लढाईमध्ये, ते स्वत: जखमी झाले; तरीही त्यांनी तीन घुसखोरांना ठार केले. त्यांना दुखापत झाली असूनही, त्यांनी दुसऱ्या संगरावर हल्ला केला. अचानक झालेल्या हल्ल्यामुळे भांबावलेल्या शत्रुसैनिकांनी, युनिव्हर्सल मशिनगन तिथेच टाकून पोबारा केला.

रायफलमन संजय कुमार यांनी ते युनिव्हर्सल मशिनगन उचलले व पळणाऱ्या शत्रुसैन्यांवर त्यातून गोळीबार केला व त्यांना ठार केले. जखमांमधून भळभळा रक्त वाहत असूनही, रणभूमीवरून परतण्यास त्यांनी नकार दिला. त्यांनी केलेल्या शौर्यपूर्ण कृतीने त्यांच्या सहकाऱ्यांनाही प्रेरणा मिळाली. त्यांनी निसरड्या, दुष्कर प्रदेशाची तमा न बाळगता, शत्रूवर हल्ला चढवला व शत्रूकडून तो पठाराचा भाग हस्तगत केला.

रायफलमन संजय कुमार यांनी समोर शत्रू उभा ठाकला असता अतुलनीय शौर्य, संयत धैर्य व कर्तव्यनिष्ठा यांचे प्रदर्शन घडवले.

(गॅझेट ऑफ इंडिया नोटीफिकेशन नं. १६ प्रेस/२०००)

* * *

सर्व प्रतिकूल परिस्थितीत संकटावर मात

‘खऱ्या प्रेमाची पारख ते कशाची आकांक्षा करते यावर नसून, ते प्राप्त न झाल्यास काय सहन करायची तयारी आहे यावर असते.’

– अॅनॉन.

तीन भाऊ व तीन बहिणी अशा सहा भावंडांपैकी संजय कुमार सर्वांत लहान. त्यांचे दोन्ही भाऊ भारत-तिबेट सरहद्द पोलीस म्हणून नोकरी करत आहेत. सर्वसाधारण उंचीचे, शिडशिडीत बांध्याचे संजय स्वभावाने शांत व बुजरे आहेत. गावानजीकच्या शाळेतून ते दहावी उत्तीर्ण झाले. यापुढील शिक्षण देणे आई-वडिलांना शक्य नव्हते. संजयच्या काकांनी जम्मू व काश्मीर रायफल्समध्ये नोकरी केली होती. १९६५च्या भारत-पाक युद्धात ते मारले गेले होते. त्याच रेजिमेंटमध्ये रुजू व्हायचे संजय यांनी ठरवले व ते ब्रँच रिक्रूटिंग ऑफिसमध्ये गेले. तिथे लेखी, शारीरिक व वैद्यकीय चाचण्यांमध्ये ते यशस्वी झाले पण गुणवत्तेमध्ये डावे ठरले. त्यांची निवड झाली नाही. दुसऱ्यांदा प्रयत्न केले, पुन्हा अपयश आले.

वैफल्यग्रस्त व निराश झालेले संजय नोकरीच्या शोधात दिल्लीला आले. जीप व गाड्या चालवण्याचे प्रशिक्षण घेतले व हिमाचल प्रदेशातील आपल्या गावी ते परतले. विलासपूरला त्यांना टॅक्सी ड्रायव्हर म्हणून नोकरी मिळाली. तरीही सैन्यदलात भरती व्हावयाचा निर्धार कायम होता. जबलपूर येथे सैन्यदलात भरती होण्यासाठी ते गेले. तिसऱ्या वेळी नशीब उघडले.

जम्मू व काश्मीर रायफल्समध्ये त्यांना नोकरी मिळाली. आपले स्वप्न साकारल्यामुळे संजय कुमारना आनंद झाला.

१९९९ मध्ये संजय यांची बटालियन, जम्मू व काश्मीर रायफल्स श्रीनगर येथे रुजू झाली होती. तिचा जून १९९९च्या पहिल्या आठवड्यात द्रास मोहिमेत समावेश करण्यात आला.

४ जुलै, १९९९ला फ्लॅट टॉप काबीज करण्याच्या मोहिमेत हल्ला करणाऱ्या तुकडीच्या म्होरक्याचे काम करण्यास, संजय कुमार यांनी आपणहून पुढाकार

घेतला. जसे लढाईला तोंड फुटले तसे, शत्रुसैन्याकडच्या एका संगरामुळे मोठेच संकट उभे राहिले. स्वयंचलित तोफांमधून होणाऱ्या गोळीबारामुळे मोहीम थंडावली होती. या परिस्थितीचे गांभीर्य संजय कुमारना उमगले. ते शत्रूच्या संगरावर तुटून पडले.

त्यानंतर झालेल्या समोरासमोरच्या लढतीमध्ये तीन घुसखोरांना त्यांनी ठार केले. स्वत:ला झालेल्या दुखापतीची दखल न घेता दुसऱ्या संगरावर हल्ला केला. या अचानक झालेल्या हल्ल्याने शत्रूच्या सैनिकांना हबका बसला व आपले युनिव्हर्सल मशिनगन तिथेच टाकून त्यांनी पोबारा केला. रायफलमन संजय कुमार यांनी ते युनिव्हर्सल मशिनगन उचलले व पळणाऱ्या शत्रुसैनिकांना ठार करण्यासाठी त्याचा वापर केला. त्यांच्या या शौर्यपूर्ण, धैर्याच्या कृत्यामुळे त्यांनी आपल्या सहकाऱ्यांनाही प्रोत्साहित केले. त्यांनी जोरदार हल्ला चढवला व पठार सर केले.

पॉइंट ४८७५ हस्तगत करण्याच्या मुश्कोह खोऱ्यातील युद्धामध्ये १३ जम्मू व काश्मीर रायफल्सच्या दोन व्यक्तींना 'परमवीर चक्र' पदके देऊन गौरवण्यात आले. कॅप्टन विक्रम बात्रांना 'लेज' हे ठिकाण ताब्यात घेतल्यावर 'परमवीर चक्र' प्रदान केले व रायफलमन संजय कुमारना 'फ्लॅट टॉप' हे ठिकाण घेतल्यावर 'परमवीर चक्र' दिले गेले. देशाच्या सैन्यदलाच्या इतिहासात असे प्रथमच घडले.

संजयना झालेल्या जखमांमधून खूप रक्त वाहत होते तरीही युद्धभूमी सोडायला त्यांनी नकार दिला.

त्यांच्या या साहसी कर्तृत्वामुळे, निर्धारित कामापलीकडे जाऊन केलेल्या कर्तव्याबद्दल त्यांना 'परमवीर चक्र' हा देशातील सर्वोच्च बहुमान देऊन गौरवले आहे.

◆

मानपत्र

लेफ्टनंट मनोजकुमार पांडे

१/११ गुरखा रायफल्स (IC ५६९५९)

'ऑपरेशन विजय' या मोहिमेमध्ये लेफ्टनंट मनोजकुमार पांडे यांनी भाग घेतला होता. त्यांनी शत्रूवर अनेक जोरदार हल्ले केले. त्यामुळे बटालिकमध्ये घुसखोरांचे खूप नुकसान झाले व जौबार पठार हस्तगत करणे शक्य झाले.

२/३ जुलैच्या रात्री त्यांची पलटण खालूबार येथे कूच करत असताना, शेवटचे लक्ष्य गाठण्याच्या वाटेवर, आजूबाजूच्या उंच ठिकाणावरून, त्यांच्यावर शत्रूकडून खूप गोळीबार झाला. शत्रूने पाडलेल्या प्रकाशात ते सहज टिपले गेले असते. त्यांना हुसकावून लावण्याची कामगिरी लेफ्टनंट पांडे यांच्यावर सोपवली होती. त्यामुळे बटालियनचा पुढचा प्रवास निर्धोक झाला असता. शत्रूकडून तोफांची सरबत्ती चालू असतानाही, त्यांनी आपल्या तुकडीस चांगला पवित्रा घेता येईल, अशा ठिकाणी हालवले. आपल्या तुकडीच्या एका गटाला शत्रू असलेल्या ठिकाणावर उजवीकडून पाठवले व स्वत: शत्रूचा बीमोड करण्यासाठी डावीकडून गेले. शत्रूच्या पहिल्या ठिकाणावर त्यांनी निर्भीडपणे हल्ला केला व दोन सैनिकांना कंठस्नान घातले. दुसरे ठिकाण नष्ट करण्यासाठी केलेल्या हल्ल्यात, आणखी दोघांना मारले. तिसरे ठिकाण सर करत असताना, त्यांच्या खांद्याला व पायाला दुखापत झाली पण स्वत:ला झालेल्या जखमांची पर्वा न करता, त्यांनी निर्भीडपणे, चौथ्या ठिकाणावर हातगोळे फेकत हल्ला केला व ते ठिकाण उद्ध्वस्त केले. त्यांच्या कपाळाला जबर जखम झाली व ते

धारातीर्थी पडले. लेफ्टनंट पांडे यांनी ह्या एकहाती दिलेल्या विलक्षण लढतीमुळे, त्यांच्या अचाट साहसी कृत्यामुळे, कंपनीला अत्यंत उपयोगी असे मोक्याचे ठिकाण हस्तगत करता आले व त्यामुळे खालुबारवर ताबा मिळवणे शक्य झाले.

लेफ्टनंट मनोज पांडे यांनी अतुलनीय शौर्य, धैर्य, अत्युत्तम नेतृत्व, कामावरची असीम निष्ठा यांचे प्रदर्शन केले व त्यांनी भारतीय सेनादलाच्या उच्चतम परंपरेला साजेसा, असा सर्वश्रेष्ठ त्याग केला.

(गॅझेट ऑफ इंडिया नोटीफिकेशन नं. १६ प्रेस/ २०००)

* * *

गुरखा योद्धा

'आपल्या बांधवांच्या कल्याणासाठी माणूस जसे काम करतो त्याच प्रमाणात त्याला श्रेष्ठत्व प्राप्त होते.' – महात्मा गांधी.

'बटालिकचा हिरो' मनोज पांडे यांचा जन्म २५ जून, १९७५ला लखनौला झाला. गोपीचंद व मोहिनी पांडे हे त्यांचे माता-पिता. गतकालातील अनेक शूरवीरांप्रमाणेच आईने सांगितलेल्या शौर्याच्या, धैर्याच्या गोष्टी ऐकूनच मनोज लहानाचे मोठे झाले व वडिलांनी चोखाळलेल्या सदाचरणाच्या मार्गावर त्यांनी मार्गक्रमणास आरंभ केला. ही नैतिकमूल्ये मनोजच्या मनात नुसती रुजलीच नव्हती, तर अगदी लहान वयातच त्यांनी त्या गुणांचे– निश्चय व खंबीरपणाचे– प्रदर्शनही केले होते.

मनोजनी लहानपणीच ठरवले होते, की आपण मिलिटरी ऑफिसर व्हायचे, युद्धात आपल्या लोकांचे नेतृत्व करायचे व देशासाठी भरीव कामगिरी करायची. त्यांनी लखनौ येथील सैनिकी शाळेत व खडकवासला येथील नॅशनल डिफेन्स ॲकॅडमीमध्ये शिक्षण घेतले. विद्यार्थी व प्रशिक्षित सैन्याधिकारी म्हणून शिक्षण घेत असतानाही त्यांच्या बुद्धिमत्तेबद्दल व सचोटीबद्दल ते प्रसिद्ध होते. ते जसे हुशार विद्यार्थी होते तसेच उत्तम खेळाडूही होते. त्यांचे आपल्या कुटुंबाशी दृढ संबंध होते. त्यांच्या नाजूकशा चणीच्या पण निर्भीड आईचा त्यांच्यावर खूप प्रभाव होता.

'माझ्या शूर मुला, पुढे जा. यश व मानसन्मान घेऊनच परत ये', हा आईचा शौर्यपूर्ण संदेश त्यांनी हृदयात जतन केला होता.

जेव्हा अकराव्या गुरखा रायफल्सच्या पहिल्या बटालियनमध्ये अधिकारी म्हणून कमिशन मिळाले व काश्मीर खोऱ्यात युद्धासाठी जाण्याची संधी मिळाली, तेव्हा मनोजचे स्वप्न सत्यात उतरले. अगदी दुसऱ्याच दिवशी आपले वरिष्ठ लेफ्टनंट पी.

एन. दत्ता यांच्याबरोबर महत्त्वाच्या मोहिमेमध्ये भाग घेण्याची संधी मिळाली. पी. एन. दत्तांनी, दहशतवाद्यांबरोबर धैर्याने लढा दिला व त्यासाठी आपल्या प्राणांची आहुती दिली. त्याबद्दल त्यांना व त्यांच्या युनिटला 'अशोकचक्र' हे युद्धाव्यतिरिक्त शौर्यपूर्ण कामगिरीसाठी देण्यात येणारे, देशातले उच्चतम पदक बहाल करण्यात आले.

भारतीय परंपरेतील शूरवीरांप्रमाणेच, मनोज, आपल्या ईप्सित ध्येयाच्या पूर्ततेसाठी सर्वतोपरी प्रयत्न करण्याची पराकाष्ठा करत असत. तशी ते थोडीच वर्षे नोकरीत होते. त्यांनी नेहमीच देशहिताला प्राधान्य दिले. त्यागाचा विचार न करता, कर्तव्याविषयी असलेली निष्ठा हा त्यांच्या स्वभावाचा स्थायिभाव होता, हे अनेक प्रसंगी दिसून आले होते.

सैन्यदलात भरती झाल्यावर लगेचच, तरुण मनोज आपली तुकडी गस्त घालण्याच्या कामावर घेऊन गेले. पुष्कळ वेळ झाला तरी ते परतले नाहीत, त्यामुळे काळजी उत्पन्न झाली होती. सरतेशेवटी निर्धारित वेळेनंतर दोन दिवसांनी ते परतले. कमांडिंग ऑफिसरने त्यांना विचारले, 'उशीर का झाला?' मनोजने उत्तर दिले, 'आम्हाला कोणी अतिरेकी दिसले नाहीत व अतिरेकी मिळेपर्यंत आम्ही पुढे पुढे जात राहिलो.'

जेव्हा त्यांच्या बटालियनला सियाचीन मोहिमेसाठी जायचे होते तेव्हा मनोज, 'तरुण ऑफिसर'ना करावा लागणारा अभ्यासक्रम पार पाडत होते. एका कठीण मोहिमेवर आपली माणसे जात असताना, आपणाला मात्र जाता येत नसल्यामुळे ते बेचैन झाले होते. मनोजने कमांडिंग ऑफिसरना पत्र पाठवले, 'जर बटालियन नॉर्दर्न ग्लेसियरला गेली तर माझ्यासाठी 'बना पोस्ट' राखून ठेवा व जर सेन्ट्रल ग्लेसियरला गेली तर, 'पहालबन पोस्ट' राखून ठेवा.'

हिमनदीच्या उत्तरेकडच्या व मध्य भागातील ही अत्युच्च ठिकाणे असून ती सर करण्याची मोहीम अत्यंत अवघड होती. पुढे मनोजनी या एकोणीसहजार सातशे फूट उंचीवर असणाऱ्या ठिकाणी, आपल्या कारकीर्दीचा इतर कोणाहीपेक्षा अधिक काळ व्यतीत केला. नियोजित काम पार पाडण्यासाठी मनोज इतके उत्साही व उतावीळ असत की, त्यांचे कमांडिंग ऑफिसर म्हणत असत, 'मनोजला एका जागी ठेवण्यासाठी नांगरच टाकण्याची जरुरी आहे.'

त्यांनी अत्यंत अवघड कामे शिरावर घेतली व ती ते हसत हसत पार पाडतील व केलेले काम उत्कृष्टच असेल, याची सर्वांना खात्री होती.

कारगीलमध्ये त्यांच्या बटालियनने स्वीकारलेल्या प्रत्येक मोहिमेमध्ये त्यांनी भाग घेतला होता. खालुबारच्या लढाईमध्ये त्यांनी गाजवलेल्या पराक्रमाचा हा वृत्तांत.

खालुबारची लढाई

११ गुरखा रायफल्सच्या पहिल्या बटालियनने, नुकतीच सियाचीन ग्लेसियर येथे एक अवघड मोहीम पार पाडली होती व त्यातील ऑफिसर्स व सैनिक 'पीस-स्टेशन' म्हणून पुण्याला जायला उत्सुक होते. बटालियनची पहिली तुकडी पुण्याला पोहोचली आणि त्यांनी आपले थंड हवेत वापरावयाचे कपडे व शस्त्रास्त्रे परत दिली. यांपैकी बरेचजण रजेवरही गेले. कमांडिंग ऑफिसरने वेळेआधी निवृत्ती स्वीकारली. त्यांच्या हाताखालचा अधिकारी रजेवर गेला आणि बटालियनचे नेतृत्व द्वितीय स्थानावर असणारे पाहत होते. जगातील सर्वांत अधिक उंचीवरची युद्धभूमी असणाऱ्या सियाचीनसारख्या ठिकाणी, युद्ध करण्याचे वेगळे परिणाम जाणवत असतात. नेहमीच्या शत्रूबरोबर प्रतिकूल वातावरण व हवामान हेही दमछाक करणारे शत्रू असतात. या लढाईत सैनिक थकून गेले होते. प्रत्येक सैनिकांचे जवळजवळ पाच-एक किलो वजन घटले होते.

अशा या परिस्थितीमध्ये बटालियनला कारगील सेक्टरमधील लढाईसाठी जाण्याचे आदेश दिले गेले.

महत्त्वाची साधने नसताना, मनुष्यबळ कमी असताना आणि कमांडिंग ऑफिसरच्या अनुपस्थितीत, बटालियनवर अशक्यप्राय गोष्ट करावयाची जबाबदारी येऊन पडली. अधिकाऱ्यांनी यास सकारात्मक प्रतिसाद दिला व अशक्य गोष्ट शक्य करून दाखवली. सैनिकांनी दाखवलेल्या निर्धाराबद्दल, परिस्थितीशी जुळवून घेऊन दाखवलेल्या लढाऊबाण्याबद्दल, जेवढी प्रशंसा करावी तेवढी थोडीच आहे.

१/११ गुरखा रायफल्सना 'ऑपरेशन विजय' या मोहिमेवर पाठवले होते. जोखमीची अवघड कामे करण्यासाठी लेफ्टनंट मनोज पांडे सदैव तत्पर असत. अग्रस्थानी लढण्यासाठी पुढे गेलेले, ते बहुधा पहिलेच ऑफिसर.

९ मे, १९९९ला आपल्या भागात गस्त घालणाऱ्या आधीच्या तुकडीच्या चार जवानांचे मृतदेह, प्रथम मनोज पांडेंनाच मिळाले. पाकिस्तानी घुसखोरांबरोबर झालेल्या झटापटीत हे चौघे सैनिक मरण पावले होते. त्यानंतर मनोज पांडेंनी कुकर थांगवर ताबा मिळवण्यासाठी मोहीम फत्ते केली. 'जुबर' हस्तगत करण्याच्या मोहिमेतही त्यांचा सहभाग होता आणि मनोज पांडेंनीच तिथे प्रथम चौकी बांधली.

२-३ जुलै, १९९९ला १/११ गुरखा रायफल्सच्या 'बी' कंपनीवर 'खालुबार' हस्तगत करण्याची जबाबदारी सोपवली गेली. लेफ्टनंट मनोज पांडे नं. ५ च्या पलटणीचे कमांडर होते. त्यांनी खालुबारवर हल्ला केला व ते जसे पुढे गेले, तसे सभोवतालच्या उंच टेकड्यांवरून व तिथे असलेल्या शत्रूच्या खंदकांमधून त्यांच्यावर तोफांचा भडिमार झाला. खंदकातून शत्रूला हुसकावून लावण्याची जबाबदारी मनोज पांडेंवर सोपवली होती. त्यांनी आपल्या पलटणीची पुनर्रचना केली व मोक्याची

जागा हस्तगत केली. हवालदार भीमबहादूरला उजव्या बाजूचे दोन खंदक उद्ध्वस्त करावयाचे काम दिले व डावीकडच्या चार खंदकांचा नायनाट करायला ते स्वत: चालून गेले. एकामागून एक खंदकांवर हल्ला करून त्यांनी चार शत्रुसैनिकांना कंठस्नान घातले. तिसऱ्या खंदकावर हल्ला करून तो हस्तगत करताना त्यांच्या खांद्याला व पायाला दुखापत झाली. आपल्या दुखापतीकडे पूर्णपणे दुर्लक्ष करून त्यांनी चौथ्या खंदकावर, 'आयो गुरखाली' (गुरखा आले आहेत!) ही रणगर्जना देत हल्ला केला. चौथ्या खंदकावर हातातला बॉम्बगोळा (ग्रेनेड) फेकताना, मध्यम पल्ल्याच्या मशिनगनचा गोळा त्यांच्या कपाळावर फुटला.

पण धारातीर्थी पडण्याआधी, त्यांच्या हातातल्या बॉम्बगोळ्याने लक्ष्य साधले होते आणि चौथ्या खंदकात असलेल्या शत्रूचा नि:पात झाला होता.

त्यांच्या अचाट कर्तृत्वामुळे शत्रूचे सहा भक्कम खंदक आपल्या ताब्यात आले होते व अकरा पाकिस्तानी सैनिक ठार झाले होते. एअर डिफेन्स गनसह, पुष्कळ शस्त्रास्त्रांचा साठा हस्तगत झाला होता.

खंदक हस्तगत झाल्यामुळे आपणाला एक भक्कम तळ उपलब्ध झाला आणि त्यामुळे खालुबार काबीज करण्यात यश मिळाले.

लेफ्टनंट मनोज पांडे यांनी धैर्याने व निर्धाराने आपल्या तुकडीचे नेतृत्व केले. स्वत: जखमी होऊनही त्यांनी आपल्या माणसांना प्रोत्साहित केले. त्यांच्यानंतरही, त्या लोकांनी धीरोदात्त कामगिरी पार पाडली.

ज्या देशाबद्दल मनोज यांच्या मनात इतके प्रेम होते, त्यासाठी त्यांनी वैभवशाली परंपरा मागे ठेवली व पुढच्या पिढीतील तरुण अधिकाऱ्यांना व जवानांना त्या परंपरेचे अनुसरण करण्यासाठी प्रोत्साहित केले.

कदाचित खालील शब्द त्यांच्या भावनांचे यथार्थ वर्णन करतील–

'नैनं छिन्दन्ति शस्त्राणि नैनं दहति पावक: ।
न चैनं क्लेदयन्त्यापो न शोषयति मारुत: ।'

– भगवद्गीता

बटालिकचा पुंगीवाला (शोबिताने आठवणींना दिलेले शब्दरूप)

पुंगीवाल्याची आठवण माझ्या मनात रुंजी घालतेय. चैतन्याने रसरसलेला एक तरुण अधिकारी मुलांपुढे नाचतोय. गावातील मुले आनंदाने बेभान होऊन त्याच्यामागे धावत आहेत. पुंगीवाला अचानक थांबतो, वळतो व गोळ्या उधळतो. मुलं त्या पकडतात व पुन्हा त्याच्यामागे धाव घेतात. तामिसगावचा पुंगीवाला म्हणून आपण त्याला पुढे संबोधणार आहोत.

मुलांबरोबर टिवल्याबावल्या केल्यानंतर, तो गावच्या चावडीवर उभा राहिला. त्याच्या नम्र भाषणाने सगळ्या गावकऱ्यांना प्रभावित केले. सगळ्या गावातील लोकांसमोर हातात माईक घेतलेली त्याची छबी आमच्या कॅमेऱ्याने पकडली आहे. माझी मुले त्याचा फोटो छातीशी कवटाळून, पांडेकाकांच्या गोष्टी सांगतात. त्यांचा पुंगीवाला, पांडेकाका शत्रूच्या गोळीची शिकार झाला. 'कॅप्टन मनोज पांडे' साऱ्या देशाला 'बटालिक हिरो' म्हणून ठाऊक आहे.

१९९९च्या मार्च महिन्यामध्ये आम्हाला तू लेहला भेटलास. संध्याकाळी जेवणघरामध्ये, आधीच जास्त उपयोगात आणल्यामुळे क्षीण झालेल्या जनरेटरच्या प्रकाशामध्ये दम शरास (dumb charades) व इतर खेळ खेळताना, तुझा हजरजबाबीपणा व विनोदी स्वभाव यांमुळे आमची फार करमणूक झाली. जेवणाच्या आधी डार्ट व टेबल टेनिस खेळण्यासाठी, मुले तुझी प्रतीक्षा करत असायची. तू व इतर तरुण अधिकाऱ्यांनी आयोजित केलेल्या सहली व सफरी ह्या आयुष्यातील 'आनंदाचे अविस्मरणीय क्षण' म्हणून आमच्या मनात कोरल्या गेल्या आहेत.

वसंत ऋतूमध्ये लडाकमधील जमीन अंकुरली. भव्य उत्तुंग हिमशिखरे, मधूनच वाहणारी सिंधू, बुद्धमठाची पवित्र शांतता ही एक सुरेख चित्राकृती होती. हिमनदीच्या परिसरात अत्यंत कठीण अशी कामगिरी यशस्वीपणे पार पाडल्यावर, आपल्या बटालियनमधील सैनिकांना विसावा घेण्यासाठी, हे अत्यंत उचित असे दैवी निवासस्थान होते. रात्रीच्या जेवणाच्या वेळी मद्याचा एखादा-दुसरा पेला प्राशन केल्यानंतर आम्हाला हिमनदीच्या परिसरातल्या, कथा ऐकावयास मिळत. त्या कधी रोमांचकारी, कधी भीतिदायक, कधी खराब हवामानात व खडकाळ भूप्रदेशांत लढलेल्यांच्या असत, कधी छुप्या घळी, कधी खडे चढ, भोगलेली दुखणी तर कधी हास्याचे कारंजे त्यात दिसत. हे सर्व ऐकून, तुम्हा सर्वांबद्दलचे कौतुक व आदर दुणावला. याबद्दल आम्ही कृतज्ञतापूर्वक, देवाचे आभार मानतो आणि त्याच्या आशीर्वादासाठी प्रार्थना करतो.

आमची भाबडी आशा होती की हे (दुष्टचक्र) आता संपलेय. आम्ही हास्यविनोद करत आमच्या युनिटला हलविण्याची योजना आखली. पण हे आनंदाचे क्षण क्षणभंगुर आहेत व तुम्हाला एका कठीण कसोटीचा सामना करावा लागणार आहे याची आम्हाला जरासुद्धा कल्पना नव्हती. अखेरचे ते दिवस आपण खूप मजेत घालवले. पण तुमच्या शौर्याच्या आठवणी साठवण्याचे, ते शेवटचे दिवस आहेत याची आम्हाला कल्पना नव्हती. इथून पुढे तुमच्या शौर्यकथांबरोबर, त्या क्षणांची आठवण आम्ही मनात जतन करू. तू एकट्याने आयोजित केलेला 'वेलफेअर मेला' आम्हाला ठळकपणे आठवतोय. त्याच्या आयोजनाच्या वेळी झालेल्या चर्चा, बारीकसारीक तपशिलात जाऊन तू केलेले नियोजन आठवतेय, सगळे गाव नकळत

त्यात सहभागी झाले होते. लहान मुलांनी त्यांचा पारंपरिक नाच केला. भुकेलेल्यांसाठी चांगलेचुंगले खाद्यपदार्थ होते. तू सर्व गोष्टींचे विचारपूर्वक आयोजन केले होतेस. तो मेळा फारच यशस्वी ठरला.

परतीच्या वाटेवर आमच्यापैकी एकजण म्हणाला, उद्या १ एप्रिल आहे. तेव्हा आपण मजा करू या. तुझी मस्करी करायचे ठरले. योजनेला मूर्तस्वरूप आले. संध्याकाळी जेवणाच्या वेळी 'गोळाफेकी'च्या प्रशिक्षणासाठी मौहला ताबडतोब हजर राहण्याचा संदेश तुला दिला गेला. दिवसभराच्या श्रमाने तू दमला होतास. हे कसं करायचे या विचाराने, तू थोडावेळ गोंधळलास व सर्व कसं करायचं ह्या विचारात पडलास. अनेक सूचना दिल्यास, हसू दाबून आम्ही तुला शुभेच्छा दिल्या. सबंध रात्रभर तू सामानाची बांधाबांध करत असल्याचे, दुसरे दिवशी सकाळी निघणार असल्याचे भासवलेस.

तुला निरोप देण्यासाठी इतर तरुण अधिकारी तुझ्याबरोबर नाचले. सकाळी तू रिकाम्या बॅगा गाडीमध्ये ठेवल्यास. सगळ्यांचा निरोप घेऊन गाडीत चढलास. प्रवेशद्वाराजवळ लिहिले होते. 'एप्रिल फूल.'

तुला परत जायला सांगण्यात आले. तू परतल्यावर हास्याचे कारंजे फुलले. कोणी कोणाची गंमत केली हाच मोठा प्रश्न होता. आपण सर्वांनीच त्या गमतीचा आनंद लुटला.

पण आता आम्हा सर्वांना मागे ठेवून तू स्वर्गात गेला आहेस. तू उच्चपदाला पोहोचला आहेस आणि आमच्याजवळ तुझ्या फक्त आठवणी राहिल्या आहेत. हे शूर गुरखा अधिकाऱ्या, आम्ही तुला मानवंदना देतोय!

शोबिता अस्थाना

इंडियन एक्सप्रेस, १० सप्टेंबर, १९९९.

◆

मानपत्र

ग्रेनेडिअर योगिंदर सिंग यादव

१८ ग्रेनेडिअर्स (२६९०५७२)

ग्रेनेडिअर योगिंदर सिंग यादव यांचा 'घटक पलटणी'च्या अग्रणी तुकडीमध्ये समावेश होता. ३/४ जुलै, १९९९च्या रात्री 'घटक पलटणी'वर टायगर हिल काबीज करण्याची जबाबदारी सोपवली होती. या टेकडीवर जाण्याचा रस्ता उभ्या कड्यांचा, खडकाळ व बर्फाच्छादित होता. अशा रस्त्यावर जाण्यासाठी त्यामध्ये असणाऱ्या धोक्याकडे पूर्ण दुर्लक्ष करून, योगिंदर सिंग यांनी आपणहून पुढाकार घेतला व आपल्या तुकडीतील सैनिकांना वर चढण्यासाठी दोरखंड लावले. वर चढणाऱ्या सैनिकांना पाहून शत्रूने स्वयंचलित तोफांमधून, रॉकेटमधून व बंदुकीतून भडिमार चालू केला. त्यामुळे त्यांचे दोन सहकारी व कमांडर मारले गेले आणि पलटणीचे काम खोळंबले. परिस्थितीचे गांभीर्य ओळखून ग्रेनेडिअर योगिंदर सिंग यादव, शत्रूच्या ठिकाणापर्यंत रांगत गेले व त्यांनी शत्रूच्या तोफांचा आवाज बंद करायचा प्रयत्न केला. शत्रूने त्यांच्यावरही गोळीबार केला. त्यामुळे त्यांना जखमा झाल्या. आपल्या जखमांकडे व शत्रूच्या माऱ्याकडे दुर्लक्ष करून, ग्रेनेडिअर यादव शत्रूच्या ठिकाणांकडे चढतच राहिले. त्यांनी हातगोळे भिरकावले व आपल्या बंदुकीतून शत्रूवर सतत गोळीबार करत राहिले. जवळच्या झटापटीत त्यांनी शत्रूच्या चार सैनिकांना कंठस्नान घातले व त्यांच्या स्वयंचलित तोफा निकामी केल्या. बंदुकीच्या गोळ्यांनी ते खूप जखमी झाले असतानाही, परतण्यास त्यांनी नकार दिला व सतत बंदूक चालवत राहिले.

त्यांच्या धीरोदात्त कामगिरीने प्रोत्साहित होऊन त्यांच्या तुकडीच्या लोकांनी दुसऱ्या ठिकाणांवरही पुन्हा जोरदार हल्ला केला व टायगर हिल काबीज झाले.

ग्रेनेडिअर योगिंदर सिंग यादव यांनी अजोड धैर्य, असीम शौर्य, कणखरपणा, निश्चय या गुणांचे, अत्यंत प्रतिकूल परिस्थितीमध्ये प्रदर्शन केले आहे.

(गॅझेट ऑफ इंडिया, नोटीफिकेशन नं. १६ प्रेस/२०००)

* * *

शेवटचा शिलेदार

'प्रेमाची सात्त्विकता यातच आहे की, ते दुसऱ्यासाठी त्याग करायला आपल्याला बळ देते.' – जेम्स रसेल लोवेल.

उत्तर प्रदेशातील मीरच्या पूर्वेला अदमासे पन्नास कि.मी. अंतरावर असलेल्या औरंगाबाद-अहिर, बुलंदशार या खेड्यामध्ये १० मे, १९८०ला योगिंदर सिंग यादव यांचा जन्म झाला. त्यांना 'परमवीर चक्र' या पुरस्काराने सन्मानित केले तेव्हा ते फक्त एकोणीस वर्षांचे होते.

योगिंदरचे वडील, करनसिंग यादव हे कुमाऊँ रेजिमेंटमधून निवृत्त झाले होते. त्यांनी १९६५च्या व १९७१च्या भारत-पाक युद्धात भाग घेतला होता. लहान असताना योगिंदर व त्यांच्या भावांनी, त्यांच्या वडिलांकडून युद्धातील अनुभवाच्या गोष्टी ऐकल्या होत्या व दोन्ही भावांनी सैन्यदलात भरती व्हायचे ठरवले होते. वडीलभाऊ जितेंदर सिंग संरक्षण दलात भरती झाले. आपल्या भावाचे अनुकरण करून सोळा वर्षे पाच महिन्यांचे योगिंदरही ग्रेनेडिअर रेजिमेंटमध्ये भरती झाले.

त्यांना आठवत होते त्याप्रमाणे देशासाठी बलिदान केलेल्या लोकांच्या कथांनी ते प्रभावित झाले होते. जसे भारताच्या स्वातंत्र्यासाठी लढत देऊन, हसत हसत मृत्यूला कवटाळणारा भगतसिंग, बालवयात आपली सेना तयार करून परक्या देशापासून भारताच्या स्वातंत्र्यासाठी प्रयत्न करणारे सुभाषचंद्र बोस, ब्रिटिशांबरोबर लढत देऊन अगदी लहान वयात मृत्यूला कवटाळणारी झाशीची राणी लक्ष्मीबाई, यांच्या कथा.

आपल्या देशाला पारतंत्र्यातून मुक्त करणे अथवा परकीयांच्या देशावरील आक्रमणाविरुद्ध लढणे अशा गोष्टी ऐकताना त्यांच्या अंगावर रोमांच उभे राहत. सोळाव्या वर्षी भारतात येऊन स्वत:चे राज्य स्थापन करणाऱ्या बाबराच्या कथेनेही

ते भारावून जात असत. 'एखादा दिवस आपणही या शूरांसारखा पराक्रम करू शकू का?' असा विचार त्यांच्या मनात येई.

तो दिवस लवकरच उगवला. भारतामध्ये शौर्यासाठी देण्यात येणाऱ्या 'परमवीर चक्र' पदकाचे ते सर्वांत लहान वयाचे मानकरी ठरले. ज्या युद्धात त्यांनी हा पराक्रम गाजवला त्यासंबंधीचा हा वृत्तांत :

टायगर हिलची लढाई

द्रास सेक्टरमध्ये 'टायगर हिल' कॉम्प्लेक्स, हा भीतीयुक्त दरारा निर्माण करणारा महत्त्वपूर्ण भाग आहे. पाकिस्तानी सैनिकांनी तो काबीज केला होता व त्याच्यावर त्यांचे पूर्ण नियंत्रण होते. इथून नॅशनल हायवे 1 A वरील बऱ्याच भागावर ते परिणामकारकरीत्या तोफांचा भडिमार करत होते. शत्रूला तेथून हुसकावून लावणे फार निकडीचे होते आणि त्याचा द्रास सेक्टरवर चांगलाच प्रभाव पडला असता. २१ मे, १९९९ रोजी ८ सिख रायफलने टायगर हिल कॉम्प्लेक्स उत्तर, दक्षिण व पूर्व भागापासून एकाकी पाडला. परंतु शत्रुसैन्याने पर्वताची रांग व्यापल्यामुळे, पश्चिमेकडून तो वेगळा करणे जमलेले नव्हते. शत्रूची रसद तोडण्यासाठी शत्रुसैन्य जिथे होते, त्याच्या पिछाडीस जावे लागले असते व त्यासाठी नियंत्रण रेषेचे उल्लंघन करावे लागले असते. भारतीय सेनेस त्याची परवानगी नव्हती. ३-४ जुलैला १८ ग्रेनेडिअरवर, पूर्वेकडून हल्ला करून 'टायगर हिल'चा ताबा मिळवण्याची जबाबदारी दिली व ८ सिख येथे तळ उभारणार होती.

दक्षिणेकडून व उत्तरेकडून हल्ले करून पश्चिम भागापासून ही टायगर हिल एकाकी पाडण्याची कामगिरी ८ सिखवर सोपवली होती.

३ जुलै, रात्री साडेआठ वाजता टायगर हिलवरील हल्ल्यास सुरुवात झाली. ४ जुलैला रात्री दीड वाजता १८ ग्रेनेडिअर्सना आपल्या नियोजित उद्दिष्टांपैकी काही भागांवर ताबा मिळवता आला. ८ सिख पलटणीने ५ जुलै, १९९९ला पहाटे चार वाजता आपल्या हल्ल्यांचा फायदा उठवत टायगर हिलच्या पश्चिमेकडील डोंगराळ रांगांच्या एका भागावर कब्जा मिळवला व त्यांची रसद तोडली.

या दरम्यान १८ ग्रेनेडिअरने घनघोर लढाई करून टायगर हिलचा उरलेला भाग मिळवण्याचा प्रयत्न चालू ठेवला होता. ८ सिखने हस्तगत केलेला भाग, परत मिळवण्यासाठी शत्रूने केलेले हल्ले परतवून लावण्यात आले.

११ जुलै, १९९९ला टायगर हिल हस्तगत करावयाचे अंतिम उद्दिष्ट १८ ग्रेनेडिअरने साध्य केले व टायगर हिलची लढाई संपली.

१८ ग्रेनेडिअर व ८ सिखच्या सैनिकांनी दाखवलेली दृढ निष्ठा, रांगडे धैर्य, हिंमत व दृढनिश्चय हे गुण अनुकरणीय व प्रशंसनीय आहेत.

३-४ जुलैच्या रात्री हल्ल्याच्या पहिल्या फेरीमध्ये ग्रेनेडिअर यादव यांच्या, 'घटक (कमांडो)' पलटणीवर तीन खंदक काबीज करावयाचे काम सोपवले होते. या खंदकाकडे जाण्यासाठी १६,५०० फूट उंचीच्या बर्फाच्छादित उभ्या कड्यावरून चढून जावे लागत असे. ग्रेनेडिअर योगिंदर सिंग यादव यांनी ह्या हल्ल्याचे नेतृत्व करण्यात पुढाकार घेतला. ते कडा चढून गेले. पुढील हल्ला करण्यासाठी त्यांनी दोरखंड लावले. अर्धे अंतर चढून गेले इतक्यात, शत्रूच्या खंदकातून मशिनगनचा मारा चालू झाला, रॉकेटमधून मारा चालू झाला आणि त्यात त्यांच्या पलटणीचा कमांडर व त्यांचे दोन साथीदार मारले गेले. परिस्थितीचे गांभीर्य जाणून, शत्रू सैन्याकडून तुफानी गोळाफेक होत असतानाही योगिंदर तो खडा कडा चढत राहिले. तीन गोळ्यांनी त्यांच्या खांद्यावर व मांडीवर दुखापत झाली होती, तरीही सुपरमॅनसारख्या अचाट ताकदीने व निश्चयाने प्रेरित होऊन त्यांनी राहिलेले साठ फूट अंतर कापले व डोंगरमाथ्यावर पोहोचले. रांगत रांगत शत्रूच्या खंदकापर्यंत पोहोचले व त्यांनी हातातील ग्रेनेड उंच उडवून फेकले. त्यामुळे त्या खंदकातील चौघे सैनिक ठार झाले. स्वत:ला झालेल्या दुखापतींकडे दुर्लक्ष करून त्यांनी व त्यांना येऊन मिळालेल्या इतर दोन साथीदारांनी दुसऱ्या खंदकावर हल्ला केला व समोरासमोर झालेल्या भीषण लढाईत तीन पाकिस्तानी सैनिकांना ठार केले.

त्यांच्या असाधारण व धीरोदात्त कामगिरीने त्यांच्या पलटणीच्या इतर सहकाऱ्यांना प्रोत्साहित केले व त्यांनी टायगर हिलच्या बाकीच्या भागावर हल्ला केला. ह्याचा फायदा नंतर झालेल्या लढाईत झाला व टायगर हिलवर ताबा मिळवता आला.

योगिंदर सिंग यांनी केलेल्या अचाट कामगिरीबद्दल त्यांना 'परमवीर चक्र' देऊन सन्मानित केले आहे.

◆

कारगील युद्धाची निष्पत्ती

'घरामध्ये चांगले मार्गदर्शन, सल्लामसलत झाली नसेल, तर युद्धभूमीवर सैन्य निरुपयोगी पडते.' – मार्कस् तुलियस सिसेरो.

कारगील हे असे युद्ध आहे की, जे घडावयासच नको होते. यावरून एकच सिद्ध होते 'इतिहासाकडून आम्ही एकच धडा शिकलो आहोत की इतिहासाकडून आम्ही काहीही शिकत नाही.' कारगीलचे युद्ध हे आमच्या पूर्वीच्याच अनेक चुकांची परिणती आहे.

आणखी कारगील युद्धे होतील का? याचे नि:संदिग्ध उत्तर 'होय' असेल. जोपर्यंत राजकीय व सैन्यदलाचे नेतृत्व हे मानत नाही की, आपल्या कार्यप्रणालीमध्ये फार मोठ्या उणिवा आहेत, ज्यामुळे पाकिस्तानने हा वेडगळ साहसी प्रयत्न करून पाहिला! या चुकांची पुनरावृत्ती होणार नाही, हेही आपल्या नेतृत्वाने लक्षात घ्यायला हवे. मुलकी व सैनिकी अधिकाऱ्यांनी ह्या प्रश्नांची उत्तरे शोधावयास हवीत की, सत्य शोधण्याचा व मिळालेल्या माहितीच्या उपयोगाचा प्रयत्न होतो का? सैन्यदलासाठी आवश्यक त्या साधनांची, शस्त्रास्त्रांची मागणी करून ती मिळवणे त्यांना शक्य होते का? अधिकाराच्या सर्व स्तरांतील जबाबदारी व विश्वासार्हता स्वीकारणे शक्य आहे का?

स्वातंत्र्यप्राप्तीनंतरच्या काळातील मुलकी व सैनिकी दोन्ही हेरखात्यांच्या माहितीचे अपयश हे आमचे जुने दुखणे आहे. जे कोणी सत्तेवर असतील ते हा दोष मान्य करून, सुधारण्यासाठी प्रयत्न करत नाहीत, तोपर्यंत हे असेच चालू राहणार.

ज्या भागात परिस्थिती निश्चित संशयपूर्ण होती, तेथे आम्ही बेसावध राहिलो व ते अक्षम्य आहे. त्यामध्ये तेथे तैनात केलेल्या फौजा व अधिकारी यांचाही समावेश आहे. सगळ्यांत वाईट गोष्ट होती ती म्हणजे दुसऱ्या कोणावर तरी, खापर फोडण्याची वृत्ती! दुसऱ्यावर कामाची जबाबदारी ढकलण्याची वृत्ती यास कारणीभूत आहे. तसेच आवश्यक त्या बाबी उपलब्ध आहेत किंवा नाहीत याची खातरजमा न करता, चूक सावरण्यासाठी प्रथम फौजांना पुढे ढकलून, त्यांना अशक्य कोटीतले

काम करावयास लावण्याची आपली वृत्ती हीसुद्धा अक्षम्य आहे.

या युद्धानंतर सरकारने 'कारगील रिव्ह्यू कमिटी' नावाची कमिटी स्थापन केली. पाकिस्तानने कारगीलमध्ये आक्रमण केले, त्याला कारणीभूत झालेल्या घटनांचे मूल्यमापन करावयाचे काम, ह्या कमिटीवर सोपवले होते. तसेच अशी सैनिक घुसखोरी पुन्हा होऊ नये, म्हणून देशाच्या संरक्षणासाठी कोणते प्रतिबंधात्मक उपाय करावे, याचाही विचार करावयाचा होता.

हा अहवाल सैनिकी इतिहास, सैनिकी भूगोल व काय घडले ह्याचा उत्तम दस्तऐवज आहे. पण जे घडले त्याची जबाबदारी व उत्तरदायित्व या गोष्टींबद्दल कोरा आहे. याबद्दल विचारणा झाली असता, कमिटीचे उत्तर होते, 'हा या अहवालाचा उद्देश नव्हता'. हे उत्तर अर्थातच प्रश्नकर्त्यांचे समाधान करू शकले नाही.

एक गोष्ट विचाराविशी वाटते, 'देशाच्या सुरक्षिततेसाठी आवश्यक असणाऱ्या उपायात, 'जबाबदारी व उत्तरदायित्व' या गोष्टींची आवश्यकता या प्रमुख बाबी नाहीत का?'

जबाबदारीच्या बाबी हाताळणीमध्ये सरकारची असमर्थताच दिसून येते. त्यामुळे या अहवालामध्ये कारणांचा शोध घेण्याऐवजी, घडलेले दडवण्याचाच अट्टाहास जाणवतो.

जोपर्यंत आपल्या कार्यप्रणालीमध्ये, पारदर्शकता येत नाही; तोपर्यंत अशी परिस्थिती, अनेकवेळा उद्भवण्याची शक्यता आहे आणि ही दुःखद गोष्ट आहे.

हे सांगून झाल्यावर हेही सांगणे आवश्यक आहे की, जशी परिस्थिती स्पष्ट झाली तसे, सरकारने व सैन्यदलाने जिंकण्याची जिद्द दाखवली. त्यांनी दाखवलेले राजकीय व रणांगणावरील कौशल्य हे वाखाणण्याजोगे आहे. राजकीय, आर्थिक व आंतरराष्ट्रीय असा पुष्कळ दबाव असतानाही, त्यांनी आपल्यापुढे स्पष्ट उद्दिष्ट ठेवले. आपल्या या ठोस उद्दिष्टाच्या पूर्ततेसाठी, घुसखोरांना हुसकावून लावण्यासाठी, सुस्पष्ट ध्येय अधोरेखित केले. त्यांच्या निर्णयाला भूदलाकडून, विमानदलाकडून आणि ज्यांनी पुढे जाऊन नेतृत्व केले त्या तरुण अधिकाऱ्यांकडून, सर्वतोपरी सहकार्य मिळाले. परमवीर चक्र पदकाच्या चार मानकऱ्यांच्या कहाण्या, ह्या उच्चतम शौर्याचे, मासलेवाईक नमुने आहेत. सैनिकांनी दाखवलेल्या धैर्याच्या इतरही अनेक हकिकती आहेत. त्या लोकांपुढे यायला हव्यात. कुणीतरी एक दिवस त्यांना शब्दरूप देईल, अशी आशा आहे.

◆

प्रकरण सहावे

युनायटेड नेशन्सच्या
शांतता राखण्याच्या मोहिमा
व सियाचीनचे युद्ध

भारत लीग ऑफ नेशन्सचा सभासद होता आणि नंतर २४ ऑक्टोबर १९४५ ला युनायटेड नेशन्स ऑर्गनायझेशन (UNO) चा संस्थापक सभासद झाला. जगामध्ये शांतता राखणे हे युनोचे एक महत्त्वाचे उद्दिष्ट आहे. युनोचा तसा आदेश असतानाही, जगातल्या बऱ्याच भागांत पुष्कळ तंटे झाले, युद्धे झाली व तशी ती अजूनही होत आहेत. युनो हे तंटे टाळू शकत नसले तरी, ते प्रमाणाबाहेर वाढू न देण्यामध्ये व त्याची परिणती मोठ्या युद्धात होऊ न देण्यासाठी युनोने मदत केली आहे. वैरभाव नाहीसा करण्यासाठी काम केले आहे व अशा परिस्थितीत काही वेळा समेट घडवून आणले आहेत.

भारताचे धोरण, जगात शांतता निर्माण करण्याचे आहे. जगात निरनिराळ्या प्रदेशांत, उद्‌भवणाऱ्या तंट्यांचे निराकरण करण्याच्या युनोच्या योजनेचा, भारत खंदा समर्थक आहे. स्वातंत्र्यप्राप्तीनंतरच्या गेल्या पंचाहत्तर वर्षांमध्ये, भारताने युनोच्या एकतीस शांतता मोहिमांमध्ये भाग घेतला आहे. त्यामध्ये पस्तीसहजार सैनिकांनी भाग घेतला. त्यांपैकी काही आघाड्या जोखमीच्या होत्या. शांतता राखण्याच्या प्रयत्नामध्ये, आपल्या फौजेला काहीजणांचे प्राण गमवावे लागले आहेत. आत्तापर्यंत त्र्याण्णव अधिकारी व सैनिकांनी जगाच्या शांतीसाठी बलिदान केले आहे. यांपैकी ज्यांनी जगाच्या शांततेसाठी हौतात्म्य स्वीकारले, त्यातील कॅप्टन गुरबचन सिंग सलारिआ, यांनी कांगो येथील लढाईमध्ये दाखवलेल्या अतुलनीय धैर्याबद्दल व शौर्याबद्दल त्यांना भारताने शौर्यासाठी असणारे सर्वोच्च पदक 'परमवीर चक्र' देऊन गौरवले आहे.

युनोच्या शांततेच्या मोहिमेमध्ये आपले मोठे सैन्य पाठवणारे, भारत जगातले दुसऱ्या क्रमाकांचे राष्ट्र आहे.

यामध्ये भारताने उच्च प्रतीच्या व्यावसायिक क्षमतेचे प्रदर्शन केले आहे. बऱ्याच काळपर्यंत तग धरू शकणाऱ्या मोठ्या फौजा पाठवण्याची क्षमता, भारताने सिद्ध केली आहे. युनोच्या शांतता राखण्याच्या योजनेमध्ये सैनिकी अधिकाऱ्यांना फक्त बळाचा वापर करून शांतता राखावयाची नसते, तर आपली सम्यक वृत्ती,

शिस्त, जबाबदारी, मानवी जीवनासाठी आदर व त्याचा मानसन्मान या गुणांचा वापर करावा लागतो. शांतता प्रस्थापित करण्याच्या योजनेमध्ये, सैनिकाला आपल्या व्यावसायिक कौशल्याचा, सम्यक दृष्टीने कुशल उपयोग करावा लागतो. यासाठी उच्चप्रतीच्या प्रेरकशक्तीची व शिक्षणाची जरुरी असते. भारतीय सैनिकाने आपल्या वर्तणुकीने व नव्या गोष्टी आत्मसात करण्याच्या सामर्थ्याने आपली योग्यता सिद्ध केली आहे. युनोच्या नेमणुकीसाठी उत्कृष्ट अधिकारी व सैनिक यांची निवड करण्यासाठी भारतीय सैन्यदलाने जी निवडप्रक्रिया वापरली आहे, ती काटेकोर आहे.

शांतता राखण्याच्या युनोच्या उद्दिष्टासाठी लढताना, काही प्रसंगी भारतीय फौजांमधील बऱ्याच जणांना प्राणाला मुकावे लागले, ही गोष्ट मृत्यू पावलेल्या सैनिकांच्या यादीवरून स्पष्ट होते. दुर्दैवाने अशा लढाया गेल्या नजीकच्या काळात वाढल्या आहेत. शांततेची अंमलबजावणी करण्यासाठी लढाव्या लागणाऱ्या या लढाया नकोशा वाटतात, पण त्या न टाळता येण्याजोग्या असतात. कधीकधी युनोला स्वत:लाच लढाईला प्रतिकार करण्यासाठी, युनोचे सैन्यबल जमवावे लागले. कांगोमधील युनोची लढाई अशाच प्रकारची लढाई होती.

◆

मानपत्र

कॅप्टन गुरबचन सिंग सलारिआ

३/१ गुरखा रायफल्स (IC-८९४७)

५ डिसेंबर, १९६१ला एलिझाबेथ व्हिला कटान्गा येथील एका महत्त्वाच्या आडवळणावर सशस्त्र पोलिसांनी रस्ता अडवला होता. ३/१ गुरखा रायफल्सवर पोलिसांना हुसकावून लावून, रस्ता वाहतुकीस खुला करण्याची कामगिरी सोपवली होती. एका कंपनीने दोन सशस्त्र स्वीडिश गाड्यांसह समोरून व कॅप्टन गुरबचन सिंग सलारिआ यांनी आपल्या दोन गुरखा तुकड्या व दोन शस्त्रसज्ज स्वीडिश सैनिकांच्या तुकड्यांसह, त्या अडथळ्याकडे विमानतळाच्या बाजूने चाल करून पोलिसांची रसद तोडणे, अशी योजना होती.

५ डिसेंबर, १९६१ला दुपारी, एक वाजून बारा मिनिटांच्या सुमारास कॅप्टन सलारिआ आपल्या छोट्या फौजेनिशी, रस्त्यावरच्या अडथळ्यापासून पंधराशे यार्ड अंतरावर पोहोचले व त्यांच्या उजवीकडून होणाऱ्या शत्रूच्या स्वयंचलित मोठ्या तोफा व बंदुकीच्या गोळीबारात सापडले. ह्या ठिकाणी शत्रूने न दिसणाऱ्या खड्ड्यात तळ ठोकला होता. कॅप्टन सलारिआ यांच्या छोट्या तुकडीसमोर, शत्रूच्या दोन शस्त्रसज्ज गाड्या व नव्वद सैनिक होते.

कॅप्टन सलारिआ यांना एका गोष्टीचे समाधान वाटले की, त्यांची टक्कर छोट्या फौजेशी होतेय. हीच फौज शत्रूच्या मुख्य अडथळ्याला जर जाऊन मिळाली, तर मुख्य अडथळा जास्त मजबूत झाला असता व त्यांचे मुख्य उद्दिष्ट संकटात आले असते. त्यांनी संगिनी, कुकरी व ग्रेनेडच्या साहाय्याने शत्रूशी लढत दिली. त्यांना रॉकेट लाँचरचे सहकार्यही मिळाले.

या शौर्यपूर्ण कामगिरीमध्ये कॅप्टन सलारिआ यांनी, शत्रुसैन्यातील चाळीस जणांना यमसदनास पाठविले. शस्त्रास्त्रांनी सज्ज असलेल्या दोन गाड्या उलथवल्या. या अनपेक्षित शौर्यपूर्ण हल्ल्याने शत्रूचे मनोधैर्य खचले व ते संरक्षित जागी असून व त्यांचे संख्याबल अधिक असूनही, त्यांनी पोबारा केला.

शत्रूच्या स्वयंचलित तोफांमधून आलेल्या गोळ्याने, कॅप्टन सलारिआ यांच्या मानेला दुखापत झाली. त्यातून अतिरक्तस्राव होत होता. पण अगदी कोसळून पडेपर्यंत ते लढत होते. कॅप्टन सलारिआ यांच्या धीरोदात्त कामगिरीमुळे लढाईच्या मुख्य ठिकाणाकडे, शत्रूची ही फौज जाऊन मिळण्यास प्रतिबंध झाला. त्यामुळे त्या आडवळणावर, शत्रूविरुद्ध लढणाऱ्या मुख्य सेनेला यश प्राप्त झाले. एलिझाबेथ व्हिला या ठिकाणी असणाऱ्या, युनोच्या मुख्य कार्यालयाला वेढा पडण्यास प्रतिबंध झाला.

कॅप्टन सलारिआ यांना झालेल्या जखमांमुळे, नंतर त्यांचा मृत्यू झाला.

स्वतःच्या सुरक्षिततेची जराही पर्वा न करता, केलेल्या निर्भीड नेतृत्वामुळे, कॅप्टन सलारिआ यांनी आपल्या सोळा जणांच्या छोट्या गुरखा चमूला खूप प्रोत्साहित केले. शत्रूकडे संख्याबल अधिक होते व त्यांनी त्या जागेवर भरभक्कमपणे पाय रोवले होते. तरीही ह्या छोट्या चमूने निधड्या छातीने, ती जागा लढवली. शत्रुसैन्याचे खूप सैनिक मारले व शत्रूचा बीमोड केला.

कॅप्टन गुरबचन सिंग सलारिआ यांचे नेतृत्व, धैर्य, अतूट कर्तव्यनिष्ठा व त्यासाठी स्वतःच्या सुरक्षिततेची पर्वाही न करणे हे गुण, आपल्या सेनादलाच्या उच्च परंपरेस साजेसेच होते.

(गॅझेट ऑफ इंडिया नोटीफिकेशन नं. ८ प्रेस/६२)

* * *

छोटा बालक ते हुतात्मा

'धैर्य हा माणसाचा मोठा गुण आहे, कारण इतर सर्व गुणांची तो खात्री पटविते.' – विन्स्टन चर्चिल.

आता पाकिस्तानात असलेल्या शकरगड जवळच्या 'जानवल' या खेड्यात

२९ नोव्हेंबर, १९३५ला गुरबचन सिंग सलारिआ यांचा जन्म झाला. त्यांच्या वडिलांची ब्रिटिश इंडियन आर्मीमध्ये डोग्रा स्क्वाड्रन ऑफ हॉडसन हॉर्समध्ये निवड झाली होती.

त्यांची आई धानदेवी धीट व धाडसी होती. कुटुंबाचे सौख्य व मुलांचे शिक्षण यावर तिचा भर होता. गुरबचन हे त्यांचे दुसरे अपत्य होते. त्यांनी आपल्या आईकडून धैर्य व निश्चयीपणा या गुणांचा वारसा उचलला होता. वडिलांच्या शौर्याच्या, कर्तृत्वाच्या, त्यांच्या घोडदळाच्या रेजिमेंटच्या गोष्टी ऐकून, गुरबचननी प्रथमपासूनच सैन्यदलात भरती व्हावयाचे ठरवले होते.

त्यांचे आजोबा एक सधन शेतकरी होते व खेड्याचे मुखिया होते. पण फाळणीच्या वेळी त्यांच्या कुटुंबाला हिंदुस्थानात स्थलांतर करावे लागले. गुरुदासपूर जिल्ह्यातील दिनानगर जवळच्या जांगल या खेड्यामध्ये ते स्थायिक झाले.

गुरबचन खेड्यातल्या शाळेत जात असत. ते अभ्यासात हुशार होतेच, पण खेळात जास्त प्रवीण होते. त्यामुळेच किंग जॉर्ज रॉयल मिलिटरी कॉलेज (आता किंग जॉर्ज राष्ट्रीय मिलिटरी कॉलेज) बंगलोरमध्ये त्यांचा प्रवेश सुकर झाला. वयाच्या अवघ्या अकराव्या वर्षी १९४६ मध्ये, त्यांनी या कॉलेजात प्रवेश घेतला. १९४७च्या ऑगस्टमध्ये त्यांना घराजवळच्या, किंग जॉर्ज रॉयल मिलिटरी कॉलेज, जालंदर येथे बदली मिळाली. त्यानंतर ते जांगलला कधी गेलेच नाहीत. हा बदल सलारिआ कुटुंबाला फार त्रासाचा गेला कारण तो भाग अप्रगत होता. शून्यातून पुन्हा सारे उभे करावे लागले. पण त्यांच्या आई-वडिलांची त्यागी वृत्ती व निश्चय यांमुळे सर्व संकटांवर मात करता आली.

गुरबचन काहीसे शांत व मितभाषी होते. त्यांना प्रामाणिकपणा व आत्मप्रतिष्ठेची जाण होती. त्यांना मोजकेच मित्र होते पण ते जिवाभावाचे होते. ते स्पष्टवक्ते होते व त्यांच्या सवयी साध्या होत्या. अन्यायाची चीड होती. सत्तेच्या गैरवापराबद्दल राग होता.

जालंदरच्या मिलिटरी शाळेमध्ये, घडलेला एक प्रसंग याची ग्वाही देतो. एक दिवस, शाळेमध्ये एका दांडगट मुलाने, त्यांची व त्यांच्या मित्रांची खोड काढली. गुरबचननी त्या मुलाला मुष्टियुद्धाच्या रिंगणात आव्हान दिले. वास्तविक पाहता, त्यांचा प्रतिस्पर्धी त्यांच्यापेक्षा खूप मोठा व दांडगा होता. पण गुरबचननी मोठ्या त्वेषाने त्यांच्याबरोबर लढत दिली व त्याला लोळवले. त्यांनी त्याच्याकडून वचन घेतले की, पुढे आयुष्यात तो कोणाचीही खोडी काढणार नाही.

दुसऱ्या एका प्रसंगामध्ये, विहिरीत बुडणाऱ्या मुलाला वाचवण्यासाठी जाणाऱ्या गुरबचनना पाण्यात उडी टाकण्यापासून परावृत्त करावे लागले, कारण त्यांना स्वत:ला पोहता येत नव्हते.

१९५३ मध्ये नॅशनल डिफेन्स अॅकॅडमीच्या जॉईंट सर्व्हिसेस विंगमध्ये ते रुजू झाले. ते अभ्यासामध्ये सर्वसाधारण असले तरी, खेळात प्रवीण होते. विशेषत: बॉक्सिंग व वॉटर पोलो. ते इंडियन मिलिटरी अॅकॅडमीमधून १९५६मध्ये पदवीधर झाले व ९ जून, १९५७ला नाईक म्हणून नियुक्त झाले. गुरख्यांबद्दलची त्यांची ओढ डेहराडून येथील वास्तव्यात प्रतीत झाली. त्यांचा साधेपणा, व्यावसायिक निपुणता, शौर्य, धैर्य या गुणांबद्दलची त्यांची ख्याती, शिस्तशीरपणा, न्यायप्रियता हे त्यांचे गुण त्यांच्या स्वत:च्या स्वभावधर्माशी जुळणारे होते. त्यांनी व त्यांच्या जिवलग मित्राने– सोहन नाथानीने– गुरखा रेजिमेंटसाठी, आपला अग्रक्रम कळवला होता. त्याप्रमाणे २/३ गुरखा रायफल्समध्ये त्यांना घेण्यात आले. मार्च १९६०मध्ये त्यांची ३/१ गुरखा रायफल्समध्ये बदली झाली. गुरबचनच्या ठिकाणी विजिगीषु वृत्ती होती. वैध मार्गाचा वापर करण्याबद्दल ते आग्रही होते. त्यांच्या दृष्टीने काम, जबाबदारी व धैर्य महत्त्वाचे असे. योग्य गोष्ट ताबडतोब व्हावयास हवी, असे त्यांना वाटे. परिणामांची त्यांना तमा नसे. या त्यांच्या स्वभाववैशिष्ट्यामुळेच ते हल्ला करण्यास प्रवृत्त झाले व तुल्यबलाने त्यांच्यापेक्षा दसपट असणाऱ्या शत्रूला त्यांनी हुसकावून लावले. ज्या लढाईमध्ये त्यांनी अतुलनीय पराक्रम केला त्याचा हा वृत्तांत:

ब्रिटिश, फ्रेंच व डच वसाहतीपेक्षा अगदी निराळ्या तऱ्हेने ३० जून, १९६०ला बेल्जियम कांगो या बेल्जियम वसाहतीस बऱ्याच लढाईनंतर, रक्तपातानंतर, बेल्जियमपासून स्वातंत्र्य मिळाले होते. ह्या वसाहतीमधले लोक खूप मागासलेले होते, कारण बाहेरच्या देशातील व्यापाऱ्यांनी व बेल्जियमने त्यांचे शोषण केले होते. स्वातंत्र्यप्राप्तीनंतरच्या लगेचच्या काळात अनेक प्रश्न उभे राहिले. प्रथमत: सैन्यदलाचे बंड झाले. त्यानंतर कांगोलीज सरकारच्या संमतीशिवाय, बेल्जियमने ढवळाढवळ केली. त्यामुळे कटांगा हा प्रदेश वेगळा झाला. त्या पाठोपाठ कासाई हा प्रदेशही वेगळा झाला. या सगळ्या विभाजनामध्ये युरोपिअन हितसंबंध गुंतल्याचे स्पष्ट जाणवत होते. कांगोने युनोकडे मदतीची याचना केली व युनोने १४ जुलै, १९६० रोजी त्यांना तत्परतेने मदत पुरवली. बेल्जियमला त्यांच्या फौजा परत घेण्यास भाग पाडले. त्या भागात शांतता प्रस्थापित होण्यासाठी व आर्थिक मदत पुरवण्यासाठी युनोतर्फे सैन्य तैनात करावयाचे ठरवले. भारताने युनोला सुरुवातीला युद्धविषयक मदत देऊ केली व त्या अनुषंगाने युनोच्या विनंतीनुसार एक ब्रिगेड कुमक पाठवली. लिपोल्डविले या राजधानीच्या ठिकाणी, मार्च ते जून १९६१च्या दरम्यान ९९ इन्फन्ट्री ब्रिगेड ग्रुपच्या ब्रिगेडिअर के. ए. एस. राजा यांच्या नेतृत्वाखाली विमानाने व समुद्रमार्गे फौजा पाठवल्या. फुटून निघालेल्या कटांग प्रदेशाचा पुढारी, मॉइस कपेंडा त्शोम्बे, याच्याकडे हजारोंच्या संख्येने सैनिक असलेल्या फौजा होत्या व त्यावर बेल्जियम अधिकाऱ्यांचे प्रभुत्व होते. सुरुवातीला युनोच्या अधिकाऱ्यांनी

मध्यवर्ती सरकार व फुटीर गट यांच्यामध्ये समझोता घडवून आणायचा प्रयत्न केला पण त्यात त्यांना यश आले नाही. म्हणून तो प्रदेश सामावून घेण्यासाठी बळाचा वापर करावयाचे ठरले. त्यासाठी ९९ इन्फट्री ब्रिगेडला कटांग प्रांताकडे धाडले. सुरुवातीला ह्या फौजेचा मुक्काम, अल्बर्टव्हिला या ठिकाणी होता व जुलै १९६१ मध्ये त्यांनी उत्तरेकडच्या कटांग प्रदेशातील शत्रूचा बीमोड केला. त्यानंतर त्या फौजा एलिझाबेथ व्हिला या ठिकाणी गेल्या. त्यांनी बाकीच्या कटांगवर ताबा मिळवण्यासाठी चढाई केली. ह्यामध्येही यश मिळाले पण मॉइस कपेंडा त्शोम्बे नॉर्दर्न रोडेशियामध्ये निसटून जाण्यात यशस्वी झाला. त्यानंतर सप्टेंबरमध्ये युद्धबंदी झाली पण नोव्हेंबरमध्ये सशस्त्र पोलीस दलाने पुन्हा बंड पुकारले. भारतीय सेनेला पुन्हा एकदा निग्रहाने परिस्थितीवर नियंत्रण ठेवावे लागले. या लढाईमध्ये कॅप्टन गुरबचन सिंग सलारिआ या ३/१ गुरखा रायफल्सच्या अधिकाऱ्याने ज्या अतुलनीय धैर्याचे प्रदर्शन केले, त्याबद्दल त्यांना 'परमवीर चक्र' हे शौर्यासाठीचे सर्वोच्च पदक मरणोत्तर बहाल केले आहे.

एलिझाबेथ व्हिला येथील रस्त्यावरच्या अडथळ्याच्या ठिकाणी झालेल्या लढाईचा वृत्तांत

२४ नोव्हेंबर, १९६१ला युनोच्या सिक्युरिटी कौन्सिलने एक ठराव पास केला. त्यानुसार युनोच्या फौजांनी कडक कारवाई करावयाची, बळाचा वापर करावयाचा व सर्व परदेशी व्यक्तींना व भाडोत्री सैनिकांना युनोच्या हुकमानुसार मनाई करावयाची असे ठरवले. याचा परिणाम असा झाला की, त्शोम्बेने व त्याच्या भाडोत्री सैनिकांनी जोराचा उठाव केला. युनोच्या दोन वरिष्ठ अधिकाऱ्यांना त्यांनी बंदी बनवले, बेदम मारले व नंतर सोडून दिले. ३/१ गुरखा रायफल्सच्या मेजर अजित सिंगना बंदी बनवले व त्यांच्या ड्रायव्हरची निर्घृण हत्या केली. एलिझाबेथ व्हिला या ठिकाणी या परदेशी भाडोत्री सैनिकांच्या अधिकाऱ्यांनी, रस्त्यावर मोठे अडथळे निर्माण केले होते. युनोच्या फौजांना एकाकी पाडायची व त्यांच्यातील परस्पर दळणवळणात बाधा आणावयाची त्यांची योजना होती. त्यामुळे एकेक करून युनोच्या फौजांना नष्ट करणे शक्य झाले असते. आत्तापर्यंत हे स्पष्ट झाले की, किम्बा या परराष्ट्रमंत्र्याचे सशस्त्र पोलीसदलावर कुठलेच नियंत्रण नव्हते व सर्व परिस्थिती परदेशी भाडोत्री सैनिकांच्या ताब्यात होती.

५ डिसेंबरला रस्त्यावरील अडथळ्यांमुळे, एलिझाबेथ व्हिला या ठिकाणी, युनोच्या फौजांच्या हालचालीस बाधा निर्माण झाली होती. ५ डिसेंबर, १९६१ला सकाळी नऊ वाजता, ३/१ गुरखा रायफल्सना, विमानतळाजवळच्या 'राऊंड अबाउट' म्हणून संबोधल्या जाणाऱ्या जागेजवळचे, रस्त्यावरचे अडथळे दूर करण्याचे काम सोपवले होते. या ठिकाणी दीडशे सशस्त्र पोलीस व दोन शस्त्रसज्ज गाड्या

तैनात होत्या.

विमानतळावरच्या रस्त्यावरचे अडथळे दूर करण्याचे काम सोपे होते. मेजर गोविंद शर्माच्या नेतृत्वाखाली चार्ली कंपनी ३/१ गुरखा रायफल्सने 'आयरिश' सैनिकी गाड्यांच्या दलासह, त्या ठिकाणच्या पोलिसांवर हल्ला करण्याचे ठरले. कॅप्टन गुरबचन सिंग सलारिआंच्या 'ए' कंपनीच्या एका पलटणीला, विमानतळाकडची बाजू रोखण्याचे काम सोपवले होते. 'स्वीडिश' सशस्त्र सैनिकी गाड्यांचे दल त्याला सहाय्य करणार होते. सशस्त्र सैनिकी पोलिसांचा माघार घेण्याचा रस्ता अडवायचा व जरूर पडली तर त्या बाजूने हल्लाही करावयाचा, अशी योजना होती. 'ए' कंपनीमधील बाकीचे लोक राखीव म्हणून असणार होते. मध्यान्ह ही चढाईची वेळ निश्चित केली. यावेळी चढाई होईल अशी सशस्त्र पोलिसांना कल्पनाही नसणार.

कॅप्टन गुरबचन सिंग सलारिआ आपल्या फोजेसह निर्धारित ठिकाणी पोहोचले. सशस्त्र दलही त्यांच्याबरोबर होते. त्यांच्या रॉकेट्स उडविणाऱ्या पथकाने, पोलिसांच्या सशस्त्र गाड्यांजवळ पोहोचण्यात यश मिळवले व दोन्ही गाड्यांचा नाश केला. कॅप्टन गुरबचन सिंगना वाटले सशस्त्र पोलिसांनी पुन्हा संघटित होण्याआधीच, त्यांना हुसकावून लावण्यासाठी ही योग्य वेळ आहे. यासाठी आणखी वेळ दवडणे त्यांच्या मोहिमेसाठी घातक ठरू शकेल. शत्रूचे सैनिक आहेत शंभर व आपल्याकडे फक्त सोळा जणच आहेत या व्यस्त प्रमाणाची त्यांना पुरेपूर कल्पना होती. त्यांनी आपल्या लोकांना आपल्यामागे एकत्र गोळा केले व शत्रूच्या ठिकाणावर कुकरी हल्ला चढवला. शत्रूचे चाळीस जण मरण पावले. शत्रूच्या एका सार्जंटने कॅप्टन गुरबचन सिंगांवर गोळी झाडली. त्यांच्या मानेमध्ये दोन गोळ्या घुसल्या व ते शेवटच्या खंदकाच्या रांगेवर कोसळले.

हल्ल्याची भयानकता, रक्त गोठवून टाकणारी 'आयो गुरखाली' ही गुरख्यांची युद्धगर्जना व तळपत्या कुकरी पाहून सशस्त्र पोलिसांचा थरकाप उडाला. त्या गोंधळात आपल्या मेलेल्या व जखमी सहकाऱ्यांना तेथेच टाकून त्यांनी पळ काढला.

कॅप्टन गुरबचन सिंग यांना झालेल्या जखमांतून ते वाचले नाहीत. शत्रू समोर उभा ठाकला असता, आपल्या सुरक्षिततेची पर्वा न करता त्यांनी दाखवलेले शौर्य व धैर्य, त्यांची कर्तव्यनिष्ठा, यामुळे त्यांना मरणोत्तर 'परमवीर चक्र' प्रदान करून गौरवले आहे.

◆

मानपत्र

मेजर रामस्वामी परमेश्वरन
८ महार (IC-३२९०७)

२५ नोव्हेंबर, १९८७ला मेजर रामस्वामी परमेश्वरन श्रीलंकेमधील एका शोधमोहिमेवरून परत येत असताना, रात्री उशिरा, त्यांच्या तुकडीवर अतिरेक्यांनी हल्ला केला. प्रसंगावधान राखून, त्यांनी शांतपणे पिछाडीकडून, त्या अतिरेक्यांना वेढा घातला. अतिरेकी बेसावध असतानाच त्यांनी त्यांच्यावर हल्ला केला.

समोरासमोर झालेल्या लढाईमध्ये एका अतिरेक्याने, त्यांच्या छातीत गोळी मारली. मेजर परमेश्वरन यांनी तरीही न डगमगता, त्या अतिरेक्याची रायफल हिसकावून घेतली व त्याला यमसदनास पाठवले. ते स्वत: खूप जखमी झाले होते तरी ते आज्ञा देत होते. शेवटचा श्वास घेईपर्यंत त्यांनी आपल्या लोकांना प्रोत्साहित केले. पाच अतिरेकी मारले गेले. तीन रायफल्स व दोन रॉकेट लाँचर्स हस्तगत केल्या गेल्या व दंगल शमली.

मेजर रामस्वामी परमेश्वरन यांनी अतुलनीय शौर्याचे प्रदर्शन केले. मृत्यूचे भय त्यांच्या मनाला शिवलेही नाही.

(गॅझेट ऑफ इंडिया नोटीफिकेशन नं. ९ प्रेस/८८)

* * *

ऑपरेशन पवन (१९८७-९०)

श्रीलंकेमध्ये सिंहली व तामीळ अल्पसंख्य यांच्यामधील तंटा फार काळापासून चिघळला होता. एकूण लोकसंख्येच्या अठरा टक्के असलेल्या तामीळ अल्पसंख्याकांना वाटत होते की, आपले हक्क डावलले जात आहेत. श्रीलंकेमध्ये सिंहली लोक,

संख्येने अधिक असले तरी, उत्तरेकडील व पूर्वेकडील प्रांतात सिंहलींची लोकसंख्या फक्त पंधरा टक्केच होती. आपल्या हक्कांच्या संरक्षणासाठी शांततामय मार्गाने प्रयत्न करून अपयश आल्यानंतर, तामिळींना हातात शस्त्रे घ्यावी लागली. त्यांनी 'तामीळ इलम' हे तामिळांचे स्वतंत्र राज्य स्थापण्याचे आपले इरादे स्पष्ट केले. हे करत असताना, भारत-पाकिस्तान या आपल्या उत्तरेकडच्या शेजाऱ्यांच्या अनुभवाकडे, त्यांनी काणाडोळा करावयाचे ठरवले होते, ज्या ठिकाणी, १९४७च्या वांशिक बहुसंख्याकीय तत्त्वावर झालेल्या फाळणीत वीस लाख लोक मेले होते.

श्रीलंका सरकारने बळाचा वापर करून, तामिळी चळवळ दडपण्याचा प्रयत्न केला पण तो फसला. ह्याचा परिणाम असा झाला की, तामिळी लोकांनी छुप्या हल्ल्यांचे युद्ध आरंभले. तेथे निर्माण झालेल्या अस्थिर परिस्थितीमुळे तामिळनाडू राज्यामध्ये, मोठ्या संख्येने निर्वासितांचे लोंढे येऊ लागले. त्यामुळे भारतामध्ये फार मोठा प्रश्न निर्माण झाला. १९७१च्या पूर्व पाकिस्तानच्या परिस्थितीची आठवण करून देणारी ही परिस्थिती होती. भारताच्या मदतीने बांगलादेशचा जन्म झाला. त्याच धर्तीवर, भारताची मदत घेऊन नवे राज्य निर्माण करण्याचे स्वप्न तामीळ लोक पाहत होते. पण या दोन्ही परिस्थितींत खूप फरक होता. मुख्य म्हणजे तामीळ लोक बहुसंख्य नव्हते तर अल्पसंख्य होते. तरीही प्रदीर्घ वाटाघाटींनंतर, श्रीलंका व भारत यांमध्ये विविध तामीळ गटांना घेऊन २९ जुलै, १९८७ रोजी एक करार झाला.

ह्या करारानंतर ३ ऑगस्ट, १९८७ला श्रीलंकेमध्ये भारतीय शांतिसेना (IPKF) दाखल झाली. तामिळी बंडखोरांनी IPKF कडे शस्त्रे जमा केल्यानंतर शांतिसेनेला बऱ्याच गोष्टी पार पाडावयाच्या होत्या. तामिळी लोकांना जास्तीत जास्त स्वायत्तता देण्यासाठी, निवडणुका घ्यावयाच्या होत्या. शांतिसेनेला शांतता प्रस्थापित करण्यासाठी व जनजीवन सुरळीत होण्यासाठी मदत करावयाची होती. शांतता राखण्यासाठी लढावे लागेल ह्याची कधी कल्पनाच केली नव्हती. पुष्कळ बंडखोरांनी आपली शस्त्रे खाली ठेवली पण लिबरेशन टायगर्स ऑफ तामीळ इलम (LTTE) ने आपली थोडीच शस्त्रे जमा केली. पुढे ५ ऑक्टोबर, १९८७ला एल.टी.टी.ई.च्या काही माणसांनी, जे लोक श्रीलंकेच्या तुरुंगात होते, सायनाईडच्या गोळ्या खाऊन आत्महत्या केली. ह्या प्रसंगानंतर एल.टी.टी.ई.ने पुन्हा हिंसेचा मार्ग धरला. IPKF ही शांतिसेना; शांतता राखणारी सेना न बनता एल.टी.टी.ई.च्या हिंसेचे लक्ष्य बनली.

१० ऑक्टोबर, १९८७ला शांतिसेनेने, ज्यांच्याकडे त्यावेळी पायदळाची ५४ डिव्हिजन होती, जाफना या उत्तरेकडच्या प्रदेशातून बंडखोरांना हुसकावून लावून शरण यायला भाग पाडण्यासाठी पावले उचलली. त्यासाठी ३ आठवड्यांचा अवधी

लागला व हे करताना झालेल्या झटापटीत पेरलेल्या सुरुंगामुळे व सापळ्यांमुळे पुष्कळजण मृत्युमुखी पडले वा जखमी झाले. त्यानंतर एल.टी.टी.ई.ने पूर्व भागामध्ये गनिमीयुद्ध आरंभले. त्यांच्यावर ताबा मिळवण्यासाठी, अधिक फौजांची जरुरी जाणवली. त्यासाठी ४, ३६ व ५७ या आणखी तीन डिव्हिजन शांतिसेनेकडे पाठवण्यात आल्या.

नंतर शांतिसेनेकडे सोपवलेल्या कामगिरीचे स्वरूप, कल्पनेच्या पलीकडे बदलल्याचे जाणवले. ज्या कामासाठी त्यांना इथे पाठवले होते, त्या आरंभीच्या कामापेक्षा आता करावे लागणारे काम, भिन्न होते. आता कराव्या लागत असलेल्या कामासाठी पाठवलेल्या ह्या फौजा त्या दृष्टीने सुसज्जित व पुरेशा प्रशिक्षित नव्हत्या. नकाशे वगैरेंसारख्या मूलभूत गरजेच्या गोष्टीही त्यांच्याकडे नव्हत्या. त्यांच्याकडे पुरेशी साधनसामग्री नव्हती, युद्धविषयक ध्येयधोरणे नव्हती, हेरगिरीविषयक मदतीचा अभाव होता व मुख्य म्हणजे राजकीय हेतूही धरसोडीचा, लेचापेचा, डळमळीत होता.

श्रीलंकेत शांतिसेना पाठवताना, त्यांना पुरेसे शिक्षण दिले नव्हते. साधनसामग्री पुरवली नव्हती. तुकड्या-तुकड्यांनी सेनादले पाठवली गेली व त्यात कुठल्याही रणनीतीचा, एकसूत्रीपणाचा अभाव होता. आपले पंतप्रधान, आर्मी स्टाफचा प्रमुख, त्याचा द्वितीय अधिकारी, दक्षिण विभागाचा प्रमुख, मिलिटरी ऑपरेशनचा प्रमुख, श्रीलंकेतील भारतीय कमिशनर ह्या सर्वांकडून गुंतागुंतीचे आदेश येत होते. त्यामुळे फोर्स कमांडरचे काम त्रासाचे होत होते.

लढणाऱ्या फौजांना हेही ठाऊक होते की, ज्या तामीळ बंडखोरांविरुद्ध ते लढत होते, त्यांना प्रशिक्षण देणारी, नैतिक पाठबळ देणारी, तसेच पुष्कळशी हत्यारे/पैसे पुरवणारी एक संस्था तामिळनाडूमध्येच कार्यरत आहे. ह्या गोष्टीचा लढणाऱ्या फौजांच्या मानसिकतेवर विपरीत परिणाम झाला होता. वाईट गोष्ट म्हणजे एल.टी.टी.ई.चे सैनिक, साध्या वेषात असत. त्यामुळे ते आपले शत्रू आहेत की मित्र, हा फरकच समजत नसे. साध्या वेषातले हे सैनिक, बायका-मुले यांचा ढालीसारखा वापर करून, आपल्या सैन्यावर छुपे हल्ले करत असत. त्यामुळे त्यांच्यावर प्रतिहल्ला करणे, आपल्या सैनिकांना कठीण होऊन बसले होते.

अशा या राजकीय व लष्करी पातळ्यांवरील भिन्न गुंतागुंतीच्या परस्परविरोधी परिस्थितीत, शांतिसेनेला (IPKF) आणि त्यातील मेजर रामस्वामी परमेश्वरन यांच्यासारख्या अधिकाऱ्यांना लढण्याचे काम करावे लागले.

शांततेच्या काळात जे चारित्र्याला महत्त्व आहे तेच युद्धात शौर्याला.

'आनंदाने केलेला स्वार्थत्याग, हा खरा स्वार्थत्याग. स्वार्थत्याग व दुर्मुखलेपणा

हे परस्परविरोधी आहेत. स्वार्थत्याग म्हणजे पावित्र्याची निर्मिती.' – महात्मा गांधी.

१३ सप्टेंबर, १९४६ला रामस्वामी परमेश्वरन मुंबईला जन्मले व तिथेच लहानाचे मोठे झाले. एस.आय.इ.एस. शाळेत व कॉलेजमध्ये त्यांचे शिक्षण झाले. १५ महार रेजिमेंटमध्ये, त्यांची नियुक्ती झाली. त्यानंतर जानेवारी १९७२ नंतर ते ५ महार रेजिमेंटमध्ये रुजू झाले. यावेळी ते मिझोराम व त्रिपुराच्या डोंगरात घुसखोरांशी लढत होते.

सद्प्रवृत्ती हा परमेश्वरन यांचा मोठा गुण होता. जे लोक त्यांच्या सहवासात आले– विशेषत: त्यांच्या हाताखालील तरुण अधिकारी व सैनिक– त्यांच्या नेतृत्वगुणाबद्दल खूप प्रशंसा करत असत. जरी ते अत्यंत शिस्तप्रिय, कर्तव्यतत्पर, स्वत:ला झोकून देऊन काम करणारे असले, तरी ते अत्यंत कनवाळू, दुसऱ्याचा विचार करणारे कमांडर होते. आपल्या हाताखालच्या लोकांना अशी कोणतीही गोष्ट करायला भाग पाडत नसत जी करायला ते स्वत: धजणार नाहीत अथवा करू शकणार नाहीत. सर्व अवघड कामे ते स्वत: करीत असत. त्यांच्या हाताखालचे लोक, त्यांना प्रेमाने 'पारी साहेब' म्हणून संबोधत.

अत्यंत कठीण ठिकाणची टेहळणी व जोखमीच्या मोहिमांचे परमेश्वरन स्वत: नेतृत्व करीत असत. त्यांचा फावल्या वेळातला आवडता उद्योग होता, साथीदारांसह मिझोरामच्या जंगलात भटकणे. आपल्या जबाबदाऱ्यांवर आपली मजबूत पकड असणे आवश्यक असल्याचे ते फक्त सांगतच नसत तर कृतीतही आणत असत. परिणामत: ठार मारले जाण्याच्या अथवा पकडले जाण्याच्या भीतीने निर्ढावलेले आणि निश्चयी बंडखोरही त्यांच्या भागापांसून चार हात दूर राहत. तिथल्या नागरिकांना ते फार चांगले वागवत असत. ते साधे, सरळ होते व नेहमी हसतमुख असावयाचे. आपल्या हाताखालच्या लोकांशीही ते फार चांगले वागत. त्यांच्याकडे उच्च-नीच भेदभाव नसे. त्यांची बायको फार अतिथ्यशील होती.

८ महार रेजिमेंटमध्ये पोस्टींग मिळाल्याची बातमी त्यांना समजली. त्यांना फार आनंद झाला कारण श्रीलंकेला जाण्यासाठी ८ महार रेजिमेंट निघणार असल्याचे त्यांना समजले होते. आपल्या रेजिमेंटच्या लोकांबरोबर राहण्याची व लढण्याची आणखी एक संधी या नात्याने त्यांनी नवे पोस्टींग स्वीकारले.

कान्तारोदाईची मोहीम

मेजर रामस्वामींच्या बटालियनने, ८ महारने 'ऑपरेशन पवन'मध्ये भाग घेतला. ९१ इन्फट्री ब्रिगेड व ५४ इन्फन्ट्री डिव्हिजन यांचा एक भाग म्हणून त्यांनी यात भाग घेतला होता. ३० जुलै, १९८७ला श्रीलंकेतील जाफना द्वीपकल्पामध्ये भारत-श्रीलंका करारावर हस्ताक्षर झाल्याच्या दुसऱ्या दिवशी त्यांची तुकडी तैनात झाली.

श्रीलंकेत आलेली भारतीय शांतिसेनेची ही पहिली बटालियन होती. आपल्या श्रीलंकेतील वास्तव्यात या फौजेने एल.टी.टी.ई. विरुद्ध झालेल्या अनेक मोहिमांमध्ये भाग घेतला. मरुथनार्मॅडम, अन्नाई कोटाई मनिपाई व कान्तारोदाई या त्यांतील मुख्य मोहिमा होत. कान्तारोदाईमध्ये मेजर रामस्वामी परमेश्वरन शूरपणे लढले. घडले हे असे :

२४ नोव्हेंबर, १९८७ला कान्तारोदाई या खेड्यातील एका घरामध्ये, शस्त्रे व दारूगोळा यांचा मोठा साठा उतरवला असल्याची माहिती समजली. बातमीचा खरेपणा पडताळून पाहण्यासाठी कॅप्टन डी. आर. शर्मा यांच्या नेतृत्वाखालील वीस जणांच्या तुकडीस पाठवण्यात आले. संशयित घराच्या जवळच्या देवळामधून, गस्त घालणाऱ्या पहारेकऱ्यांवर गोळ्या झाडण्यात आल्या. गस्त घालणाऱ्यांनीही गोळीबाराने प्रत्युत्तर दिले. त्यांनी उदविल येथील बटालियनला माहिती कळवली की, ती जागा एल.टी.टी.ई.च्या ताब्यात आहे व आधीच्या अनुमानापेक्षा त्यांची ताकद अधिक आहे.

'ए' कंपनी कमांडर, मेजर रामस्वामी परमेश्वरन अशा निष्कर्षाशी आले की, चांगली लढत देण्याच्या उद्देशाने त्या जागेवर हल्ला करायला हवा. रात्री साडेआठ वाजता, त्यांनी आपल्या कंपनीमधून, मजबूत तुकडी निवडून बरोबर घेतली आणि कॅप्टन शर्मांच्या सशस्त्र बंदोबस्तास पुष्टी देण्यासाठी त्यांना जाऊन मिळाले. बंदोबस्त करणाऱ्या दोन्ही तुकड्या एक झाल्या व संशयित घराकडे निघाल्या.

मेजर रामस्वामी परमेश्वरन यांची कंपनी त्या संशयित घराजवळ २४/२५ नोव्हेंबर, १९८७च्या रात्री दीड वाजता पोहोचली. तिथे त्यांना कसलीही हालचाल आढळली नाही. फक्त एक रिकामा ट्रक उभा होता. त्यांनी त्या जागेला वेढले व पहाटे शोध घ्यावयाचे ठरवले.

२५ नोव्हेंबर, १९८७ला पहाटे साडेपाच वाजता शोध घेण्यास सुरुवात केली. पण त्यांना काहीही मिळाले नाही. शेवटी त्यांनी माघारी परतायचे ठरवले. ह्याच वेळी देवळाजवळच्या वनराईतून बंदुकीच्या गोळ्यांचा मारा झाला. कंपनीनेही प्रतिहल्ला केला. शत्रूकडून झालेल्या या छुप्या हल्ल्यामध्ये एकजण मरण पावला व एकजण जखमी झाला. मेजर रामस्वामी परमेश्वरन यांनी कॅप्टन डी. आर. शर्मांना सूचना दिली, 'तुम्ही शत्रूच्या गोळीबारास गोळीबारानेच उत्तर देऊन त्यांना गुंतवून ठेवा. त्याचबरोबर एकेका घरापुढील मार्ग निर्धोक करत पुढे जात राहा.'

याचवेळी रामस्वामी परमेश्वरन व त्यांच्या सैनिकी तुकडीने, एल.टी.टी.ई.च्या मागून जाऊन त्यांना घेरण्यासाठी, पश्चिमेच्या बाजूने कूच केले.

कॅप्टन डी. आर. शर्मा जसे पुढे जाऊ लागले तसे देवळाजवळच्या बागेतून नारळाच्या झाडीमधून त्यांच्यावर स्वयंचलित बंदुकीमधून मारा होऊ लागला. रस्त्याकडच्या

उजव्या बाजूकडील घरांची कॅप्टन शर्मांच्या तुकडीने झडती घेतली. काही अतिरेकी मृत व जखमी सहकाऱ्यांना ओढत घेऊन जात असल्याचे त्यांनी पाहिले.

या दरम्यान, मेजर रामस्वामी परमेश्वरन, बंडखोर जिथे होते त्या ठिकाणाच्या मागच्या बाजूच्या नारळीच्या बागेत पोहोचले व तेथे शत्रूला पाहिल्यावर गोळ्या झाडायला सुरुवात केली.

त्यानंतर झालेल्या समोरासमोरच्या लढाईत एका बंडखोराने त्यांच्या छातीत गोळी मारली. आपल्या दुखापतीची पर्वा न करता, त्यांनी निर्भीडपणे त्या बंडखोराच्या हातातील रायफल खेचून घेतली व त्याला ठार केले.

त्यांनी आपल्या फौजेतील सैनिकांना सूचना दिल्या व मरेपर्यंत ते त्यांना प्रोत्साहित करत राहिले. आपण घेरले गेलो असल्याची बंडखोरांना जाणीव झाली व त्यांनी निकराचे युद्ध केले. दोन्ही बाजूंचे खूप नुकसान झाले.

या दरम्यान कॅप्टन डी. आर. शर्मांनी, नारळाच्या बागेजवळील घरांची झडती घेतली होती व ते देवळाजवळच्या बागेमध्ये पोहोचले होते. मदतीसाठी बटालियनमधून आणखी सैनिक आले. आपण हरतो आहोत याची बंडखोरांना जाणीव झाल्यावर, ते जंगलात पसार झाले. बंडखोरांपैकी सहाजण मेले व तीन ए.के.४७ रायफली, दोन रॉकेट लाँचर्स व बॉम्ब हस्तगत झाले.

मेजर रामस्वामी परमेश्वरन यांनी दाखवलेल्या अतुलनीय शौर्याबद्दल, अजोड नेतृत्वाबद्दल, त्यांना मरणोत्तर 'परमवीर चक्र' देऊन गौरवले आहे.

◆

मानपत्र

नायब सुभेदार बाना सिंग

८ JAKLI (JC १५५८२५)

सियाचीन हिमनदी ह्या भागात एकवीसहजार फूट उंचीवरील प्रदेशामध्ये, शत्रूने घुसखोरी केल्यामुळे उद्भवलेल्या विपरीत परिस्थितीमध्ये, शत्रूची त्या प्रदेशातून हकालपट्टी करण्यासाठी, जून १९८७ मध्ये एक विशेष पथक (ऊँ० इदेम) निर्माण करण्यात आले. नायब सुभेदार बाना सिंग यांनी या विशेष पथकासाठी आपली उमेदवारी कळवली. हे ठिकाण म्हणजे दोन्ही बाजूस पंधराशे फूट उंचीच्या बर्फाच्या भिंती असणारा हा एक अजिंक्य असा बर्फाचा किल्लाच होता. नायब सुभेदार बाना सिंग यांनी अत्यंत कठीण अशा धोकादायक मार्गावर आपल्या गटाचे नेतृत्व केले. आपल्या असीम धैर्याने व नेतृत्वाने त्यांनी त्यांच्या गटातील माणसांना प्रोत्साहित केले.

शूर नायब सुभेदार व त्यांचे साथीदार रांगत रांगत शत्रूजवळ जाऊन पोहोचले. खंदका-खंदकामध्ये जाऊन हातगोळे भिरकावत व संगिनीने हल्ला करत त्यांनी शत्रूची त्या जागेतून हकालपट्टी केली.

अत्यंत प्रतिकूल परिस्थितीमध्ये नायब सुभेदार बाना सिंग यांनी नेत्रदीपक शौर्याचे व नेतृत्व गुणाचे प्रदर्शन केले.

(गॅझेट ऑफ इंडिया नोटीफिकेशन नं. ९ प्रेस/८८)

* * *

सियाचीनमधील पराक्रमगाथा

जगातल्या अत्युच्च रणभूमीवर ताबा मिळविण्यासाठी झालेली लढाई– १९८७ (आजपर्यंत झालेले हे अद्वितीय युद्ध)

'सियाचीन' हे इतर जगापासून भिन्न आहे. जे तिथे गेले नाहीत त्यांना तिथल्या सौंदर्याची कल्पना येणे कठीण आहे. तिथल्या भयंकर असहकारी वातावरणात, आपल्या सैनिकांना राहावे लागते. तिथल्या झोंबणाऱ्या थंड हवेशी जुळवून घेऊन लढावे लागते याची कल्पनाही करणे कठीण आहे. जगाच्या शिरावरील या मुकुटावर असलेल्या अनादी व अबाधित नैसर्गिक अशा बर्फाच्छादित पर्वतराशींचे सौंदर्य शब्दाने वर्णन करता येत नाही.

इथल्या तपकिरी, काळ्या, शेंदरी, निळ्या रंगांच्या विविध छटांतील पुरातन खडकांवर, हजारो वर्षांचा इतिहास कोरला आहे. इथल्या भूगर्भात झुडपे, शेवाळे व मासे अशा जीवाश्मांचे अवशेष दडलेले आहेत. लाखो वर्षांपूर्वी झालेल्या आकस्मिक उलथापालथीत, समुद्राच्या तळाशी, सुखेनैव राहणारे हे विश्व अचानक वर ढकलले गेले व इतक्या उंचीवर थिजून गेले आहेत. ह्यामधूनच साकारलेल्या हिमालयाने अनेक वर्षांचे हे गुपित आपल्या पोटात साठवले आहे. डोंगरमाथे बर्फाच्छादित आहेत, जणू केकवरचे आयसिंग!

सूर्यप्रकाशात चमकणारी ही हिरव्या, निळ्या व सफेद रंगाची सुंदर रंगसंगती अत्यंत मनोहर आहे. हे सौंदर्य श्वास रोखून धरणारे असेच आहे. 'श्वास रोखणारे' असे म्हणणेही अगदी यथार्थच आहे कारण या एवढ्या उंचीवर हवेतील प्राणवायू श्वास घ्यायला पुरेसा नाही. सियाचीन ही जगातील द्वितीय क्रमांकाची लांब हिमनदी आहे.

या अद्वितीय सौंदर्याच्या लुभावणाऱ्या मुलाम्याखालचे अस्तर मात्र फार भयावह आहे. थोडी जरी बेसावधता दाखवली तरी प्राणाला मुकायला लागते. इथल्या हवामानामुळे, घळींमुळे, हिमप्रपातामुळे आणि उंचीमुळे ओढवणाऱ्या आजारांमुळे बऱ्याच जणांना प्राण गमवावे लागले आहेत. युद्धामध्ये लढताना झालेल्या हानीपेक्षा ही हानी मोठी आहे. ह्या डोंगराकडे जे गांभीर्याने पाहत नाहीत, त्यांना अनेक संकटांना तोंड द्यावे लागते. ह्या अशा असाधारण परिस्थितीमध्ये नायब सुभेदार बानासिंग व त्याच्या साथीदारांना, मातृभूमीच्या संरक्षणासाठी लढावे लागले. सियाचीन प्रदेश हा दुर्दैवाने पाकिस्तान व भारत यांमधील फार वर्षांपासूनचा वादग्रस्त प्रश्न बनला आहे.

ही लढाई दुर्दैवी म्हणावी लागेल, कारण ती टाळता येणे शक्य होते. ह्याचे मूळ १९४७च्या फाळणीमध्ये आहे. १९४९च्या कराची करारानुसार दोन्ही देशांनी जम्मू-काश्मीरच्या नकाशावर 'युद्धबंदी रेखा' अधोरेखित केली. ही रेखा दक्षिणेला

मानवरपासून उत्तरेला खोरपर्यंत आणि तिथून NJ ९८४२ मधून हिमनदीच्या उत्तरसीमेपर्यंत. NJ ९८४२ पर्यंत ते आले तेव्हा तिथेच थांबले, कारण जिथे गवताचे पातेही उगवत नाही व श्वास घ्यायलाही त्रासाचे पडते, असला बर्फाच्छादित प्रदेश जिंकण्यामध्ये कुणाला रस असणार, असा विचार केला गेला.

त्यानंतर पाकिस्तानने, हा प्रश्न गुंतागुंतीचा केला. प्रथमत: भारताच्या हद्दीचा पाचहजार एकशे ऐंशी चौ.कि.मी. भाग अन्यायकारकरीत्या चीनला देऊन टाकला. त्यामुळे पाकिस्तान, चीन व भारत यांच्या सरहद्दी जिथे मिळतात त्या भूभागाचे महत्त्व बदलले. दुसरे म्हणजे परदेशी गिर्यारोहकांना व शास्त्रीय शोधमोहिमा राबवणाऱ्यांना या भागामध्ये जाण्याची परवानगी पाकिस्तानने दिली. ज्या भागावर त्याची मालकी नव्हती अशा भागामध्ये ही परवानगी दिल्यामुळे 'हक्का'चा प्रश्न उपस्थित केला.

१९६२च्या नकाशाची संदिग्धता, काही विशिष्ट सत्तास्थानांचा अप्रामाणिक स्वभाव आणि त्यामुळे घडामोडींना मिळणाऱ्या कलाटण्या यांमुळे भारतीय सेनादलाला, पाकिस्तानी हालचालींची शंका येऊ लागली. १९८३च्या सुमारास पाकिस्तान्यांचा त्या भागात घुसण्याचा प्रयत्न लक्षात आल्यामुळे, भारताने आपणहून एप्रिल १९८४ मध्ये सल्टोरो रिज हा हिमनदीच्या पश्चिमेकडील भाग ताब्यात घेतला. ह्या प्रदेशावर वर्चस्व प्रस्थापित करण्यासाठी दोन्ही राष्ट्रे एकमेकांवर कुरघोडी करण्याचा प्रयत्न करत होती. शत्रूच्या कारवायांपेक्षा, इथले वातावरण, बर्फ, हवामान हे घटकच हा प्रदेश अंकित करण्यामध्ये अधिक त्रासदायक होते.

नायब सुभेदार बाना सिंगना, ज्या युद्धात 'परमवीर चक्र' देऊन गौरवले, त्या हकीगतीचे मूळ १९८७च्या पाकिस्तानच्या एका कुटील कारस्थानात आहे. भारतीय हद्दीमध्ये आपले ठाणे प्रस्थापित करायचा पाकिस्तानने, आपल्या फौजेला आदेश दिला होता. स्पेशल सर्व्हिसेस ग्रुपच्या 'क्रॅक' युनिटला छुप्या मार्गाने तेथे ताबा मिळवण्याची योजना तयार करावयास सांगितले होते. भारतीय हद्दीमधील सियाचीन हिमनदीवरच्या एका महत्त्वाच्या शिखरावर, जिथे भारतीय सेनेने आपल्या फौजा तैनात केल्या नव्हत्या, पाकिस्तानने कब्जा केला व ह्या ठिकाणाला नाव दिले 'कैद पोस्ट'. कैद-ए-आझम मोहम्मद अली जिना यांच्या स्मृतिप्रीत्यर्थ हे नाव दिले होते.

आपल्या देशाची सार्वभौमता व अखंडता यांचे रक्षण करणे हे भारतीय सेनादलाचे 'आद्य कर्तव्य' राहिले आहे. त्यामुळे भारतीय हद्दीत असणाऱ्या ठिकाणावर (इतर शक्तींनी) स्वामित्व प्रस्थापित करणे, हे भारतीय सेनादलापुढे आव्हान होते व त्यांनी हे आव्हान स्वीकारले.

जो हिंमत करतो तोच जिंकतो.

'आपल्या स्वत:साठी एखादे कार्य करण्यापेक्षा दुसऱ्या कुणासाठी

काही करणे, हे अधिक चांगले आहे हे समजल्याशिवाय कोणताही माणूस खरी आध्यात्मिक उन्नती करून घेऊ शकत नाही.'

– टी. वुड्रो विल्सन.

६ जानेवारी, १९४९ला रनबीरसिंगपुरा येथील कड्याल खेड्यामध्ये, बाना सिंग यांचा जन्म झाला. ६ जानेवारी, १९६९ मध्ये आपल्या वाढदिवसाच्या दिवशी, विसाव्या वर्षी ते सैन्यदलात भरती झाले.

बाना सिंग शेतकरी कुटुंबामधून आले होते. पाच भाऊ व तीन बहिणींमध्ये ते सर्वांत वडील होते. त्यांचे आईवडील अत्यंत धार्मिक होते. त्यांचे दोन भाऊ कॅनडा व इंग्लंडच्या गुरुद्वारामध्ये रागी (गुरू ग्रंथसाहेब या पवित्र ग्रंथांचे गायन करणारे) आहेत. आठव्या इयत्तेपर्यंत ते गावातल्या शाळेत शिकत होते व त्यानंतर मॅट्रीक परीक्षेपर्यंतचे शिक्षण, शेजारच्या बड्याल ब्रह्म ह्या खेड्यात पूर्ण केले.

ज्या कुटुंबामध्ये धार्मिक वातावरण होते, देवावर श्रद्धा होती व चारित्र्यसंपन्नता, सदाचार या गुणांची शिकवण होती, अशा कुटुंबाचे संस्कार, बाना सिंग यांच्यावर झाले होते. त्यामुळे योग्य गोष्ट करणे हा त्यांचा धर्म बनला होता. ज्या कृतीमुळे त्यांना 'परमवीर चक्र' पदक मिळाले, त्यासंबंधी काही सांगण्यासाठी पत्रकारांनी विनवले असता, साध्या व नम्र बाना सिंग यांचे उत्तर होते, 'माझ्या बटालियनच्या कुणाही व्यक्तीने केले असते, तेच मी केले आणि माझ्या नशिबाने, मी त्यांचे नेतृत्व केले.'

फक्त पाच फूट चार इंच उंचीच्या (कमी उंचीच्या) 'परमवीर चक्र' विजेत्या नायब बाना सिंग यांनी आपल्या कर्तृत्वाने मोठी उंची गाठली आहे.

ज्या लढाईमध्ये नायब सुभेदार बाना सिंगनी ही कामगिरी पार पाडली त्याविषयी थोडेसे :

८ जम्मू व काश्मीर पायदळाने 'कैद' ठिकाण काबीज केले त्याचा वृत्तांत.

बिला-फोंडला या नावाने ओळखल्या जाणाऱ्या बर्फाच्या ढिगाऱ्यावर 'कैद पोस्ट' ही चौकी वसविली होती. हा बर्फाचा ढीग खड्या उंचीचा होता व समुद्रसपाटीपासून एकवीसहजार एकशे त्रेपन्न फुटांवर होता. येथील भयानक हवामानाची व उंचीची तुलना एकोणतीसहजार अठ्ठावीस फूट उंचीवर असणाऱ्या माऊंट एव्हरेस्टबरोबर होऊ शकेल. अशा उंचीवर हवा विरळ असते, त्यात प्राणवायूचे प्रमाण कमी असते. ताशी चाळीस ते साठ कि.मी. वेगाने वारे वाहणे, हे अगदी नैसर्गिक व सरासरी तापमान –३५ ते –५५ अंश सेल्सिअस असते. या हवामानामध्ये नाकाच्या

खाली बर्फाचे टोकदार तुकडे लोंबतात व सगळे द्रवपदार्थ गोठतात.

'कैद पोस्ट' इथल्या खड्या बर्फाळ भिंतीमुळे त्या जागेला एक वर्चस्व प्राप्त झाले आहे व खालून वर रांगत येणाऱ्याला सहज टिपता येणे शक्य असते.

शूर भारतीय फौजांनी अनेक प्रयत्न केले होते पण पुष्कळ मनुष्यहानी झाल्यामुळे ते सोडून द्यावे लागले होते. नायब सुभेदार बाना सिंगनी 'कैद पोस्ट'वर कब्जा करण्यासाठी आपली उमेदवारी स्वत:हून कळवली होती. त्यांच्या चार साथीदारांनी, त्यांना ह्या प्रयत्नात मदत केली. बटालियनच्या इतर सभासदांनी, पाकिस्तानचे लक्ष दुसऱ्या गोष्टींवर खिळवून ठेवले होते. तेव्हा सुभेदार बाना सिंग व त्यांचे सहकारी सावकाशपणे बर्फाच्या भिंतीला वाघनखाने पकडून वर चढत होते. त्या रात्री तापमान –३० अंश सेल्सिअस होते व वाऱ्याचा वेग प्रचंड होता. आधीचे तीन दिवस सतत बर्फ पडत होते. त्यामुळे ह्या लोकांना चढताना अनेक ठिकाणी कमरेएवढ्या उंचीच्या भुरभुरणाऱ्या बर्फातून मार्गक्रमण करावे लागत होते.

खूप थंडीमुळे साहाय्यक तुकडीची शस्त्रे नीट काम देत नव्हती. खूप बर्फ पडत असल्यामुळे प्रकाश अंधूक होता व स्पष्ट दिसत नव्हते. नायब सुभेदार बाना सिंग व त्यांचे साथीदार ह्याचा फायदा उठवत शत्रूजवळ पोहोचले. रस्त्यामध्ये त्यांना त्यांच्याच बटालियनच्या सैनिकांच्या मृतदेहांना ओलांडून जावे लागले. ही जागा हस्तगत करण्यासाठी झालेल्या पूर्वीच्या प्रयत्नांमध्ये, हे लोक मारले गेले होते. निर्धारित ठिकाणी पोहोचायच्या थोडे आधी, नायब सुभेदार बाना सिंग यांनी आपला छोटा गट विभागला व ग्रेनेड घेऊन ते पुढे धावले. बंकरमध्ये हातातले ग्रेनेड फेकले व तिथे असणाऱ्या सैनिकांना संगिनीने भोसकून ठार केले. पाकिस्तानी एस.एस.जी.चे सात कमांडो जागीच ठार झाले व उरलेले पळून गेले. नायब सुभेदार बाना सिंग यांना लगेचच त्यांच्या युनिटचे इतर लोक येऊन मिळाले व ते ठाणे भारतीय सेनेने ताब्यात घेतले.

नायब सुभेदार बाना सिंग यांनी केलेल्या धाडसी कामगिरीबद्दल त्यांना 'परमवीर चक्र' पदक देऊन गौरवले आहे व त्या जागेचे 'बाना टॉप' असे नामकरण करण्यात आले.

◆

उपसंहार

या 'मूर्तिमंत धैर्य' स्वरूपाच्या कृतींचा अभ्यास केल्यानंतर आपण अशा निष्कर्षाप्रत येतो की ह्यांच्यापैकी प्रत्येकजण त्याच्यावर सोपवलेल्या कामाच्याही पुढे जाऊन बरेच अधिक काही करण्यासाठी प्रयत्नशील होता. त्यांच्या कामगिरीमध्ये काही समान गोष्टी आढळतात. जसे की—

स्वतःच्या स्वार्थापेक्षा, दुसऱ्याच्या भल्यासाठी कार्य करणे; होणाऱ्या परिणामाची तमा न बाळगता!, जे त्यांना उचित वाटते तेच करणे; देशासाठी व देशबांधवांसाठी स्वतःच्या जिवावर उदार होऊन कार्य करणे; नेमून दिलेल्या जबाबदाऱ्यांच्या पुढे जाऊन काम पार पाडण्याचे धीरोदात्त दृढसंकल्प करणे.

डेहराडून येथील इंडियन मिलिटरी अ‍ॅकॅडमी व खडकवासला येथील नॅशनल डिफेन्स अ‍ॅकॅडमी, यांच्या बोधवाक्यामध्ये या मूल्यांचा समावेश केला आहे. 'चेटवोड हॉल' मधील दीक्षांत समारंभातून जे पास होऊन आलेले आहेत, त्यांना इंडियन मिलिटरी अ‍ॅकॅडमीचे बोधवाक्य माहीत आहेच.

'तुमच्या देशाची सुरक्षा, सन्मान व कल्याण यांना नेहमी व प्रत्येक वेळी प्राधान्य असते; त्यानंतर येतात तुमच्या हाताखालील माणसांचा सन्मान, त्यांची सुरक्षा, कल्याण व सुखसोयी. तुमचा स्वतःचा आराम, स्वास्थ्य व सुरक्षा नेहमी व प्रत्येकवेळी शेवटी असते.'

नॅशनल डिफेन्स अ‍ॅकॅडमीमधील बोधवाक्याचे सार या तीन शब्दांत सामावलेले आहे– 'SERVICE BEFORE SELF'. 'स्वतःआधी सेवा'.

पण नुसत्या बोधवाक्यानेच प्रेरणा मिळत नाहीत, दुसऱ्या कुणाच्या भवितव्यासाठी आपल्या 'आज'चे बलिदान करणे, यासाठी बोधवाक्याहून काही अधिक असण्याची गरज असते. मूल्यांविषयी असणारी निष्ठा, समाजाकडून जे मिळाले त्यापेक्षा कणभर जास्तच परत देण्याची वृत्ती; भविष्यातील जगाचा वेध घेण्याची दृष्टी, पुढच्या पिढीला हा वारसा देण्याआधी त्यात आजच्या संपन्नतेची भर घालणे; अशा अनेक गोष्टींच्या जाणिवेतून ती उत्पन्न होत असावी. धीरोदात्त पुरुषांच्या मनात

भीतीचा लवलेश नसतो असे मानणे चुकीचे आहे. भीती हा सर्वांचा स्थायीभाव आहे. भीतीवर विजय मिळवणे हे खरे वीरत्व व शौर्य होय. एकदा का लढाईस सुरुवात झाली की, जी माणसे या लढाईत भाग घेतात, ते आपल्या वैयक्तिक भावनांना तिलांजली देतात व त्यांना ज्याचे शिक्षण दिलेले असते अगदी तशा प्रकारे आपापत: कृती करतात. त्यांच्यावर सोपवलेल्या जबाबदारीमुळे, वैयक्तिक भीती पळून जाते आणि दिलेले काम फत्ते करण्यासाठी त्यांना पुढे जावे लागते. जवानांच्या बाबतीत तर मित्रत्वाची भावना प्रबळ असते आणि त्यामुळेच कितीतरी लढवय्ये संकटात अडकलेल्या मित्रांना वाचवण्यासाठी आपल्या जिवावर उदार होतात.

धैर्य या गुणाची चिकित्सा करताना सैनिक मृत्यूच्या भीतीला कसे तोंड देतात, याचा विचार होणे जरुरीचे आहे. युद्धप्रसंगी माणसांना कदाचित रोजच अनेक प्रकारे मृत्यूचा सामना करावा लागतो. पण शक्य होईल तितका ते तो विचार दूर ठेवतात. विशेषत: तरुण लोकांना वाटते ते कधीच मरणार नाहीत. 'जोपर्यंत माझे नाव लिहिलेली गोळी माझ्यापर्यंत पोहोचत नाही तोपर्यंत मी मरणार नाही' असा त्यांचा विचार असतो. मृत्यूच्या विचाराला थारा न देण्यामध्ये हीच सर्वसाधारण कल्पना अनुस्यूत असते.

दुसरे काही दैववादी असतात ते म्हणतात, 'जर तुम्ही मरणार असाल तर मराल. कोणीही तुम्हाला वाचवू शकणार नाही आणि जर तुम्ही जगणार असाल तर कोणीही तुम्हाला मारू शकत नाही, तेव्हा काळजी का करावयाची?'

असेही काही लोक असतात की, ज्यांची कर्तव्याबद्दलची, अनुशासनाची कल्पना इतकी प्रभावी असते की, आपल्या कर्तव्याचे पालन करताना ते भीतीवर विजय मिळवू शकतात. हे मुख्यत: अधिकाऱ्यांच्या बाबतीत घडते, कारण त्यांना नेतृत्व करावे लागते. भीतीवर नियंत्रण मिळवावे लागते. भीती ही धैर्यासारखीच स्पर्शाने फैलावते.

हीही गोष्ट समजावून घेणे महत्त्वाचे आहे की, सैनिकाची लढण्याची ताकद, त्याची निवड कशा प्रकारे झाली, त्याला शिक्षण कसे मिळाले आहे व त्याला कशा प्रकारे लढावयास प्रवृत्त केले आहे या गोष्टीवर अवलंबून असते. जे राष्ट्र, अधिकाऱ्यांच्या, सैनिकांच्या पात्रतेसंबंधी तडजोड करते, ते राष्ट्र आत्मघाताला आमंत्रण देते. नेतृत्वही महत्त्वाचे असते. राजकीय नेत्यांनी व सैन्यदलाच्या अधिकारी वर्गांनी अनुसरलेली मूल्ये ही महत्त्वाची बाब आहे. युद्धातील यश व त्यासाठी अनुसरावयाच्या कार्यप्रणालीची गुणवत्ता व परिणामकारकता यासाठी सैनिक आपल्या वरिष्ठ अधिकाऱ्यांवर भरवसा ठेवून असतो, तसेच राजकारण्यांच्या व शासकीय अधिकाऱ्यांच्या दबावाला बळी न पडता, सैन्याचे उद्दिष्ट साध्य करण्यासाठी, सर्व सामग्रीचा ते कसा बंदोबस्त करतात, यावरही.

राष्ट्र, सैन्यदलाला जो मान व स्थान देते तेही महत्त्वाचे असते, कारण त्याचमुळे सैनिक लढावयास प्रवृत्त होतो. सैनिक असण्यात त्याला अभिमान असतो. तो जो गणवेश धारण करतो, त्यामध्ये देशाच्या सन्मानाचे रक्षण करण्यासाठी, जे विशिष्ट दर्जाचे लोक निवडले जातात, त्यांपैकी एक असण्याचा बहुमान प्रतीत होत असतो आणि अभिमान असला की, हा विशिष्ट लोकांचा गट शौर्य, धैर्य, लढाऊबाणा या गुणांचे प्रतिनिधित्व करणारा गट असतो. त्यांच्या अस्तित्वामुळे साऱ्या देशबांधवांच्या डोळ्यांतील सुरक्षित असण्याचा भाव त्यांच्या दृष्टीने महत्त्वाचा असतो.

म्हणूनच देश आपल्या सैनिकांना कशा प्रकारची वागणूक देतो, हे महत्त्वाचे ठरते. 'देश फक्त लढाईच्या वेळी सैनिकांचे स्मरण ठेवतो का?' ह्या गोष्टीकडे लक्ष द्यावयास हवे.

शेवटी, आपण ह्या निष्कर्षाशी येऊन पोहोचतो की, आपल्या निर्धारित कामापलीकडे जाऊन, धीरोदात्त कामगिरी पार पाडण्यासाठी, त्या सैनिकाकडे धैर्य हा गुण असायला हवा. जिवावर बेतलेले कठीण काम तो सैनिक पार पाडतो तेव्हा तो फक्त त्याला दिलेल्या आज्ञेचेच पालन करत नसतो, तर त्याच्या मनात त्याने योग्य ते (विहित) कर्म करण्याचा निश्चय केलेला असतो, म्हणून ते काम करण्यास तो उद्युक्त होतो.

लॉर्ड मॉरनने म्हटल्याप्रमाणे, धैर्य हा गुण त्या व्यक्तीचा स्थायीभाव असतो आणि युद्ध ही त्याच्या प्रकटीकरणाची, सैनिकाच्या आयुष्यातील आणखी एक कसोटी ठरते. म्हणूनच शांततेच्या काळात चारित्र्यसंपन्न असणाऱ्या व्यक्ती, युद्धकाळात धैर्यवान ठरतात. कशामुळे धीरोदात्त कामगिरीसाठी माणूस प्रवृत्त होतो, हे आपण पाहिले आणि म्हणूनच युद्ध जिंकून देणाऱ्या या गुणांच्या वाढीसाठी काय करणे शक्य आहे हे राष्ट्राने ठरवावयाचे आहे. एखादे राष्ट्र, त्याच्या लोकांच्या स्वभावाची जडणघडण करू शकेल का? मला वाटते, हे शक्य आहे. हे करणे महत्त्वाचे आहे हे जर त्या राष्ट्रास जाणवले व तशी त्याची इच्छा असेल तर ते करू शकेल. शेवटी काय पाहिजे, हे राष्ट्राला ठाऊक असावे लागते व ज्या गोष्टीसाठी राष्ट्र प्रयत्न करेल, त्या गोष्टी मिळवता येतील हेही जाणून घ्यायला हवे.

महात्मा गांधी, देशाचे पिता, हे असे एकच राजकीय पुढारी असावेत की, ज्यांना युद्धाचा थोडा अनुभव होता. ॲम्ब्युलन्स साहाय्यक म्हणून त्यांनी साऊथ आफ्रिकेत बोअर वॉर (Boer War) मध्ये भाग घेतला होता. त्यामुळे युद्धातील उलथापालथ व थरार त्यांनी जवळून पाहिला होता. ते म्हणत, 'आपल्या निर्धारित कामामध्ये, दृढसंकल्प असणाऱ्या लोकांचा छोटा समूह, आपल्या नियोजित उद्दिष्टाप्रती अतूट श्रद्धा ठेवून त्या कामात झोकून देईल तर ते इतिहासाचा प्रवाह बदलू

शकतील.' शूर पुरुषांच्या या गोष्टींनी, आपणास दाखवून दिले आहे की, धैर्याची बीजे, स्वभावधर्मात रुजलेली असतात. 'देशाची चारित्र्यसंपन्नता' वृद्धीस लागण्यासाठी त्याचा पाया आपणाला त्यावर रचायला हवा. आपण हे करू शकलो तर भारत खरेच, महान राष्ट्र होईल. आपण हे करू शकलो नाही तर हे त्या शूरवीरांचे व आपले अपयश ठरेल. ह्या शूरवीरांनी व त्यांच्याच सारख्या अगणित, जगापुढे न आलेल्या सैनिकांनी केलेले स्वार्थत्याग व्यर्थ जातील, काही थोड्या जणांचे धैर्य मोठ्या गोष्टी करण्यासाठी, छोट्या वा मोठ्या गटांना प्रोत्साहित करते आणि ते संख्येने अल्प असल्यामुळेच, त्यांना प्रसिद्धी मिळायला हवी, त्यांना मानसन्मान मिळायला हवा, त्यांच्या कामाचे योग्य मूल्यमापन व्हायला हवे.

◆

परिशिष्ट एक

परमवीर चक्र

शत्रू समोर उभा ठाकला असताना, जमिनीवर, समुद्रामध्ये अथवा आकाशामध्ये केलेले अलौकिक, शौर्याचे, धैर्याचे कृत्य अथवा प्राणांचे बलिदान यासाठी हे 'परमवीर चक्र' दिले जाते. हे पदक मरणोत्तरही दिले जाते.

परमवीर चक्र हे शौर्यासाठी देण्यात येणारे देशातील सर्वोच्च मानचिन्ह असून २६ जानेवारी, १९५०ला 'गॅझेट ऑफ इंडिया' मध्ये घोषणा करून राष्ट्रपतींनी हे पदक देण्याची प्रथा सुरू केली. १५ ऑगस्ट, १९४७ नंतर अमलात आणावयाच्या खालील नियमावली गॅझेटमध्ये नमूद केल्या आहेत.

पहिले : हा पुरस्कार पदकाच्या स्वरूपात असावा व त्याला 'परमवीर चक्र' या नावाने संबोधण्यात यावे.

दुसरे : हे पदक आकाराने गोल, ब्राँझ धातूचे, ३.८ इंच व्यासाचे असावे. त्याच्या दर्शनी भागावर बाजूने इंद्राच्या वज्राच्या ४ प्रतिकृती व मध्यभागी देशाचे मानचिन्ह कोरलेले असावे. मागच्या बाजूवर 'परमवीर चक्र' ही अक्षरे हिंदी व इंग्रजी भाषेत व त्यामध्ये दोन कमल पुष्पे कोरलेली असावीत. या 'परमवीर चक्र' पदकाचा नमुना जमा करवून, सीलबंद करून जतन करावा.

तिसरे : सव्वा इंच रुंदीच्या जांभळ्या रंगाच्या रिबिनीच्या साहाय्याने छातीच्या डाव्या बाजूला हे पदक लटकवण्यात येईल. जेव्हा फक्त रिबिनीचाच वापर करावयाचा असेल तेव्हा इंद्राच्या वज्राची छोटी प्रतिकृती रिबिनींच्या मध्यभागी लावण्यात येईल.

चौथे : शत्रू समोर उभा ठाकला असता, जमिनीवर, समुद्रावर अथवा आकाशामध्ये केलेल्या अलौकिक

शौर्याचे कृत्य अथवा प्राणाचे बलिदान यासाठी हे 'परमवीर चक्र' पदक देण्यात येईल.

पाचवे : 'परमवीर चक्र' मरणोत्तरही प्रदान करण्यात येईल.

सहावे : राष्ट्रपतींच्या हस्ते हे सन्मानपदक अर्पण करण्यात येईल.

सातवे : ज्या व्यक्तींना हे 'परमवीर चक्र' प्रदान करण्यात येणार आहे त्यांची अथवा ज्या व्यक्तींसाठी हे 'परमवीर चक्र' देण्यात येणार आहे त्या व्यक्तींची नावे भारताच्या गॅझेट (Gazette of India) मध्ये प्रसिद्ध केली जातील व राष्ट्रपतींच्या सूचनेबरहुकूम त्याचे एक 'रजिस्टर' ठेवण्यात येईल.

आठवे : 'परमवीर चक्र' पदकाचा सन्मान प्राप्त होण्यासाठी त्या व्यक्तींनी खालील गोष्टींची पूर्तता करणे आवश्यक आहे.

अ) आरमार, सैन्यदल व विमानदल किंवा राखीवदले किंवा देशरक्षणार्थ असलेली प्रांतीय सेना किंवा बिगर सैनिकी फौज या व अशा कोणत्याही कायद्याने मान्यताप्राप्त असलेल्या सशस्त्र सेना ह्यांच्यापैकी असलेले अधिकारी, स्त्री आणि पुरुष.

ब) मेट्रन, सिस्टर्स, नर्सेस, नर्सिंग सर्व्हिसचे कर्मचारी व हॉस्पिटल आणि रुग्णसेवेशी तसेच इतर सेवांशी निगडित कर्मचारी व वर निर्देशित सेवांच्या आदेशांतर कायमस्वरूपी अथवा तात्पुरते योगदान देणारे कोणीही स्त्री-पुरुष.

नववे : 'परमवीर चक्र' पदाचा मानकरी असणाऱ्या व्यक्तीने जर असे साहसपूर्ण काम पुन्हा केले व ती 'परमवीर चक्र' पदाच्या मानकऱ्यासाठी आवश्यक असलेली योग्यता सिद्ध करू शकली, तर तिच्या साहसपूर्ण कामगिरीचा निर्देश, 'परमवीर चक्र' ज्या रिबिनीवर लटकावयाचे असते त्याला, एक बार (दांडी) जोडून केला जाईल. अशा प्रत्येक धीरोदात्त कामगिरीसाठी आणखी एक बार जोडला जाईल व अशा बारचे अथवा बारांचे प्रदान मरणोत्तरही केले जाईल.

जेव्हा नुसतीच रिबीन वापरावयाची असते, त्यावेळी प्रदान केलेल्या प्रत्येक बारसाठी इंद्राच्या वज्राची छोटी प्रतिकृती रिबिनीला लावण्यात येईल.

दहावे : 'परमवीर चक्र' पदकाच्या मानकऱ्यांना विशिष्ट प्रसंगी परिधान करण्यासाठी चक्राची छोटी प्रतिकृती असावी व त्याचा आकार मूळ चक्राच्या अर्धा असावा व त्याचा नमुनाही बनवून जतन करून ठेवावा.

अकरावे : 'परमवीर चक्र' पदकाचा मानकरी जर सब लेफ्टनंट जलसेना, सेकंड लेफ्टनंट थलसेना आणि पायलट ऑफिसर विमानदल ह्या हुद्द्यापेक्षा

कमी हुद्द्यावर काम करीत असेल तर, ज्या दिवशी असे धैर्यपूर्ण काम केले की ज्या योगे त्या व्यक्तीस हे पदक मिळाले, त्या दिवसांपासून ती व्यक्ती विशेष निवृत्तिवेतनाची हक्कदार बनेल व प्रत्येक जास्तीच्या पदकप्राप्तीनंतर त्या व्यक्तीस जास्तीचे निवृत्तिवेतन मिळेल. ते किती द्यावयाचे ह्याबद्दलचा निर्णय राष्ट्रपतींचा असेल. 'परमवीर चक्र' मानकऱ्याच्या मृत्यूनंतर, पदकधारकाच्या विधवेस तिच्या हयातीपर्यंत अथवा तिने दुसरा विवाह करेपर्यंत निवृत्तिवेतन देण्यात येईल व ते राष्ट्रपतींनी घालून दिलेल्या नियमाप्रमाणे देण्यात येईल.

बारा : सर्व पुरस्कारांमध्ये 'परमवीर चक्र' अव्वल क्रमांक राहील.

तेरावे : एखाद्या व्यक्तीचा पुरस्कार रद्दबातल ठरवण्याचा व काढून घेण्याचा, तसेच त्या व्यक्तीस ह्यानुसार मिळणारे निवृत्तिवेतन जे आधी दिले गेलेले नाही, रद्दबातल ठरविण्याचा अधिकार राष्ट्रपतींना आहे. त्यानंतर त्या व्यक्तीचे नाव रजिस्टरमधून काढून टाकण्यात येईल व त्या व्यक्तीला पदक परत करावे लागेल. परंतु अशी रद्दबातलता व पदके काढून घेणे मागे घेण्यात आले तर पुन्हा पदक, निवृत्तिवेतनासह देऊन सन्मानित करण्याचा अधिकारही राष्ट्रपतींना राहील.

◆

परिशिष्ट दोन

सरदार पटेलांचे पंतप्रधानांना पत्र

ता. ७ नोव्हेंबर, १९५०

प्रिय जवाहरलाल,

मी अलाहाबादहून परतलो त्याच दिवशी मला कॅबिनेट मीटिंगला हजर राहावे लागले. त्यासाठी मला फक्त पंधरा मिनिटांची पूर्वसूचना मिळाली होती. त्यामुळे मला सर्व कागदपत्रे वाचण्यास पुरेसा वेळ मिळाला नव्हता. याबद्दल मला खेद आहे. तिबेटच्या प्रश्नाबद्दल मला फार चिंता वाटते. माझ्या मनात जे आहे ते तुम्हांला सांगावेसे वाटते आहे.

परराष्ट्रखात्याचा, आपल्या पेकिंग येथील राजदूताबरोबर झालेला पत्रव्यवहार, मी काळजीपूर्वक वाचला. आमच्या राजदूताला व चिनी सरकारला जितके झुकते माप देणे शक्य आहे तेवढे देऊन, या पत्रव्यवहाराचा पाठपुरावा करायचा मी प्रयत्न केला. पण या अभ्यासानंतर मला खेदाने म्हणावेसे वाटते की, या दोघांपैकी कोणाचेही म्हणणे मला सयुक्तिक वाटले नाही.

शांततेचा उद्देश असल्याचे भासवून, चिनी सरकारने आपली बुद्धिपुरस्सर फसवणूक करण्याचा प्रयत्न केला आहे. तिबेटियन प्रश्न शांततेच्या मार्गाने सोडवण्याची त्यांची इच्छा असल्याचे, चिनी सरकारने महत्त्वाच्या काळात आपल्या राजदूताच्या मनात भरवले आहे, त्यामुळे त्याला चिनी सरकारबद्दल अनाठायी आत्मविश्वास वाटतोय, अशी माझी मनोधारणा झाली आहे.

हा पत्रव्यवहार झाला तेव्हा, तिबेटवर भीषण हल्ला करण्यावर चिनी लोकांचे लक्ष केंद्रित झाले असणार, ह्यात शंका नाही. माझ्या अनुमानाप्रमाणे चिनी लोकांची अंतिम कृती विश्वासघाताकडे जाणारी असेल.

दुःखद गोष्ट म्हणजे तिबेटियनांचा आपल्यावर पूर्ण विश्वास आहे व आपण मार्गदर्शन करावे असे त्यांना वाटते आहे. परंतु चीनच्या कटकारस्थानातून व्यवहारचातुर्यातून बाहेर पडण्यासाठी आपण त्यांना मदत करू शकलो नाही आहोत. आत्ताच्या परिस्थितीनुसार असे वाटतेय की, दलाई लामाची सोडवणूक करायला आपणाला जमेलसं वाटत नाही.

चिनी राजनीती व कृतीचे समर्थन किंवा खुलासा करण्याचे आमच्या राजदूताला अडचणीचे झालेले दिसते. परराष्ट्रखात्याने राजदूताला पाठवलेल्या तारेमध्ये, चिनी सरकारकडे, आपल्या वतीने त्याने केलेल्या एक-दोन निवेदनांत खंबीरपणाचा अभाव

व जरुरी नसलेली क्षमायाचना केल्याबद्दल टिप्पणी केली आहे. तिबेटमध्ये अँग्लो-अमेरिकन कारस्थानांमुळे धोका निर्माण झाल्याचा चीनचा जो कांगावा आहे, त्यावर कुणाही सुजाण माणसाचा विश्वास बसणे शक्य नाही. म्हणून चीनने जर खरंच यावर विश्वास ठेवला असेल, तर त्यांनी आपणावर पूर्ण अविश्वास दाखवला आहे. आपल्याला ते अँग्लो-अमेरिकन राजनीती किंवा कारस्थान याचे हत्यार अथवा त्यांच्या हातातले बाहुले समजत आहेत. तुम्ही स्वत: त्यांना समजावून सांगण्याचा प्रयत्न करून सुद्धा, चिनी लोकांनी जर असा ग्रह करून घेतला असेल तर ह्यावरून हे स्पष्ट होते की, आम्ही स्वत:ला चीनचे मित्र म्हणवत असलो तरी, चिनी लोक आम्हाला त्यांचे मित्र मानत नाहीत.

कम्युनिस्ट लोकांची 'जो कोणी त्यांच्याबरोबर नाही तो त्यांच्या विरुद्ध असतो' ही वृत्ती पाहता हा एक महत्त्वाचा विषय आहे, त्याची आपण दखल घ्यावयास हवी.

गेल्या कित्येक महिन्यांपासून, रशियन गट सोडून फक्त आपणच चीनच्या युनोमधील प्रवेशासंबंधी प्रयत्न करत आहोत व फार्मोसाच्या प्रश्नावर अमेरिकनांचे आश्वासन मिळवण्याचा प्रयत्न करत आहोत. चिनी लोकांच्या भावना जपण्यासाठी, त्यांच्या मनातली भीती शमवण्यासाठी, त्यांच्या न्याय हक्कांसाठी, अमेरिका, ब्रिटन व युनो यांच्याबरोबरच्या चर्चेमध्ये, पत्रव्यवहारामध्ये आपणाला शक्य असलेले सर्व काही केले तरीही चीनची खात्री पटलेली नाही. ते आपल्याकडे संशयानेच पाहतात आणि त्यांची ही मनोवृत्ती वरवर पाहता तरी संशयी, कदाचित द्वेषयुक्त आहे.

आपला सद्हेतू, मित्रता व सदिच्छा यांची खात्री पटवण्यासाठी आम्ही आधीच पुष्कळ प्रयत्न केले आहेत. या शिवाय आपण आणखी काही करू शकू का, याबद्दल मी साशंक आहे. पेकिंगमधील आपला राजदूत, चीनला आपला मैत्रीपूर्ण दृष्टिकोन योग्य प्रकारे स्पष्ट करून देण्यास समर्थ आहे. परंतु चिनी लोकांचे मतपरिवर्तन करण्यात त्यालाही अपयश आल्याचे दिसते.

त्यांनी आपल्याला पाठवलेल्या शेवटच्या तारेचा मजकूर, पूर्णत: उद्धटपणाचा आहे आणि चिनी सैन्याच्या तिबेटमधील प्रवेशाबद्दल आपण केलेल्या निषेधाबद्दल, सरळसरळ आपली बोळवण केलेली आहे. इतकेच नव्हे तर आपले असे मत बनण्यात, परकीय हात असल्याचे म्हणण्याचा खोचकपणा आहे हे पाहून वाटते की, अशा तऱ्हेची भाषा ही मित्राची नसून, त्यात संभाव्य ताकदवान शत्रू (लपलेला) आहे.

या पार्श्वभूमीवर, तिबेट नामशेष झाल्याच्या परिणामामुळे कोणती नवी परिस्थिती उद्भवेल याचा विचार करावयास हवा कारण आपल्याला माहिती आहे, चीन आपल्या दारापर्यंत येऊन ठेपला आहे. आपल्या सबंध इतिहासामध्ये ईशान्येकडील सरहद्दीबद्दल आपण क्वचितच चिंता केलीय. हिमालय अभेद्य समजला जात असल्यामुळे उत्तरेकडून कोणताही धोका संभवत नव्हता. तिबेटशी मैत्रीपूर्ण संबंध होते. त्यांनी आपणाला कोणताच उपद्रव दिलेला नाही. चिनी लोकांत दुही होती,

त्यांच्या स्वत:च्या देशांतर्गत समस्या होत्या, आपल्या सरहद्दीबद्दल त्यांनी कधीच आपल्याला त्रास दिलेला नाही.

१९१४ मध्ये तिबेटबरोबर आपला एक करार झाला. ज्याला चीनने कधीच मान्यता दिली नाही. तिबेटची स्वायत्तता, आपण स्वतंत्र राज्यासारखीच धरून हा करार केला. आपल्याला वाटले चीनही त्यावर स्वाक्षरी करेल. अधिराज्य या संज्ञेचा चीनने लावलेला अर्थ भिन्न होता. तिबेट व आपल्यात पूर्वी झालेल्या कराराच्या अटी, चीन लवकरच अमान्य करेल, हे आपण गृहीत धरायला हवे.

त्यामुळे गेल्या अर्धशतकात सरहद्दीविषयक व व्यापाराबद्दल झालेल्या सर्व समझोत्यांवर पाणी फिरलेय. चीनमध्ये आता दुही नाही. ते एकसंघ व बलाढ्य झाले आहे. उत्तरेकडील हिमालय व ईशान्य सरहद्दीजवळील आपल्या बाजूची लोकसंख्या, वंश व सांस्कृतिकदृष्ट्या मंगोलियनांहून वेगळी नाही.

दोन्ही देशांतील अस्पष्ट सरहद्द व तेथील लोकसंख्येचे तिबेट व चीनशी असलेले मानसिक साहचर्य व साधर्म्य ह्यांत चीनकडून संभाव्य धोक्याची सर्व लक्षणे आहेत.

सध्याच्या घडामोडी व इतिहासाचे कडवे सत्य हे आहे की, कम्युनिझमला साम्राज्यशाहीचे वावडे नाही. कम्युनिस्ट हे हुकूमशहाइतकेच चांगले किंवा तितकेच वाईट आहेत.

हिमालयाचा आपल्याकडील उतार नव्हे, तर आसामचा महत्त्वाचा भाग बळकवण्याचा चिनी लोकांचा मनसुबा दिसतो आहे.

बर्मा बळकवण्याचीही त्यांची महत्त्वाकांक्षा आहे. बर्माला मॅकमोहन रेषाही नसल्यामुळे बर्मापुढे मोठे संकट आहे, कारण स्वत:च्या संरक्षणासाठी त्यावर आधारित कराराही ते करू शकत नाहीत.

चीनचा साम्यवाद व कम्युनिस्टांचा साम्राज्यवाद हे पश्चिमेकडचा विस्तारवाद व साम्राज्यशाहीपेक्षा वेगळे आहेत. चीनच्या साम्यवादामध्ये तत्त्वप्रणालीचा बुरखा आहे म्हणूनच तो दसपट घातक आहे. या तत्त्वप्रणालीच्या विस्तारामध्ये वंश, राष्ट्र, ऐतिहासिक हक्क या बाजू अंतर्भूत आहेत.

म्हणूनच उत्तरेकडील व ईशान्येकडील धोका हा कम्युनिस्टांचा व साम्राज्यशाहीचा धोका आहे. पश्चिमेकडील व वायव्येकडील संकटे ही उग्र स्वरूपाची आहेतच, त्या जोडीला आता उत्तरेकडून व ईशान्येकडून नवा धोका निर्माण होत आहे. तेव्हा अनेक शतकांनंतर प्रथमच भारतीय संरक्षणाला एकाच वेळी, दोन आघाड्यांवर लक्ष केंद्रित करावे लागणार आहे. आपले संरक्षणाचे डावपेच आत्तापर्यंत, पाकिस्तानवर प्राबल्य मिळवण्यावर आधारित आहेत.

आपल्या डावपेचांमध्ये आता उत्तरेकडील व ईशान्येकडील कम्युनिस्ट चीनची दखल घ्यावयास हवी. कम्युनिस्ट चीन, त्याची एक ठराविक महत्त्वाकांक्षा व उद्देश

आहे व त्याचे आपल्याबरोबरचे संबंध ते दाखवत असलेले मित्रत्वाचे नाहीत.

या संभाव्य धोकादायक सरहद्दीबाबत मला राजकीय विचारविवेचन करूदे. आपल्या उत्तरेकडील व ईशान्येकडील लगतच्या प्रदेशामध्ये नेपाळ, भूतान, सिक्कीम, दार्जिलिंगसह, आसामचा आदिवासी भाग यांचा समावेश आहे. दळणवळणाच्या बाबतीत ते कच्चे दुवे आहेत. सलग संरक्षण सेवा अस्तित्वात नाही. घुसखोरीसाठी अगणित संधी उपलब्ध आहेत. अगदी थोड्याच खिंडीवर पोलीस बंदोबस्त आहे. तिथेसुद्धा आपल्या चेकनाक्यांवर पुरेसे मनुष्यबळ नाही.

या भागाशी आपला जवळचा व घनिष्ठ संबंध नाही. ह्या भागात राहणाऱ्या लोकांची भारताबरोबरची इमानदारी व निष्ठा पक्क्या नाहीत. अगदी दार्जिलिंग व कलिमपाँग भागामध्येही मंगोलियन वंशाबद्दलच्या साधर्म्याबद्दल पूर्वग्रह आहेत. गेल्या तीन वर्षांमध्ये आम्ही नागा व आसाममधील इतर आदिवासी टोळ्यांबरोबर चांगले संबंध प्रस्थापित करू शकलेलो नाही. युरोपियन मिशनरी त्यांच्याशी चांगले संबंध ठेवून आहेत पण भारताबरोबरच्या अथवा भारतीयांबरोबरच्या चांगल्या संबंधांसाठी त्यांचा संपर्क अनुकूलतेचा नाही. काही दिवसांपूर्वी सिक्कीममध्ये राजकीय क्षोभ होता. आत्ताही असंतोष धुमसत असण्याची शक्यता आहे. त्यामानाने भूतान शांत आहे. परंतु त्याची सहानुभूती पुरेशी नाही. नेपाळमध्ये कमकुवत असे अल्प लोकसत्ताक राज्य आहे. बळाच्या वापरावरच ते टिकून आहे. नव्या जगातल्या प्रगत कल्पनांबरोबर जनतेतील प्रक्षुब्ध घटकांबरोबर त्यांचा संघर्ष चालू आहे. अशा परिस्थितीमध्ये लोकांना नव्या धोक्यांची जाणीव करून देणे किंवा संरक्षणासाठी सशक्त बनवणे हे खरोखरी फार कठीण काम आहे. सुबुद्ध राजनीती, सामर्थ्य व खंबीरपणा यांच्या जोरावर आपण या संकटावर मात करू शकू. मला खात्री आहे चीन व ज्यांच्यापासून चीनने प्रेरणा घेतली तो सोव्हिएट रशिया या कच्च्या दुव्याचा फायदा उठवण्याची संधी सोडणार नाहीत, जे त्यांच्या तत्त्वप्रणालीला व महत्त्वाकांक्षेला सयुक्तिकच आहे. म्हणूनच माझ्या मते ह्या परिस्थितीमध्ये आपण धरसोड करून चालणार नाही, तसेच पूर्ण आत्मसंतुष्ट राहूनही चालणार नाही. आपल्याला काय मिळवायचे आहे व कोणत्या मार्गाने, ह्याबद्दल आपली कल्पना सुस्पष्ट हवी. उद्दिष्टाच्या नियोजनामध्ये, निर्णय घेण्याच्या अभावामुळे अथवा धरसोडीमुळे आमची बाजू लंगडी पडेल व उघडपणे दिसणारे धोके वाढतील.

या बहिर्गत धोक्यांबरोबरच आपणाला आता गंभीर अशा अंतर्गत समस्यांना तोंड द्यावे लागणार आहे. या बाबतीत, हेरखात्याच्या साद्यंत माहितीच्या अहवालाची एक प्रत, परराष्ट्र खात्याच्या मंत्रालयाला पाठवायला, मी अय्यंगारना सांगितले आहे. आत्तापर्यंत भारतीय कम्युनिस्ट पार्टीला परदेशातील कम्युनिस्ट पार्टीबरोबर संपर्क प्रस्थापित करावयास किंवा त्यांच्याकडून शस्त्रास्त्रे/वाङ्मय मिळण्यात अडचणीचे

जात आहे. पूर्वेकडील असहकारी बर्मी व पूर्व पाकिस्तानी सरहद्दीवर अथवा लांबच्या समुद्रमार्गावर त्यांना समाधान मानावे लागत आहे.

आता त्यांना चिनी कम्युनिस्टांबरोबर व त्यांच्याकरवी बाहेरच्या देशांतील कम्युनिस्टांबरोबर सहज संपर्क साधता येईल. हेरांची, पत्रकारांची, कम्युनिस्टांची घुसखोरी सहज शक्य आहे. तेलंगणा व वारांगल इथल्या छोट्याशा भागातील कम्युनिस्टांच्या उपद्रवाबरोबर आपल्याला उत्तरेकडच्या व ईशान्येकडच्या कम्युनिस्टांच्या धोकादायक, मोठ्या उद्रेकाशी सामना करावा लागणार असण्याची शक्यता वाटते आहे कारण आता ते कम्युनिस्ट चीनच्या शस्त्रागारातून मिळणाऱ्या शस्त्रास्त्रे व हत्यारांच्या पुरवठ्यावर सहज विसंबून राहू शकतात.

ह्या सर्व परिस्थितीमुळे अनेक प्रश्न निर्माण झाले आहेत. ह्या प्रश्नांची उकल करण्यासाठी आपण लवकर निर्णय घ्यावयास हवेत. आधी नमूद केल्याप्रमाणे आमच्या योजनेचा उद्देश निश्चित करणे व तो साध्य करण्यासाठी कोणती कृतियोजना बनवायची हे ठरवायला हवे. ह्या कृतिप्रणालीमध्ये संरक्षण व राज्याची तयारीच नव्हे तर अंतर्गत सुरक्षेबद्दल लक्ष द्यावयास हवे; कारण सुरक्षिततेसाठी आपणास एक क्षणही फुकट घालवता येणार नाही. या प्रदेशातील कच्च्या दुव्यांवर मी आधी सांगितल्याप्रमाणे शासनासंबंधी व राजकीय प्रश्नांसंबंधी, आपणास उपाय योजायला हवेत.

या सर्व प्रश्नांचा ऊहापोह करणे, दमछाक करणारे असल्यामुळे ते नमूद करणे मला अशक्य आहे. पण खाली काही प्रश्न नमूद करतो आहे. माझ्या मते त्याची लगेच उकल व्हावयास हवी व त्या अनुषंगाने आपण आपल्या शासकीय व सैनिकी योजना आखावयास हव्यात व त्या कार्यान्वित करण्यासाठीचे मार्ग ठरवायला हवेत.

ए) चिनी सरहद्द व अंतर्गत सुरक्षा या गोष्टीवर चिनी धोक्याचे, सेनादलाने व हेरखात्याने केलेले मूल्यमापन.

बी) आपल्या सैनिकी ठाण्यांची तपासणी, जरूर भासल्यास त्याची पुनर्रचना, विशेषत: अशा ठिकाणी ज्या जागा वा वाटा वादग्रस्त ठरू शकतील, अशा ठिकाणांचे संरक्षण करण्याचा उद्देश असावा.

सी) आपल्या सैनिकी शक्तीचे मूल्यमापन करणे आणि जरूर भासल्यास या नव्या धोक्यांच्या संदर्भात सैन्यकपातीच्या आपल्या योजनांचा पुनर्विचार करणे.

डी) प्रदीर्घ काळासाठी आपल्या संरक्षण गरजांचे मूल्यमापन– मला वाटते की, आपण शस्त्रास्त्रांचा व युद्धसामग्रीचा निश्चित पुरेसा पुरवठा ठेवला नाही, तर आपली संरक्षण सिद्धता कायम तोकडी पडेल आणि अशा परिस्थितीत पश्चिमेकडच्या/वायव्येकडच्या व ईशान्येकडच्या दोन्ही फळ्यांवर तोंड देण्यास आपण पुरेसे समर्थ असणार नाही.

इ) युनोमधील चीनच्या प्रवेशाचा प्रश्न माझ्या मते चीनने आपणाला जशी भूलथाप दिली व ज्या प्रकारे तो तिबेटबरोबर व्यवहार करत आहे, ते पाहून यापुढे आपण चीनची बाजू उचलून धरू शकू, असे मला वाटत नाही. कोरियन युद्धातील चीनच्या सक्रिय सहभागामुळे, युनोमधून त्याची हकालपट्टी होण्याचा धोका संभवतो. ह्या प्रश्नाबद्दलही आपण आपली भूमिका ठरवायला हवी.

एफ) उत्तरेकडील व ईशान्येकडील सरहद्दीच्या मजबुतीसाठी आपण कोणती राजकीय व शासकीय योजना आखावयाची? ह्यामध्ये सर्व सरहद्दीचा नेपाळ, भूतान, सिक्कीम, दार्जिलिंग व आसामचा आदिवासी भाग सर्वांचा समावेश असेल.

जी) सीमेलगतचा भाग आणि तिच्याशी जोडलेल्या राज्यांच्या, जसे की उत्तर प्रदेश, बिहार, बंगाल व आसाम– अंतर्गत सुरक्षा.

एच) ह्या भागातील व सरहद्दीवरील पहारा चौकीमधील संपर्क व्यवस्था, रस्ते, रेल्वे, विमानवाहतूक, बिनतारी संदेशवहन यंत्रणा यांच्यात सुधारणा करणे.

आय) पहारा चौकीवर संरक्षणव्यवस्था, गुप्तचर विभाग.

जे) ल्हासाच्या मोहिमेचे भवितव्य ग्यांगत्से व यातुंग येथील व्यापारी ठाणी, व्यापारी वाहतुकीसाठी तैनात असणारे तिबेट भागातील आपले सैन्य.

के) मॅकमोहन रेषेबद्दल धोरण.

हे काही प्रश्न माझ्या मनात येत आहेत. या बाबतीतील विचारविनिमयामुळे चीन, रशिया, अमेरिका, ब्रिटन, बर्मा यांच्याशी आमच्या असलेल्या संबंधाच्या मोठ्या प्रश्नाच्या हाताळणीसाठी, आम्हाला मार्गदर्शन होईल. हे प्रश्न तरीही सर्वसाधारण स्वरूपाचे आहेत. काही अत्यंत महत्त्वपूर्ण असू शकतील जसे की, बर्माशी आपण जवळचे संबंध प्रस्थापित करावेत की नाही; ज्यामध्ये चीनशी व्यवहार करताना बर्माला बळ मिळेल याचा विचार करावा लागेल. आपल्यावर दबाव आणण्यासाठी चीन बर्मावर दबाव आणण्याची शक्यता मी नाकारत नाही. बर्माची सरहद्द अजिबात संरक्षित नाही व चीनचा, प्रदेशाच्या स्वामित्वाचा दावा आधारभूत वाटतो. आत्ताच्या परिस्थितीमध्ये बर्माचा प्रश्न चीनच्या दृष्टीने अधिक सोपा आहे व म्हणून त्याच्याकडे चीनचे प्रथम लक्ष जाईल.

या प्रश्नावर सर्वसाधारण चर्चा घडवून आणण्यासाठी आपण एकदा भेटावे असे मला सुचवावेसे वाटते. लगेच आवश्यक वाटणारे उपाय करण्यासाठी, आपणाला योजना आखता येईल. इतर प्रश्नांचे स्वरूप समजावून घेण्यासाठी, लवकर उपाय योजण्यासाठी, काय करायचे हे ठरवता येईल.

वल्लभभाई पटेल

◆

परिशिष्ट तीन

आत्तापर्यंत 'परमवीर चक्र' हा भारताचा, शौर्यासाठीचा सर्वोच्च पुरस्कार, सेनादलातील एकवीस जणांना देण्यात आला आहे. ह्यापैकी वीसजण भूदलातील आहेत व एकजण हवाईदलातील आहे.

पुरस्कार दिलेल्या 'परमवीर चक्रा'शी निगडित विविध तपशील, रेजिमेंट, कोअर, राज्य आणि युद्ध व मोहिमा, खाली दिल्या आहेत.

राज्यानुसार		**संरक्षण फौजा**		**पायदळ रेजिमेंट**	
पंजाब	४	भूदल	२०	ग्रेनडिअर्स	३
उत्तर प्रदेश	४	हवाईदल	१	सिख	२
हिमाचल प्रदेश	४			कुमाऊँ	२
राजस्थान	२			जे व के रायफल्स	२
हरियाणा	१	सैन्यदलाचे		राजपूत	१
महाराष्ट्र	१	रेजिमेंट-कोअर		रायफल्स	१
दिल्ली	१	पायदळ	१७	गार्ड्स	१
जम्मू व काश्मीर	१	आर्मर्ड कोअर	२	महार	१
तामिळनाडू	१	इंजिनीअर्स	१	१ गुरखा	१
बिहार	१			८ गुरखा	१
कर्नाटक	१			११ गुरखा	१
				८ जेएके लि.	१

'परमवीर चक्र' पुरस्कार जेथे दिले गेले, ती युद्धे व मोहिमा.

भारत-पाक युद्ध	१९४७ -४८	५
यु.नो. शांतता मोहीम	१९६१	१
चीन-भारत युद्ध	१९६२	३
भारत-पाक युद्ध	१९६५	२
भारत-पाक युद्ध	१९७१	४
सियाचीन	१९८७	१
श्रीलंका	१९८७	१
कारगील युद्ध	१९९९	४

परिशिष्ट चार

युद्धातील शौर्यासाठी दिल्या जाणाऱ्या, ब्रिटिश व भारतीय पुरस्कारांतील साम्य

रणांगणावर गाजविलेल्या शौर्यासाठी दिल्या जाणाऱ्या ब्रिटिश व हिंदुस्थानी/ भारतीय पुरस्कारांचे समीकरण शोधणे (वा मांडणे) ही सोपी कामगिरी नाही. (परंतु) ह्यासंबंधी प्रश्न विचारलेले आहेत आणि त्याचे उत्तर देणे आवश्यक आहे. ह्या लेखामध्ये तसा प्रयत्न केला आहे आणि त्याची व्याप्ती शौर्यासाठी दिल्या जाणाऱ्या सर्वोच्च पुरस्कारापुरतीच मर्यादित आहे. ह्यामध्ये 'इंडियन ऑर्डर ऑफ मेरीट' (IOM) ह्याची प्रामुख्याने 'व्हिक्टोरिया क्रॉस' नंतरचे रूप 'परमवीर चक्र' ह्यांच्या साधर्म्यासंबंधीचा विचार आहे.

१८३७ मध्ये, तीन स्तरांवरील 'ऑर्डर ऑफ मेरीट' पुरस्कार सुरू झाला. पुढे त्याच्या नामाभिधानात, १९०३ साली 'इंडियन' ह्या शब्दाची भर पडली. रणांगणावरील उल्लेखनीय शौर्यासाठी हिंदुस्थानी सैन्यदलांतील अधिकारी व सैनिक ह्यांना हे पुरस्कार (IOM) प्रदान करण्यात येत व त्याला ब्रिटिशांच्या हिंदुस्थानातील सैन्याचा, 'व्हिक्टोरिया क्रॉस' म्हणून मान्यता होती. 'War Medals of the British Army 1650-1891' ह्या मान्यताप्राप्त पुस्तकात, थॉमस कार्टर व डब्ल्यू. एच. लाँग यांनी (हे सर्व) नमूद केलेले आहे (१९७२ मध्ये पुनर्निर्मित). व्हिक्टोरिया क्रॉस (व्हि.क्रॉ.) ह्या पुरस्काराप्रमाणेच, इंडियन ऑर्डर ऑफ मेरीट (इ.ऑ.मे.) हा पुरस्कार एतद्देशीय अधिकारी व जवान यांना वैयक्तिक शौर्यासाठीच प्रदान करण्यात येई. तो (IOM) अष्टकोनी चांदणीच्या आकाराचा आहे व निळ्या इनॅमल पार्श्वभूमीवर, दोन तलवारी एकमेकींवर फुलीच्या आकारात, चित्रित केल्या असून, सोनेरी रंगाच्या सुशोभित पुष्पमालेच्या सभोवतीने 'Reward for Valor' ही अक्षरे कोरलेली असत. ह्या पुरस्कारांची वर्गवारी तीन प्रकारांत विभागलेली असे. प्रथम किंवा ज्येष्ठ दर्जासाठी 'सोन्याची चांदणी', दुसऱ्या दर्जासाठी चांदीची सोन्याचा मुलामा दिलेली व तिसऱ्या दर्जासाठी चांदीचीच पण सोन्याचा मुलामा नसलेली. त्यांची फीत गडद निळ्या रंगाची असून, कडा लाल रंगाच्या असत. तिसऱ्या दर्जाचा पुरस्कार, एतद्देशीय अधिकाऱ्याने अथवा सैनिकाने, रणभूमीवर अथवा हल्ला झाला असता; अथवा संरक्षित जागांचे रक्षण करताना, दाखवलेल्या उल्लेखनीय शौर्याबद्दल देण्यात येई. ज्यांना तिसऱ्या दर्जाचा पुरस्कार आधीच प्राप्त झालेला आहे, त्यांना

पुन्हा तशीच कामगिरी पार पाडल्याबद्दल दुसऱ्या दर्जाचा पुरस्कार देण्यात येई. त्याचप्रमाणे ज्यांना दुसऱ्या व तिसऱ्या दर्जाचे पुरस्कार आधीच प्राप्त झालेले आहेत, त्यांना तशीच कामगिरी पुन्हा पार पाडल्यास प्रथम दर्जाचा पुरस्कार देण्यात येई. 'ऑर्डर ऑफ मेरीट' पुरस्कार मिळवणाऱ्या प्रत्येकास ज्यादा वेतन मिळत असे व त्याच्या मृत्यूनंतर त्याच्या विधवेस तीन वर्षांपर्यंत भत्ता मिळत असे.

१९११ पर्यंत IOM पहिला दर्जा, हा पुरस्कार, 'व्ही. क्रॉ. दोन दांड्यांसह' असा पुरस्कार जिंकण्याच्या तोडीचा होता. अशी एकच नोंद केलेली घटना आहे की, एका हिंदुस्थानच्या सैनिकाने, उत्कट शौर्याचे चार वेळा अभूतपूर्व प्रदर्शन केले, ज्यासाठी त्याला 'प्रथम दर्जाच्या IOM पुरस्काराबरोबर लावण्यासाठी सोन्याचा दांडा प्रदान करण्यात आला. ह्या व्यक्तीचे नाव आहे, 'सुभेदार किशनवीर नागरकोटी, ५ वी गुरखा रायफल (फ्रंटियर फोर्स)' (पाहा : परिशिष्ट ७).

२९ जानेवारी, १८५६ ह्या दिवशी, व्हिक्टोरिया राणींना, १८५४-५६ मधील 'क्रिमियन' युद्धात शौर्याने लढलेल्या आपल्या सैनिकांचा गौरव करण्याची इच्छा झाल्याने 'व्हिक्टोरिया क्रॉस' पुरस्कार देण्याची प्रथा पडली. हा पुरस्कार हिंदुस्थानी अधिकारी वा सैनिक यांना दिला जात नसे. १९११ मध्ये राजे पंचम जॉर्ज, यांनी हिंदुस्थानला जेव्हा भेट दिली, तेव्हा त्यांनी घोषित केले की, 'व्हिक्टोरिया क्रॉस' ह्या पुरस्कारासाठी हिंदुस्थानी सैनिकही पात्र धरले जातील. १९११ ते १९४७ या दरम्यान, हिंदुस्थानी भूदलातील अधिकारी व सैनिकांनी मिळून, 'व्हिक्टोरिया क्रॉस'चे चाळीस पुरस्कार जिंकले आहेत (पाहा : परिशिष्ट ६). ह्यानुसार तिसऱ्या दर्जाचा IOM पुरस्कार रद्द झाला. जे हिंदुस्थानी सैनिक IOMसाठी पात्र होत, त्यांना दुसऱ्या दर्जाचा IOM पुरस्कार दिला जाई आणि दुसऱ्यांदा अशीच शौर्याची कामगिरी करणाऱ्यांना पहिल्या दर्जाचा IOM पुरस्कार देण्यात येई. पहिल्या दर्जासाठी देण्यात येणारा संपूर्ण सोन्याचा 'बिल्लाही' ह्यावेळी रद्द केला गेला आणि त्यानंतर पूर्वीच्या तिसऱ्या व दुसऱ्या दर्जाच्या IOMसाठी पात्र असणाऱ्या मानकऱ्यांना अनुक्रमे दुसऱ्या व पहिल्या दर्जाचा IOM पुरस्कार देण्यात येऊ लागला.

१९४४ मध्ये IOM एकाच दर्जाचा करण्यात आला व त्यानंतर मिळणाऱ्या पुरस्कारांसाठी एक 'दांडा' देऊन सन्मानित करण्याची प्रथा सुरू झाली. १९३९ ते १९४७ पर्यंत दिल्या गेलेल्या IOM पुरस्कारांत 'Reward for Valor' ही अक्षरे बदलून 'Reward for Gallantry' ही अक्षरे होती. १५ ऑगस्ट, १९४७, या भारतीय स्वातंत्र्यदिनापासून IOM पुरस्कार प्रचारातून गेले. ब्रिटिशांच्या 'व्हिक्टोरिया क्रॉस'च्या योग्यतेचा, भारताचा सर्वोच्च पुरस्कार, रणांगणावर दाखवलेल्या शौर्यासाठी देण्याची प्रथा, २६ जानेवारी, १९५० पासून, नव्याने सुरू करण्यात आली.

चटकन समजण्यासाठी, तुलनात्मक तक्ता तयार केला आहे.

युद्धभूमीवर दाखवलेल्या शौर्यासाठीच्या ब्रिटिश व भारतीय पुरस्कारांचा तुलनात्मक तक्ता

काळ	ब्रिटिश सैन्य	भारतीय सैन्य
१८३७ ते १८५६	ऑर्डर ऑफ मेरीट त्रिस्तरीय.	ऑर्डर ऑफ मेरीट- त्रिस्तरीय.
१८५६ ते १९०३	व्हिक्टोरिया क्रॉस (व्हि.क्रॉ.)	ऑर्डर ऑफ मेरीट दर्जा तीन
	व्हि. क्रॉ. व दांडा	ऑर्डर ऑफ मेरीट दर्जा दोन
	व्हि. क्रॉ. व दोन दांडे	ऑर्डर ऑफ मेरीट दर्जा एक
१९०३ ते १९११	--	ऑर्डर ऑफ मेरीट हे नाव बदलून 'इंडियन ऑर्डर ऑफ मेरीट' असे झाले.
	व्हि. क्रॉस	इंडियन ऑर्डर ऑफ मेरीट दर्जा तीन
	व्हि. क्रॉस व दांडा	इंडियन ऑर्डर ऑफ मेरीट, दर्जा दोन
	व्हि. क्रॉस व दोन दांडे	इंडियन ऑर्डर ऑफ मेरीट, दर्जा एक
१९११ ते १९४४ ह्या काळात	१९११ पासून हिंदुस्थानी सैनिकही 'व्हिक्टोरिया क्रॉस'साठी पात्र झाले. आय.ओ.एम. दर्जा तीन काढून घेण्यात आले. आय.ओ.एम. दर्जा एक व दोन हे 'व्हिक्टोरिया क्रॉस'च्या जोडीचे विलोभनीय पुरस्कार चालू राहिले. १९३९ मध्ये, 'Reward for Valor' ही पदकावर कोरलेली अक्षरे, 'Reward for Gallantry' या अक्षरांनी बदलली.	
१९४४ ते १९४७ ह्या काळात	आय.ओ.एम. दर्जा दोन काढून घेण्यात आले आणि आय.ओ.एम. ह्या पुरस्काराचे स्वरूप एकाच दर्जाचे झाले व पुढील प्रत्येक उल्लेखनीय कामगिरीसाठी एका दांड्याचा पुरस्कार जोडला गेला. पदकाच्या रचनेतही थोडाफार फरक करण्यात आला.	
१५ ऑगस्ट १९४७	आय.ओ.एम. दर्जा एक, काढून घेण्यात आले.	
२६ जानेवारी १९५०	व्हि. क्रॉ.	परमवीर चक्र

◆

परिशिष्ट पाच

परमवीर चक्र पुरस्कार मिळविणाऱ्यांची यादी

१९४७-४८

मेजर सोमनाथ शर्मा, ४ कुमाऊँ, ३ नोव्हेंबर, १९४७, बडगाम, काश्मीर (मरणोत्तर).

नाईक जदुनाथ सिंग, १ राजपूत, १३ ऑक्टोबर, १९४८, नौशेरा, काश्मीर (मरणोत्तर).

कंपनी हवालदार मेजर पिरू सिंग, ६ राजपुताना रायफल्स, १७-१८ जुलै, १९४८ टिथवाल, काश्मीर (मरणोत्तर).

लान्सनाईक करम सिंग एम. एम., १ सिख, १३ ऑक्टोबर, १९४८ टिथवाल, काश्मीर.

सेकंड लेफ्टनंट रामा राघोबा राणे, बॉम्बे इंजिनीअर्स, ८ एप्रिल १९४८, नौशेरा-राजौरी, काश्मीर.

१९६१

कॅप्टन जी. एस. सलारिआ, ३/१ गुरखा रायफल्स, ५ डिसेंबर, १९६१, एलिझाबेथ व्हिला, कटांग, कांगो (मरणोत्तर).

१९६२

सुभेदार जोगिंदर सिंग, १ सिख, २३ ऑक्टोबर, १९६२, टोंगपेन ला, नेफा, (मरणोत्तर).

मेजर शैतान सिंग, १३ कुमाऊँ, १८ नोव्हेंबर, १९६२, रेझांग ला, लडाख (मरणोत्तर).

मेजर धान सिंग थापा, १/८ गुरखा रायफल्स, २० ऑक्टोबर, १९६२, लडाख.

१९६५

कंपनी क्वार्टरमास्टर हवालदार अब्दुल हमीद, ४ ग्रेनेडिअर्स, १० सप्टेंबर, १९६५, चीमा, खेमकरण (मरणोत्तर).

लेफ्टनंट कर्नल ए.बी. तारापोर, १७ हॉर्स, १५ ऑक्टोबर, १९६५, फिलोरा,

सियालकोट, पाकिस्तान (मरणोत्तर).

१९७१

लान्सनाईक अल्बर्ट एक्का, १४ गार्ड्स, ३ डिसेंबर, १९७१, गंगासागर, बांगलादेश (मरणोत्तर).

सेकंड लेफ्टनंट अरुण खेत्रपाल, १७ हॉर्स, १६ डिसेंबर, १९७१, जरपाल, शकरगड पाकिस्तान (मरणोत्तर).

मेजर होशियार सिंग, ३ ग्रेनेडिअर्स, १७ डिसेंबर, १९७१, बसनतर नदी, शकरगड, पाकिस्तान.

फ्लाईंग ऑफिसर निर्मलजित सिंग सेखोन, १४ डिसेंबर, १९७१, श्रीनगर, जम्मू व काश्मीर (मरणोत्तर).

१९८७

नाईक सुभेदार बाना सिंग, ८ जम्मू व काश्मीर लाईट इन्फन्ट्री, २३ जून, १९८७, सियाचीन ग्लेसियर, जम्मू व काश्मीर.

मेजर रामस्वामी परमेश्वरन, ८ महार, २५ नोव्हेंबर, १९८७, श्रीलंका (मरणोत्तर).

१९९९

कॅप्टन विक्रम बात्रा, १३ जम्मू व काश्मीर रायफल्स, २० जून, १९९९, पॉइंट ५१४० द्रास/कारगील, जम्मू व काश्मीर (मरणोत्तर).

लेफ्टनंट मनोज कुमार पांडे, १/११ गुरखा रायफल्स, २३ जून, १९९९, खालुबार, बटालिक, कारगील, जम्मू व काश्मीर (मरणोत्तर).

ग्रेनेडिअर योगिंदर सिंग यादव, १८ ग्रेनेडियर्स, ४ जुलै, १९९९, टायगर हिल, कारगील, जम्मू व काश्मीर.

रायफलमन संजयकुमार, १३ जम्मू व काश्मीर रायफल्स, ४ जुलै, १९९९, फ्लॅट टॉप एरिया, कारगील एरिया, जम्मू व काश्मीर.

◆

परिशिष्ट सहा

व्हिक्टोरिया क्रॉसचे भारतीय विजेते

पहिले महायुद्ध

१) शिपाई (नंतर सुभेदार) खुदा दाद खान, बलुच रेजिमेंट, ३१ ऑक्टोबर, १९१४.

२) जमादार (नंतर सुभेदार) मिर दोस्त, IOM, OBI, बहादूर, फ्रंटियर फोर्स, २६ एप्रिल, १९१५.

३) नाईक दरवान सिंग नेगी, गढवाल रायफल्स, २३/२४ नोव्हेंबर, १९१४.

४) लान्सनाईक (नंतर सुभेदार) लाला, डोगरस, २१ जानेवारी, १९१६.

५) रिसालदार बदलू सिंग, १४ लान्सर्स, २३ सप्टेंबर, १९१८.

६) लान्स दफादर (नंतर रिसालदार) गोविंद सिंग, २८ घोडेस्वार, लहान दल, १ फेब्रुवारी, १९१७.

७) रायफलमन कुलबीर थापा, २/३ गुरखा रायफल्स, २५ सप्टेंबर, १९१८.

८) रायफलमन गबर सिंग नेगी, गढवाल रायफल्स, १० मार्च, १९१५.

९) नाईक (नंतर सुभेदार) शाह अहमद खान, पंजाब रेजिमेंट, १२/१३ एप्रिल, १९१६.

१०) शिपाई (नंतर लान्सनाईक) चट्टा सिंग, भोपाल इन्फन्ट्री, १३ जानेवारी, १९१६.

११) रायफलमन (नंतर नाईक) करन बहादूर राणा, ३ गुरखा रायफल्स, १० एप्रिल, १९१८.

वझिरीस्तान

शिपाई (नंतर ऑनररी कॅप्टन) इशार सिंग, पंजाब रेजिमेंट, १० एप्रिल, १९२१.

दुसरे महायुद्ध

१. सेकंड लेफ्टनंट (नंतर लेफ्टनंट जनरल) पी. एस. भगत, इंजिनीअर्स, जुलै १९४१.

२. सुभेदार रिचपाल राम, राजपुताना रायफल्स, फेब्रुवारी १९४१.

३. हवालदार (नंतर ऑनररी कॅप्टन) परकाश सिंग, पंजाब रेजिमेंट, जानेवारी १९४३.

४. सुभेदार (नंतर सुभेदार मेजर) लालबहादूर थापा, १/२ गुरखा रायफल्स, एप्रिल १९४३.

५. कंपनी हवालदार मेजर चेलू राम, राजपुताना रायफल्स, एप्रिल १९४३.

६. हवालदार (नंतर ऑनररी कॅप्टन) गाजे घाले, २/५ गुरखा रायफल्स (फ्रंटिअर फोर्स), मे १९४३.

७. नाईक नंद सिंग, सिख रेजिमेंट, मार्च १९४४.

८. जमादार अब्दुल हफीझ, जाट रेजिमेंट, एप्रिल १९४४

९. शिपाई (नंतर हवालदार) कमल राम, पंजाब रेजिमेंट, मे १९४४.

१०. रायफलमन गंजू लामा, १/७ गुरखा रायफल्स, जून १९४४.

११. नाईक (नंतर ऑनररी कॅप्टन) अगन सिंग राई, २/५, गुरखा रायफल्स (फ्रंटिअर फोर्स), जून १९४४.

१२. सुभेदार नेत्रबहादूर थापा, २/५ गुरखा रायफल्स (फ्रंटिअर फोर्स), जून १९४४.

१३. नाईक यशवंत गाडगे, मराठा, जुलै १९४४.

१४. रायफलमन तुलबहादूर पून, ३/६, गुरखा रायफल्स, जून १९४४.

१५. रायफलमन शेखबहादूर थापा, १/९, गुरखा रायफल्स, सप्टेंबर १९४४.

१६. सुभेदार राम सरी सिंग, पंजाब रेजिमेंट, ऑक्टोबर १९४४.

१७. शिपाई भंडारी राम, बलूच रेजिमेंट, ३ नोव्हेंबर, १९४४.

१८. रायफलमन थामन गुरुंग, १/५, गुरखा रायफल्स (फ्रंटिअर फोर्स), नोव्हेंबर १९४४.

१९. जमादार परकाश सिंग, फ्रंटिअर फोर्स रायफल्स, फेब्रुवारी १९४५.

२०. लान्सनाईक शेर शाह, पंजाब रेजिमेंट, जानेवारी १९४५.

२१. नाईक ग्यान सिंग, पंजाब रेजिमेंट, मार्च १९४५.

२२. नाईक फझल दिन, बलूच रेजिमेंट, मार्च १९४५.

२३. बानभगत गुरुंग, ३/२ गुरखा रायफल्स, मार्च १९४५.

२४. हवालदार उमराव सिंग, अर्टिलरी, डिसेंबर १९४४.

२५. शिपाई नामदेव जाधव, मराठा लाईट इन्फन्ट्री, एप्रिल १९४५.
२६. लेफ्टनंट करम सिंग जुडगे, पंजाब रेजिमेंट, मार्च १९४५.
२७. शिपाई अली हैदर, फ्रंटिअर फोर्स रेजिमेंट, एप्रिल १९४५.
२८. रायफलमन लछिमन गुरुंग, ४/८ गुरखा रायफल्स, मे १९४५.

◆

परिशिष्ट सात

सुभेदार किशनबीर नागरकोटी (IOM)

१८६० मध्ये १२१२ किशनबीर (वीर) नागरकोटी पाचव्या गुरखा रेजिमेंट (दहझरा गुरखा बटालियन) मध्ये रुजू झाला. १८७८- १८८०च्या दुसऱ्या अफगाण युद्धामध्ये रेजिमेंटच्या इतिहासामध्ये शौर्यपूर्ण कामगिरी-बद्दल, त्याच्या नावाचा प्रथम उल्लेख केला असल्याचे आढळून येते. या युद्धात त्याच्या रेजिमेंटला पहिला लढाईचा सन्मान प्राप्त झाला.

१३ डिसेंबर, १८७८ला मोघीर खिंडीच्या युद्धामध्ये त्याच्या वैशिष्ट्यपूर्ण कामगिरीबद्दल त्याला 'इंडियन ऑर्डर ऑफ मेरीट' (तिसरा वर्ग) या पुरस्काराने सन्मानित केले. त्याने संपादित केलेल्या पुरस्कारामुळे त्याची रेजिमेंटमधील उपस्थिती व कर्तबगारी नजरेत भरते. हे पुरस्कार असे आहेत.

दुसरे अफगाण मेडल बकलासह १) Peiwar Kotal 1878, 2) Charasia 1879, 3) Kabul 1879 याचबरोबर Kabul 2 Kandahar Star.

६ ऑक्टोबर, १८७९च्या चरासिया युद्धामध्ये त्याच्या अलौकिक धीरोदात्त कामगिरीबद्दल त्याला इंडियन ऑर्डर ऑफ मेरीट (दुसरा वर्ग) या पुरस्काराने सन्मानित केले.

१२ डिसेंबर, १८७९ला काबुलच्या लढाईनंतर, ज्या आधी त्याला नाईक म्हणून बढती मिळाली होती, त्याच्या अद्वितीय कामगिरीबद्दल, शौर्याबद्दल, धैर्याबद्दल त्याला इंडियन ऑर्डर ऑफ मेरीट (पहिला वर्ग) या पुरस्काराने सन्मानित केले.

१८ जून, १८८८ला किशनबीर नागरकोटी, खालपासून चढत चढत सुभेदार या पदापर्यंत पोहोचला.

मेजर बॅट्येच्या नेतृत्वाखालील गुरखा रेजिमेंट, ज्यामध्ये अठ्ठावन्न रायफल्स व

सतरा पोलीस तुकड्या होत्या, एका छोट्या 'ओघी' तुकडीमध्ये किशनबीर रुजू झाला. नॉर्थ वेस्ट फ्रंटियरच्या अग्रोर भागातील 'ब्लॅक माऊंटन'च्या पूर्वेकडील उतारावर ही ओघी तुकडी, युद्धमोहिमेत तैनात होती. ह्या भागात वास्तव्य करणाऱ्या गुजर टोळ्यांना, फौजेचे येथून जाणे पसंत नव्हते व ते फौजेला मागच्या बाजूने कायम सतावत होते. लवकरच मेजर बॅट्येला निरोप मिळाला की, मागील बाजू सांभाळणारा हवालदार जखमीही झाला होता. सुभेदार किशनबीरला घेऊन मेजर बॅट्ये जखमी हवालदाराला आणण्यासाठी मागे वळला. जखमीसाठी 'स्ट्रेचर' आणवला. परंतु काही करण्याआधीच, त्यांच्यावर टोळ्यांनी हल्ला केला.

स्ट्रेचर पार्टीमध्ये आता मेजर बॅट्ये, ६व्या पंजाब पायदळाचा कॅप्टन उर्मस्टोन जो नि:शस्त्र होता, सुभेदार नागरकोटी नाईक, तीन रायफलमेन व एक बिगुल वाजवणारा एवढेच उरले होते. ह्या छोट्या समूहावर टोळीवाल्यांनी ताबडतोब हल्ला केला. एकाने कॅप्टन उर्मस्टोनवर विळ्याने वार केला.

दुसऱ्या टोळीवाल्याने, मेजर बॅट्येच्या खांद्यावर, तलवारीचा वार केला. मेजर, कॅप्टनसह विव्हळत पडला. सुभेदार नागरकोटी पुढे धावला व त्याने हल्लेखोरास ठार केले. पण आता दोन जखमी ऑफिसरांच्या संरक्षणाची जबाबदारी होती. रसद तुटलेली, जखमी झाल्यामुळे सुभेदार नागरकोटीच्या पार्टीची ताकद क्षीण झाली होती व स्थिती कमजोर झाली. इथेही सुभेदार नागरकोटीने उच्चतम धैर्याचे प्रदर्शन केले.

आपल्या उरलेल्या तीन माणसांना त्याने लढण्यासाठी विनवले व आपल्या पिस्तुलाचा वापर करून शत्रूच्या अनेकांना कंठस्नान घातले. त्याच्या सैनिकांमधील आता दोघेच उरले होते. त्या दोघांच्या मदतीनेही शत्रूला रोखण्यात त्याला काही काळ यश मिळाले. मेजर बॅट्ये मानेत गोळी लागल्यामुळे मरण पावला. त्यानंतर लवकरच कॅप्टन उर्मस्टोनला जबर जखम झाली व त्यांचा अंत झाला. त्यांना टोळीवाल्यांनी घेरले होते. सुभेदार नागरकोटी व त्याच्या दोन साथीदारांना सहकाऱ्यांचे मृतदेह घेता आले नाहीत, पण ते तिथून निसटून 'अतिर' येथील आपल्या तुकडीला जाऊन मिळाले.

सुभेदार नागरकोटी आपल्या सर्व तुकडीला, झटापट झाली होती त्या ठिकाणी घेऊन गेला व आपल्या सहकाऱ्यांचे 'मृतदेह' हस्तगत करून 'ओघी'ला सुखरूप पोहोचला.

अग्रणी फौजेतील वाचलेल्या तिघांना शौर्यासाठी पुरस्कार देऊन सन्मानित केले. शिपाई इंद्रबीर थापा व मोतीराम थापा यांना इंडियन ऑर्डर ऑफ मेरीट (तिसरा वर्ग) हे पदक देऊन सन्मानित केले. पण सुभेदार किशनबीर नागरकोटीला पुरस्कार देणे कठीण बनले. कारण त्याला तिसऱ्या, दुसऱ्या व पहिल्या श्रेणीच्या पदकाने

आधीच सन्मानित केले होते व याहून अधिक असे पदक सरकार प्रदान करेल की नाही याबद्दल शंका होती. पण त्यावर तोडगा निघाला. गॅझेटमधील पुरस्कार उद्घोषणेनंतर या प्रश्नाचे निराकरण झाले ती उद्घोषणा अशी होती–

'The Governor General in Council is pleased to sanction, as a special case, the grant to Subhedar Kishenbir Nagarkoti, 1st Battalion, 5th goorkha Regiment, Punjab Frontier Force, of a gold bar, with the words "18th June 1888" inscribed thereon, to be attached to and worn with the Ribband of the decoration of the First Class of the Order of Merit, in recognition of his conspicuous gallantry on that date on the Black Mountain, Hazara, on which occassion, he, in company with two sepoys of the Regiment, bravely stood by and defended Major Battye and Captain Urmston from the attacks of a numerous body of the enemy.'

वयाच्या चव्वेचाळीसाव्या वर्षी सुभेदार नागरकोटी निवृत्त झाला व १८९२ला पेन्शन घेऊन घरी नेपाळला गेला. त्याच्या कर्तबगारीला 'इंडियन आर्मी' मध्ये तोड नाही.

त्याचे पुरस्कार व पदके त्याच्या तैलचित्रासह, त्याच्या रेजिमेंट ५ गुरखामध्ये मोठ्या अभिमानाने मांडून ठेवली आहेत.

◆

Bibliography

Prepare or Perish General K.V.K. Rao, PVSM, Lancer Publishers.

Anatomy of Courage Lord Moran, Book World.

Himalayan Blunder Brigadier J. Dalvi, Natraj Publishers.

Slender was the Thread Brigadier L. P. Sen, Orient Longman.

Valour Triumphs K. C. Praval, Thomson Press.

War in the High Himalayas Major General D. K. Palit, VrC Lancer International.

India's Highest Gallantry Awards and the Men who Won Them 1947-1995 Defence Review.

Operations in Jammu and Kashmir, 1947-48 S. N. Prasad, D.Phil, Ministry of Defence, Dharam Pal, Ph.D., Government of India.

Kashmir 1947 Prem Shankar Jha, Oxford University Press.

The Liberation of Bangladesh Major General Sukwant Singh, AVSM, Vikas Publishing.

The Far Flung Frontiers Major General O. S. Kalkat, PVSM, Allied Publishers.

The Decorations and Medals of the Republic of India Edward S. Haynes, Orders & Medals Society of America.

The Grenadiers Colonel R. D. Palsokar, MC Regimental History.

Fakhr-e-Hind Lieutenant General Hanut Singh, MVC Regimental History, Poona Horse.

Forefront Forever Regimental History, Mahar Regiment.

Red Pompoms Regimental History, 8 Gorkha Rifles.

Param Vir Chakra handout, Government of India at the Investiture Ceremony January 2000.

Gallantry Medals and Decorations of the World John D. Clarke, Pen and Sword Books Limited, 2001.

Heroes of World War II Edward F. Murphy, Ballantine Books, New York, 1990.

'The Evolution and Development of Representation Systems of Military Honour in India' Edward S. Haynes, Winthrop University (USA). Inaugural lecture of the Centre for Armed Forces Historical honour in India Research, United Service Institution of India, 12 February 2002.

Search Engines – Internet

- 'Unknown Soldier', Online Encyclopedia Microsoft—Encarta
- 'Heroism' Bharat Rakshak
- 'Gallantry Awards Men of the IAF' Bharat Rakshak
- 'The Indian behind the Param Vir Chakra', google.com

◆

नित्यवापरातील काही शब्दांची संक्षिप्त रूपे

AC	Ashoka Chakra
Adm	Administration
CHM	Company Havildar Major
DSO	Distinguished Service Order
Engrs	Engineers
FF	Frontier Force
FFR	Frontier Force Rifles
GOC	General Officer Commanding
GR	Gorkha Rifles
Hav	Havildar
Hrs	Hours
IOM	Indian Order of Merit
J & K	Jammu and Kashmir
LMG	Light Machine Gun
L/Nk	Lance Naik
MC	Military Cross
MM	Military Medal
MMG	Mediun Machine Gun
MBRL	Multi Barrel Rocket Launcher
Nk	Naik
Nb/Sub	Naib Subedar
Para	Parachute
PVC	Param Vir Chakra
UMG	Universal Machine Gun
Recce	Reconnaisance
2IC	Second-in-Command

◆

ऋणनिर्देश

खाली निर्देशित व्यक्ती, संस्था आणि संघटना, ज्यांनी मला परमवीर चक्र व या पुरस्कारांनी सन्मानित व्यक्तींविषयींचे कथानक मांडण्यासाठी मदत केली, त्या सर्वांचा मी अत्यंत ऋणी आहे. त्यांच्या सहयोगाशिवाय हे पुस्तक लिहिता आले नसते. यामध्ये पुस्तकांचे लेखक, रेजिमेंटचे इतिहास, इंटरनेटवरील माहिती, वृत्तपत्रे व मासिकातील लेख, विजेत्यांचे अधिकारी, मित्र व त्यांची पत्रे, काही युद्धांत व आघाड्यांमध्ये स्वत: सहभागी असलेल्यांच्या मुलाखती, मुलकी व सैनिकी अधिकारी वर्ग ज्यांचा उपदेश बहुमोल आहे, या सर्वांचा समावेश आहे.

बटालियन व रेजिमेंटचे मुख्य अधिकारी, ज्यांनी खूप कामातूनही वेळ काढला; तसेच भारत-रक्षक व गुगल डॉट कॉम या संस्थांच्या कर्मचाऱ्यांनी सैनिकी घटनांची व परमवीर चक्राची तपशीलवार माहिती संकलित करण्याचे जिकिरीचे काम केले, त्यांचाही मी आभारी आहे. खाली निर्देशित स्रोतांकडून मिळालेल्या माहितीमुळे कथानकाची बांधणी होण्यास मदत झाली, त्यांचाही मी ऋणनिर्देश करू इच्छितो.

- संबंधित कमांडिंग ऑफिसर्स व रेजिमेंटल सेंटर्स– मानपत्रे, फोटोग्राफ्स, लढायांची वृत्ते आणि परमवीर चक्र विजेत्यांनी स्वत: दिलेली माहिती.
- ब्रिगेडिअर पी. के. सक्सेना : कुमाऊँ रेजिमेंटल सेंटरचे प्रमुख.
- ब्रिगेडिअर विजय आगा : बॉम्बे इंजिनियरींग ग्रुप व सेंटर-मुख्य कार्यालय प्रमुख.
- ब्रिगेडिअर कमल सूद : १४ गुरखा ट्रेनिंग सेंटरचे प्रमुख.
- कर्नल टी.पी.एस्. गिल : सिख रेजिमेंटल सेंटरचे कार्यवाहू प्रमुख.
- कर्नल एस. एस. घोष : 'ब्रिगेड ऑफ गार्डस्'च्या रेजिमेंटल सेंटरचे द्वितीय प्रमुख.
- कर्नल जसबीर सिंग व कर्नल वाय. के. जोशी (VRC) : १३ जम्मू-काश्मीरचे प्रमुख.
- कर्नल आर. व्ही. कानेटकर : पूना हॉर्सचे प्रमुख.
- कर्नल सतीश दुआ : ८ जम्मू-काश्मीर लाईट इन्फन्ट्रीचे प्रमुख.
- कर्नल पी. डी. हल्लूर : ८ महारचे प्रमुख.
- कर्नल ममराज सिंग (S.M) : ५ महारचे प्रमुख ए. अस्थाना.
- कर्नल ललितकुमार राय (VRC) व ले. कर्नल १/११ गोरखा रायफल्सचे प्रमुख.
- कर्नल विजय पाल : ६ राजपुताना रायफल्सचे प्रमुख.
- कर्नल देवेंद्र कपूर : ४ गार्डस्चे प्रमुख.
- कर्नल अनुराग गुप्ता : ४ मेकॅनिकल (१ सिख) चे प्रमुख.
- मेजर गौतम कालिता : १४ गार्डस्चे कार्यवाहू प्रमुख.
- कर्नल ए. आर. सॅम्युएल : ३ मेकॅनिकल (१/८ ग्रेनेडिअर्स) चे प्रमुख.
- कर्नल बी. बी. पटनाईक : ३ ग्रेनेडिअर्सचे प्रमुख.
- ले. कर्नल अशोककुमार : ४ ग्रेनेडिअर्सचे द्वितीय प्रमुख.

- ले. कर्नल संजीव भट्टी (S.M) (S.C) : ग्रेनेडिअर्स रेजिमेंटल सेंटर.

आणखी मदत खालील अधिकाऱ्यांनी केली.

- ले. जनरल आर. एस. खालोन (PVSM; VSM; AVSM)
- ले. कर्नल सुरेंद्रनाथ शर्मा (PVSM; AVSM) : इंजिनीअर्स कोअर.
- ले. जनरल वाय. के. मेहता (AVSM) : इंडियन मिलिटरी ॲकॅडमीचे प्रमुख.
- मेजर अशोक नाथ : स्टाक्होम– स्वीडन.
- मे. जनरल ए. एस. पठानिया (VSM) : २५ इन्फन्ट्री डिव्हिजनचे प्रमुख.
- मे. जनरल फराद भट्टी : आर्मीच्या मुख्य कार्यालयातील अधिकारी.
- श्रीमती गोपाल राव.
- एअर व्हाईस मार्शल ए. एस. मलहोत्रा
- श्री. पुष्पेंद्र सिंग.
- स्क्वाड्रन लीडर राणा चिन्ना.
- ब्रिगेडिअर सतीश कुमार इस्सार (VSM).
- ग्रुप कॅप्टन ए. के. सचदेव.
- ले. कर्नल एन. जे. जॉर्ज.
- ले. कर्नल धान सिंग थापा (PVC).
- मेजर एस. के. मेहरा : कुमाऊँ रेजिमेंट.
- ले. जनरल वाय. टोमर (PVSM).
- ले. जनरल वेद ऐरी (PVSM; MVC).
- कॅ. गौतम राजरिशी.
- एअर कमोडोर आर. व्ही. फडके.
- हविलदार योगेंदर सिंग यादव (PVC).
- श्री. सुनील रावत.
- श्रीमती गायत्री रामचंद्रन.
- श्रीमती शोबिता अस्थाना.
- श्री. आर. पी. नायवाल.
- इंग्लंडमधील विंचेस्टरस्थित 'गुरखा म्युझियम'.
- इंग्लंडमधील पाचवी गुरखा रायफल्सची असोसिएशन.

या देशाचे सैनिक व नागरिक जवळ यावेत, ही माझी नेहमीची इच्छा आहे. माझ्या या पुस्तकाने मला ही संधी दिली.

शेवटी परंतु महत्त्वाचे म्हणजे मी माझी पत्नी प्रिस्किला हिचा आभारी आहे जिने, या गेल्या दोन वर्षांत ज्यावेळी या पुस्तकाने आमचे जीवन व्यापले होते, शांत चित्ताने मला समजावून घेऊन प्रोत्साहन दिले.

मेजर जनरल इयान कारडोझो